AF765696

வலுசாறு இடையினில்

ஆலோன் மகரி

இந்த பூமியில் நானும் வாழ்ந்த
அடையாளத்தை பதிக்க, தெரிந்தும்
தெரியாமலும் உதவி வரும் அத்தனை
உயிர்களுக்கும், பேரண்டத்திற்கும்
சமர்பிக்கிறேன்..

பொருளடக்கம்

பொருளடக்கம்

முன்னுரை

"வலுசாறு இடையினில் ..."

இது எனது ஐந்தாவது நாவல்.

அடம்பிடிக்கும் மனிதர்கள் இடையே அடம்பிடித்து வளரும் மோதலுடனான அன்பின் பயணம்...

நன்றி

தொடர்ந்து எனை எழுத வைக்கும் எனது வாசகர்களுக்கும், துவண்டு போகும் பொழுதெல்லாம் என்னை ஊக்குவிக்கும் எனது தோழமைகளுக்கும், என் பெற்றோர் மற்றும் என் உடன் பிறந்தவனுக்கும் நன்றியை சமர்பிக்கிறேன்...

முகவுரை

வணக்கம், இவள், நந்தினி வெங்கடேசன். "ஆலோன் மகரி" என்னும் பெயரில் 2019 ஆம் ஆண்டில் இருந்து கதை எழுதி வருகிறேன். முதுகலை வணிக மேலாண்மை படித்த நான் எழுத்தின் மீது கொண்ட காதலால் அவ்வப்பொழுது கிறுக்கல்களாக கிறுக்கி வந்து, இப்போது கதை எழுதவும் தொடங்கி விட்டேன் . "தமிழ்" மீது கொண்ட பற்றும் இப்போது காதலாக மாறி வருகிறது. காதல் கொண்ட மனம் அமைதியாகுமா? என் கையும், பேனாவும் அதிகம் சந்தித்து கொண்டதால் கிறுக்கல்கள் கவிதைகளாக மாறியது. இப்போது கதைகளும் வெளி வர தொடங்கிவிட்டது. "வாசிப்பு" தான் எனது மிக பெரிய போதை. அந்த போதையின் காரணமாக ஏற்பட்ட சிந்தனைகள், கருத்துகள், தோன்றும் கற்பனைகள் என அனைத்தும் இப்போது கதை வழியே உலகிற்கும் தெரியப்படுத்துகிறேன். என் எழுத்து உங்களுக்கும் ஒரு புது கற்பனையை கொடுக்கலாம், நம்மில் சிலருக்கு ஒரே மாதிரியான சிந்தனை போக்கும் இருக்கலாம். மழலை நடையில் இருக்கும் எனக்கு வழிகாட்டி, நான் வெகு தூரம் நடக்க ஆசீர்வதியுங்கள்.

அன்புடன்,
ஆலோன்மகரி
உங்களின்கருத்துகளைத்தெரிவிக்க:
aalonmagari@gmail.com

1

வலுசாறு இடையினில்

‘விடியாத இரவுகள் என்று எதுவும் இல்லை... அஸ்தமித்த சூரியன் மீண்டும் கிழக்கில் உதித்தே ஆக வேண்டும்... ‘

‘உறங்கிய நாமும் காலையில் விழித்தே ஆக வேண்டும். பூமியில் விழி திறக்காத பொழுது, நமக்கு மற்றொரு வகையான விடியல் வேறு ஒரு உலகத்தில் ஏற்பட்டிருக்கும்....’

‘கடந்த நொடிகளை நினையாதே.... இனி கடக்க வேண்டிய நொடிகளை மட்டும் மனதில் கொள்....’

இப்படி பல பல வாசக படங்கள் அறையின் சுவர் முழுக்க ஒட்டி வைக்கப்பட்டிருந்தது.

"எருமை மாடே... எந்திரி.... மணி ஏழு ஆச்சி... உன் அப்பா வரதுக்குள்ள எந்திரிச்சி குளிச்சிடு... ", என அர்ச்சித்தபடி அவளின் அம்மா அவளை எழுப்பிவிட்டுச் சென்றார்.

"ம்மா.... ஒரு டீ...", போர்வையை விலக்காமலே முனகும் சத்தத்துடன் கேட்டாள்.

"நீ குளிக்காம உனக்கு பச்சை தண்ணி கூட கிடையாது... எந்திரிச்சி குளிச்சிட்டு வா", எனப் பதிலளித்து விட்டு, தன் தினசரி முக்கியமான வேலையைக் கவனிக்க ஆரம்பித்துவிட்டார்.

"ம்மா..... இது கொஞ்சம் கூட நல்லா இல்ல .. ", எனச் சிணுங்கியபடி எழுந்துக் கண்ணைத் தேய்த்துக்கொண்டு சமையலறைச் சென்றாள்.

அங்கு காலை உணவை மணக்க மணக்க தயாரித்துக் கொண்டிருந்தார் அவளின் அம்மா காமாட்சி.

"வாவ்.... சூப்பர் டீ.... ", என வாசனையை முகர்ந்தபடி அங்கிருந்த டீ கப்பை எடுத்து உறிஞ்சத் தொடங்கினாள்.

"ஏய்.... ஏய்.... வை டீ... அது தம்பிக்கு போட்டு வச்சிருக்கேன்", என அவள் டீ குடிப்பதைப் பார்த்துத் திட்டினார் காமாட்சி.

"அவன் அதுக்குள்ள குளிச்சிட்டானா என்ன?", எனக் கேட்டபடி டீயை முழுதாக குடித்துவிட்டுக் கப்பை சிங்கிள் போட்டாள்.

"இல்ல... அவன இனிமே தான் எழுப்பணும்.. டீ இல்லாம அவன எழுப்பினா அவ்வளவு தான்", எனப் பேசியபடி மீண்டும் அவனுக்கு டீ போட்டார்.

"இது எந்த ஊரு நியாயம் ம்மா... என்னையும் ஒரு டீயோட எழுப்பினா என்ன?", எனக் கோபத்துடன் கேட்டாள்.

"அவன் ஆம்பள புள்ள டி.... அவன அப்படி தான் எழுப்பணும்"

"அப்படி எந்த சட்டத்துல எழுதி இருக்கு? ", முகத்தை இறுக்கமாக வைத்துக்கொண்டுக் கேட்டாள்.

"வீட்டு சட்டத்துல எழுதி இருக்கு. வீட்ல எப்பவும் ஆம்பளைக்கு அப்பறம் தான் பொம்பளை.... அத புரிஞ்சிக்க முதல்ல.. நாலு எழுத்து படிச்சிட்டா நம்ம குடும்ப வழக்கத்த மறப்பியா?", என அவளிடம் சிடுசிடுத்துவிட்டு, அவள் தம்பியின் அறைக்கு சென்று, அவனை மடியில் படுக்க வைக்காதக் குறையாகக் கொஞ்சி எழுப்பினார்.

"ஐயா... ராசா... எழுந்திரி டா.... இந்தா டீ கொண்டாந்திருக்கேன்... குடிச்சிட்டு தூங்கு.. நான் டிபன் ரெடி பண்ணிட்டு எழுப்பறேன். சூடா சாப்டுவியாம்", என அவனிடம் கொஞ்சிக் கொண்டிருந்தார்.

இதை வெளியில் இருந்து பார்த்தவள், எப்போதும் போல மனதில் வெறுமையும் , கோபமும் எழ அங்கிருந்து நகர்ந்தாள்.

இருபது ஆண்டுகளாக அவள் பார்த்து, பழகி , சகித்து வரும் நிகழ்வுகள் தான் தினமும் இவள் இல்லத்தில் நடந்தேறி வருகிறது.

அவள் இருக்கும் ஊர் இன்னும் முழுதாக கிராமமாக இல்லாமலும் , டவுனாக மாறாமலும் இடையில் நின்று குழம்பி, அங்கிருப்பவர்களையும் குழப்பிக்கொண்டு உள்ளது.

அங்குள்ளவர்கள் எந்த கால கட்டத்தில் எந்த வகையான வழக்கத்தில் விழுந்தார்களோ தெரியாது. பெண்ணை பெண்ணாக மதிக்க கூட இன்றும் யோசிக்கிறார்கள்.

ஆண் என்பவன் ஆள்பவன். பெண் என்பவள் அவர்களுக்கு சேவகம் செய்ய பிறந்தவர்கள் என்ற எண்ணம் இரத்தத்தில் ஊறி, இன்னும் தலைமுறைகள் கடந்தும் பயணிக்கிறது.

அப்படியான வழமை போக்குவாதிகள் மத்தியில் அவ்வப்போது தோன்றும் செந்தாமரையாக ஒரு சிலர் தோன்றி, என்ன பேசினாலும், மீண்டும் அதே பாலாய் போன வழக்கத்தில் அவர்களைத் திணிக்க முயற்சிப்பார்கள். இல்லையேல் பல

நாடகங்கள் அரங்கேற்றி, அவளை ஒரு சிறையில் இருந்து மற்றொரு சிறைக்கு அனுப்பி விடுவார்கள்.

பதினெட்டு இருபது வருடமாக பழக்கப்பட்ட சிறையிலேயே ஒன்றும் புரிந்தும் புரியாத நிலையில், ஒரு புதிய சிறையில் அவள் மீண்டும் அடைக்கப்படும் போது அவள் சிந்தனை திறன் வெகுவாக பாதிக்கப் படுகிறது . அந்த பாதிப்பை பயன்படுத்தி, அவளை முற்றிலும் சுயசிந்தனை அற்றவளாக மாற்ற, சுற்றி இருக்கும் உற்றங்களே போதும்.

வழக்கமான வழக்கத்தில் அப்பெண்ணும் புதைந்து மறைந்து விடுவாள். இப்படியாகத் தான் இன்றும் பல இடங்களில் பெண்களின் நிலை இருக்கிறது .

படிப்பு என்பதும் கூட மாப்பிள்ளை படித்த பெண் வேண்டும் என்று கேட்பதால் தான், பெண்ணை பெற்றவர்களும் இப்போது படிக்க வைக்க ஆரம்பித்து இருக்கிறார்கள் .

ஆக பெண் என்பவள் ஆணுக்கு ஏற்ற சேவகியாக , அடிமையாக மட்டுமே வாழ வேண்டும் என்று அவள் பிறந்தத்தில் இருந்தே சொல்லிச் சொல்லி வளர்க்கப் படுகிறாள்.

இந்த அமைப்பில் பெண்களை இந்த நிலைக்கு தயார் படுத்துவதும் பெண்கள் என்பது தான் முக்கியமான வருத்தமான ஒன்று .

உலகில் வாழும் எந்த உயிரினம் தன் சக பாலினத்தவரிடம் அடிமையாக மட்டுமே வாழ பயிற்சி கொடுக்கிறது ???

இந்த கேள்விகள் நம்மில் பெரும்பான்மையானவர்கள் கேட்டுக் கொண்டு இருப்பீர்கள் .. உங்களை அடிமையாக, தரக்குறைவாக நடத்தும் சமயம் இது போன்ற எண்ணங்கள் உங்களுக்கு வரவில்லை எனில், நீங்கள் அவர்களின் மிகச் சிறந்த பயிற்சியில் தேர்ச்சிப் பெற்று இருக்கிறீர்கள் என்றே அர்த்தம் .

தனக்குத் தானே பேசி மனதை சமன்படுத்திக் கொண்டு, குளித்து விட்டு கல்லூரி செல்லத் தயாராக ஆரம்பித்தாள் நம் முத்தமிழ் நங்கை .

“அம்மா .. எனக்கு இன்னிக்கி ஸ்பெஷல் கிளாஸ் இருக்கு .. நான் கௌம்பறேன்.. “, எனக் கூறிவிட்டு வெளியே வந்தாள்.

“எங்க அதுக்குள்ள கௌம்பிட்ட ?”, தந்தை ஏகாம்பரம் செய்தித்தாள் படித்தபடி பார்வையை உயர்த்தாமலே கேட்டார் .

“இன்னிக்கி ஸ்பெஷல் கிளாஸ் இருக்குங்க பா.. சீக்கிரம் போகணும்.. சாயந்தரமும் லேட் ஆகும் .. நான் வினிதா கூட வந்துடறேன் “, என அவள் கூறிமுடிக்கும் முன் வினிதா அவளை அழைத்தபடி வாசல் அருகில் வந்தாள் .

“ம்ம் .. ரெண்டு பெரும் ஒழுங்கா போயிட்டு வாங்க .. பொட்ட புள்ளைங்கற நெனப்பு மனசுல இருக்கட்டும் .. இதானே கடைசி வருஷம் ?”, முகத்தைச் சிடுசிடுவென வைத்தபடிக் கேட்டார் .

“ஆமாங்க அப்பா .. போயிட்டு வரேன் பா “, என அவளும் அமைதியாக பதில் கூறிவிட்டு வினிதாவுடன் பேருந்து நிறுத்தம் நோக்கி நடக்க ஆரம்பித்தாள்.

“ஏன் டி நம்ம அப்பாங்க இப்படி இருக்காங்க ? எரிச்சலா வருது .. உங்கப்பா மருந்துக்கு கூட சிரிக்க மாட்டாரு போல .. எங்கப்பா என் மூஞ்ச கூட பாக்கறது இல்ல .. ஏன் தான் இந்த ஊருல பொறந்தோம்-ன்னு இருக்கு .. “, வினிதா வழக்கம் போல தன் மனக் குமுறலைக் கொட்டியபடி வந்தாள்.

“இங்க பொறந்துட்டோம் வினி .. இனிமே இங்க நம்ம என்ன செஞ்சா நமக்கு அடுத்து வர தலைமுறை நல்லா இருப்பாங்க-ன்னு தான் யோசிக்கணும் .. நிஜத்த ஏத்துக்கணும். அப்ப தான் இந்த சூழ்நிலைய சமாளிக்க முடியும் . வா .. எப்ப-டியாவது இந்த இன்டர்வியூல செலக்ட் ஆகிடணும்”, எனக் கூறியபடி வினிதா-வையும் நேர்காணலில் கலந்துக் கொள்ளக் கூறினாள் .

“நான் எதுக்கு நங்க? எனை இந்த டிகிரி படிக்க வைக்கறதே அந்த கூமுட்ட மாமனுக்கு கட்டி குடுக்க தான் .. அந்த வெளக்குமாத்துக்கு படிப்பும் ஏறல , கணக்கு வழக்கும் ஏறலன்னு தான் என்னை காமர்ஸ் படிக்க வைக்கறாங்க .. நீ போய் அட்டென்ட் பண்ணு .. உன்கூடவே நானும் இருக்கேன் . ஒண்ணா வீட்-டுக்கு போய்க்கலாம்”

“சரி வினி .. நான் போய்ட்டு வரேன் .. நீ எங்க உக்காந்துட்டு இருப்ப ?”

“நான் ஆடிட்டோரியம்ல இருக்கேன் நங்க .. ஆல் தி பெஸ்ட் “, நேர்காணல் நடக்கும் கட்டிடத்தின் வாயில் வரை வந்து அனுப்பிவிட்டு, வினிதா ஆடிட்டோ-ரியம் நோக்கிச் சென்றாள்.

இங்கே நங்கையின் வீட்டில் , “உன் பொண்ணு போக்கு சரி இல்ல .. இவ படிக்கற படிப்புக்கு என்ன ஸ்பெஷல் கிளாஸ் வைக்க போறாங்க ?”, என மனை-வியிடம் வந்துச் சிடுசிடுத்தார் .

“நம்ம பொண்ணு தாங்க காலேஜ்ல சேர்ந்ததுல இருந்து மொத மார்க் வாங்-கறா .. அவ நேத்து நடு ராத்திரி வரைக்கும் படிச்சிட்டு தான் இருந்தா .. “, என மகளுக்காகப் பேசினார் காமாட்சி .

“ஏதோ ஒரு டிகிரி இருந்தா தான் மாப்பிளை பாக்க முடியும்ன்னு தான் படிக்க வைக்கறேன் .. மெத்த படிச்சி என்ன கிழிக்க போறா ? இந்த வாரம் இருந்து மாப்பிளை பாக்க போறேன் .. அவகிட்ட சொல்லி ஒடம்ப ஒழுங்கா பாத்துக்க சொல்லு .. நான் தரகர் வீட்டுக்கு போய்ட்டு வரேன் .. “, எனக் கூறிவிட்டுத் தயாராகச் சென்றார் .

அவள் தம்பி ராஜன் , “அம்மா .. டிபன் ரெடியா இல்லயா ?”, எனக் கேட்-டபடி வெளியே வந்தான் .

"வந்துட்டேன் கண்ணு .. ரெண்டு நிமிஷம் .. சூடா இட்லி எடுக்கறேன்... ", எனக் கூறியபடி சமையல் அறைக்கு ஓடினார் .

"இந்த ரெகார்ட் நோட்ல அவள நேத்து எழுத சொன்னேன்ல இத பண்ணாம அவ நேத்து என்னத்த கிழிச்சிட்டு இருந்தா ?", ஆணவமாகக் கேட்டான் .

"அக்காவுக்கு ஏதோ பரிட்சை போல கண்ணு .. அவ படிச்சிட்டு இருந்தா .. ", எனக் காமாட்சி அவனுக்கு இட்லியைப் பரிமாறியபடிக் கூறினார் .

"அவ என்ன படிச்சி என்ன கழட்ட போறா ? பாத்தரம் தானே வெளக்க போறா.. அதுக்கு எதுக்கு அவ இவ்ளோ கஷ்டபட்டு படிக்கணும் ? இன்னிக்கி இந்த நோட் நான் கிளாஸ்ல வச்சே ஆகணும் .. இப்போ நான் என்ன பண்ணறது ?", எனப் புலம்பியபடி இருந்தான் .

"இன்னிக்கி லீவு போட்டுக்க ராஜா .. அவ சாயந்தரம் வந்ததும் உனக்கு எழுதி குடுக்க சொல்றேன் ", எனக் கூறியபடி ஏகாம்பரம் வந்து சாப்பிட அமர்ந்தார் .

"சரிப்பா .. எனக்கு பணம் குடுங்க நான் படத்துக்கு போய்ட்டு வரேன் .. ", என அவன் கேட்டு முடிக்கும் முன், அவனுக்கு இரண்டு ஆயிரம் ரூபாய் எடுத்துக் கொடுத்தார்.

"கண்ணு சாப்பிட வீட்டுக்கு வந்துருப்பா .. "

"இல்லம்மா .. நான் வெளிய சாப்டுக்கறேன்.. ", எனக் கூறிவிட்டு பைக் எடுத்துக் கொண்டுப் பறந்தான் பதினோராம் வகுப்பு படிக்கும் ராஜன் .

"என்னங்க ரெண்டாயிரம் தான் குடுத்தீங்க .. அது போதுமா அவன் செலவுக்கு ?", காமாட்சி யோசனையுடன் கேட்டார் .

"அவன் பத்தலண்ணா கடைக்கு வந்து எடுத்துட்டு போவான் டி .. நீ உன் பொண்ணு போட்டோ நல்லதா ஏதாவது இருந்தா எடுத்து குடு "

"போட்டோ எதுவும் இல்லைங்க .. எடுத்தா தான் .. நகை எல்லாம் எடுக்கணும்ல .."

"ஆமா எடுக்கணும் .. இந்த வாரம் போய் எடுத்துட்டு வரலாம் "

"எவ்ளோ போடறீங்க ?"

"அம்பது சவரன் போடறேன் .. அப்போ தான் எனக்கு கௌரவம் .. சரி நகை எடுத்த அப்பறம் போட்டோ எடுத்துக்கலாம் .. "

"ஜாதகம் ?"

"அந்த கழுதை என்னத்துக்கு ?", கோபமாகக் கேட்டார்.

"இல்லைங்க மாப்ள வீட்ல கேப்பாங்க .. நாமளும் ஒரு தடவை பாத்துட்டா அதுக்கு தகுந்தமாறி தேடலாம் ", தயங்கித் தயங்கிக் கூறினார் .

"சரி.. குளிச்சி ரெடி ஆகு .. ஜோசியரையும் பாத்துட்டு வந்துடலாம் .. ", எனக் கூறிவிட்டு தன் சூப்பர் மார்க்கெட் சென்றார் .

2

"ஏலேய் பாண்டி .. சீக்கிரம் வேலைய முடி டா .. இன்னிக்கி அவன பிடிச்சி ஒரு வழி பண்ணாம விட கூடாது ", என மருதன் என்பவன், கரும்பு காட்டுக்கு மத்தியில் இருந்த பாதையில் முள்ளைப் போட்டு மேலே மண்ணைத் தூவிக் கொண்டு இருத்தான்.

"டேய் கண்டிப்பா இந்த எடத்துல தான் செய்யணுமா ? கரும்பு காடு அவனுக்கு ரொம்ப வசதியா இருக்கும் டா .. வேற எடத்த பாக்கலாம் ல ?", பாண்டி என்பவன் கேட்டான் .

"இதான் டா சரி .. இந்த இடத்துல தான் அவன அடிக்க முடியும் .. அவன் மட்டும் தான் கரும்ப வச்சி அடிப்பானா ? நம்ம அடிச்சாலும் கரும்பு அடிக்கும் ", மருதன் வன்மத்துடன் கூறினான் .

"எனக்கு என்னமோ சரியா படல மருது .. டேய் வண்டி சத்தம் வருது .. வா அந்த பக்கம் போய் மறைஞ்சிக்கலாம் .. ", எனப் பாண்டி அங்கிருந்த டிராக்டர் பின்னால் சென்று ஒளிந்தான்.

புல்லட் வண்டியின் சத்தம் கொஞ்சம் கொஞ்சமாக அருகில் கேட்டது .. பாண்டி எதிர்பக்கம் பார்த்துக் கொண்டு இருந்தான் .

"ஏய் .. யாருடா அவன் டிராக்டர் பக்கத்துல ? டயர கழட்ட வந்தீங்களா டா ?", எனக் கேட்டபடி பாண்டிக்கு பின்னால் வந்து நின்று கேட்டான் சிம்மவர்மன்.

"அதுலாம் இல்லண்ணே .. சும்மா தான் நின்னுட்டு இருந்தோம் ", பாண்டி தயங்கித் தயங்கிக் கூறினான் .

"ஏலேய் நீ அந்த மேலூர்கார பய தானே ? உனக்கு இங்க என்ன வேலை ?", கையில் இருந்தக் காப்பை மேலே ஏற்றியபடி அருகில் வந்தான் சிம்ம வர்மன்.

அந்த நேரம் மருது சூரியை எடுத்து சிம்ம வர்மனை நோக்கிப் பாய்ந்தான் .

பாண்டி பயந்து கத்தவும், வர்மன் திரும்பும் சமயம் கத்தி அவன் கையில் லேசாகக் கீறி இரத்தம் வந்தது .

சிம்ம வர்மன் சிரித்தபடி, "இதான் விஷயமா ? சம்பவம் பண்ண தான் காத்துட்டு இருந்தீங்களோ ? வெடலை பசங்க கூடலாம் நான் சண்டை போடறது

இல்லை .. உன் ஊர்ல ஆம்பள எவனாது இருந்தா கூட்டிட்டு வாங்க டா “, எனச் சிரித்தபடி மருதுவின் தாக்குதலில் இருந்து விளையாட்டு போலவே நகர்ந்-துக்கொண்டு பேசினான் .

“உன்ன முடிக்க நானே போதும் டா “, மருது கோபத்துடன் பாய்ந்தான்.

“ஹாஹாஹா .. டேய் வெண்ணை .. மொதல்ல கத்திய ஒழுங்கா புடி டா .. “,வர்மன் அவன் கையைப் பிடித்திழுத்துக் கத்தியைச் சரியாகப் பிடிக்கச் சொல்-லிக் கொடுத்தான்.

அதன் பிறகும் கால் மணி நேரம் கடந்தும், மருதுவால் வர்மன் அருகில் கூட நெருங்க முடியாமல் போக, பின் ஆவேஷம் கொண்டுத் தாக்க ஆரம்பித்தான் .

“வர்மா என்னடா நடு ரோட்ல சண்டை கத்து தர ஆரம்பிச்சிட்ட ?”, எனக் கேட்டபடி ஒருவர் அங்கே வந்தார்.

“மேலூர் பயலுக சம்பவம் பண்ணலாம்னு வந்தானுங்க சித்தப்பு .. கத்திய கூட ஒழுங்கா புடிக்க தெர்ல.. அதான் கத்து குடுத்துட்டு இருக்கேன் “, எனப் பேசிய-படி மருதுவின் கையைப் பிடித்து பின்னால் மடித்து , “டேய் .. நீயெல்லாம் கொசு அளவுக்கு கூட பெறுமானம் இல்லாதவன் .. போ .. போய்ட்டு நல்லா சம்பவம் பண்ண கத்துகிட்டு வா .. “, என அவன் கை மணிக்கட்டைத் திருப்பினான் வர்மன்.

“வர்மா.. இவனுங்கள இப்படியே விடக்கூடாது .. உன் மேல கை வைக்க வர அளவுக்கு தைரியம் வந்துரிச்சி.. ஒரு பஞ்சாயத்த போற்றுவோம் யா “, வந்தவர் கூறினார் .

“அட என்ன சித்தப்பு நீங்க .. சின்ன பசங்களுக்காக பஞ்சாயத்துக்கு போனா நம்ம கௌரவம் என்ன ஆவறது ? நீங்க போங்க.. நான் ரெண்டு தட்டி அனுப்-பிட்டு வீட்டுக்கு வரேன்.. சித்திய கோழி அடிச்சி நல்லா காரமா கொழம்பு வைக்க சொல்லுங்க .. “, என அவரிடம் கூறி அனுப்பினான் .

“சரி.. நான் வட்டி பயல அனுப்பி வைக்கறேன். சீக்கிரம் வா வர்மா ..“

“இங்க பாருங்க டா.. நேரா கூனி ஆச்சி வீட்டுக்கு போய் கைய நீவிட்டு வீட்டுக்கு போங்க ..“, எனக் கூறிவிட்டு வண்டியை எடுக்கச் சென்றான்.

“அண்ணே.. ஒரு நிமிஷம்“, எனப் பாண்டி அவசரமாக வழியில் இருந்த முள்ளை எடுத்து, ஓரமாக போட்டுவிட்டு மருது அருகில் வந்து நின்றான் .

“இது வேறயா டா? உங்க அப்பா பேரு சிவசாமி தானு?”, பாண்டியைப் பார்த்துக் கேட்டான் .

“ஆமாண்ணே .. “, பயந்தபடி மண்டையை ஆட்டி கூறினான் .

“வந்து என்னை தோப்புல பாரு “, எனக் கூறிவிட்டு மீசையை நீவி விட்டு வண்டியில் கிளம்பினான் .

வர்மன் தூரமாகச் சென்றபின் தான் மருதுவின் வாயில் இருந்தத் துண்டை எடுத்தான் .

வர்மன் மருதுவின் கையை திருப்பும் போதே, துண்டை அவன் வாயில் அடைத்து இருந்தான் பாண்டி .

“டேய் நாதாரி நாயே.. அவன அடிக்க உன்ன கூட்டிட்டு வந்தா நீ அவன் என்னை அடிக்கறப்ப வாய பொத்தற.. அம்மா.. வலி உயிர் போகுது டா.. “, எனப் பாண்டியை எட்டி மிதித்தான் மருது .

“கைய திருப்பனதோட விட்டாருன்னு சந்தோஷபடு டா .. வா கூனி ஆச்சி-கிட்ட கூட்டிட்டு போறேன் ..“, எனப் பேசியபடி பாண்டி கைத்தாங்களாக அவனை அழைத்துக் கொண்டுச் சென்றான் .

“அவன சும்மா விட கூடாது டா .. “, மருது வலியில் சுணங்கியபடிக் கூறி-னான் .

“உங்க அண்ணன் பிரச்சனைக்கு நீ ஏண்டா உள்ள போற ? கம்முன்னு படிக்கற வேலைய மட்டும் நம்ம பாக்கலாம் .. “, பாண்டி அவனை ஒதுங்கி இருக்கும்படி பேசிக்கொண்டே ஆச்சி வீடு அருகில் வந்து இருந்தனர் .

“அவன் என் அண்ணன்-அ அடிச்ச அடி அப்படி பாண்டி .. கால் ஊன ரெண்டு மாசம் ஆகும்-ன்னு சொல்லிட்டாங்க டா .. அவன் படர அவஸ்தைய பாக்க முடியல அதான் அவன் காலை உடைக்கணும்ன்னு வந்தேன் ..”

“அப்பறம் எதுக்கு டா சூரிய கொண்டு வந்த ?”

“ஒரு பாதுகாப்புக்கு தான் .. ஆனா அதை எப்டி பிடிக்கணுமின்னு அவனே சொல்லி குடுத்து அசிங்கபடுத்திட்டான் டா பாண்டி “, வலியைத் தாள முடியாமல் அவன் கூறியது பாண்டிக்கு சிரிப்பை வரவழைத்தது.

“எரும சாணி .. சிரிக்கவா செய்ற நீ ? “, என மீண்டும் அவனை எட்டி உதைத்தான் மருது.

“நீ சொன்னதும் சிரிப்பு வந்துரிச்சி மாப்ள .. அவர சம்பவம் பண்ண நம்ம சுத்து ஊர்ல ஒருத்தனுக்கு கூட தில்லு இல்லடா, அதுவும் அவரு ஊருல போய்.. நினைச்சி கூட பாக்க கூடாது .. அப்டிபட்ட ஆள நம்ம சின்ன பசங்க சுலபமா சம்பவம் பண்ணிடலாம்ன்னு நினைக்கறது முட்டாள் தனம் டா .. வந்து உக்காரு ஆச்சிய பாத்து கூட்டிட்டு வரேன் .. “, என வீட்டின் உள்ளே சென்றவன், கூன் விழுந்த ஒரு பாட்டியை வெளியே அழைத்து வந்தான் .

“யாரு டா .. வர்மன்கிட்ட அடி வாங்கிட்டு வந்தியோ ? பொச கெட்ட மண்-டுங்களா இருக்கீங்களே டா .. இவன் கிட்ட அடி வாங்கிட்டு வாரவனுக்கு நீவி விட்டே என் முதுகு கூன் விழுந்து போச்சி “, எனத் திட்டியபடி சூடு செய்து எண்ணையை மருதுவின் கையில் நீவி முன்னாள் திருப்பினார் ஆச்சி .

“ஏன் ஆச்சி எத்தன பேருக்கு அப்படி நீவி விட்டீங்கலாம் ? உமக்கு வயசாகி கூன் விழுந்ததுக்கு வர்மன்னே என்ன பண்ணும் ?”, பாண்டி மருதுவின் பின்னால் நின்றுக் கேட்டான்.

“வாரத்துக்கு இருபது பேரு வாரணுக டா பேராண்டி .. எல்லாத்தையும் திருப்பி விட்டுட்டு என்கிட்ட அனுப்பி வச்சிருவான். பெண்ட் எடுக்கற சைக்கிள்கடையா நடத்தறேன் ? முறுக்கரவனுக்கு நேராக்க தெரியாத ?”, எனச் சலித்தபடி ஆச்சி மருதுவிற்கு எண்ணையை இரண்டு நாள் நீவி கொள்ளக் கொடுத்தனுப்பினார் .

“என்னத்தா ரொம்ப தான் சலிச்சிக்கற .. என் மச்சனால தானு உனக்கும் வியாபாரம் நடக்குது .. இல்லைனா இந்த அடி புடிச்ச எண்ணை வாங்க எவன் வருவான் ?”, எனக் கேட்டபடி வட்டி என்கிற வைத்தியநாதன் அங்கே வந்தான் .

“போடா அரைமண்டையா .. உன் நொண்ண போடற பிச்சை சோத்தையா நான் பொறுக்கி திங்கறேன் .. எவனையும் இங்க அனுப்பாதீங்கன்னு எத்தன தடவ சொல்றது ..”, ஆச்சி அவனிடம் சீறினார் .

“அடேங்கப்பா .. ஏன் ஆச்சி உன் புருஷன்கிட்ட கூட இப்படி தான் பொறி பறக்க பேசுவியோ ? அதான் மனுஷன் சின்ன வயசுலயே போய் சேந்துட்டாரு போல ”, எனக் கேட்டபடி லுங்கியை அவிழ்த்துக் கட்டிகொண்டு முன்னே வந்தான் .

“எடு சீவக்கட்டைய நாயே .. என் புருஷன பத்தி பேச இந்த சுத்து பத்து ஊருல ஒரு பயலுக்கும் அருகதை கிடையாது .. பொத்திக்கிட்டு போடா “, என ஒரு கட்டையை வட்டியை நோக்கி வீசியது .

“உன் புருஷன நீயே தான் கொன்னு இருப்பன்னு இப்பவும் ஊருக்குள்ள பேசறது சரி தான் போல .. பேசிக்கிட்டு இருக்கறப்போவே கட்டைய வீசுற ..”, வட்டி தாவிக் குதித்துத் தள்ளி நின்றான்.

படார் என்று கதைவைத் தள்ளி தாழிட்டு விட்டு உள்ளே சென்று விட்டார் ஆச்சி .

“இப்போவே இப்டி இருக்கு.. இன்னும் வயசுல இருந்து இருந்தா என்ன தூக்கி போட்டு இருக்கும் .. வட்டி உனக்கு இன்னிக்கி நல்ல நேரம் போல டா .. மர்டர் அட்டெம்ப்ட்ல இருந்து தப்பிச்சிட்ட “, எனச் சத்தமாகவே பேசியபடி திண்ணையில் இருந்த ஒரு கூடையை எடுத்துக்கொண்டுக் கிளம்பினான் .

அங்கிருந்துக் கிளம்பிய வர்மன் தன் மாந்தோப்பிற்குச் சென்றான் .

“டேய் வெளக்கெண்ண.. எந்த எடத்துல குடுசைய போட சொன்னா எங்க போடற ? வந்தேன் வகுந்து அங்கனயே உனைய்யும் பொத்தச்சிருவேன் .. பிரி டா .. அந்த பக்கம் போய் கட்டு டா “, வேட்டியை மடித்துக் கட்டியபடி நடந்தான் .

நிமிடத்திற்கு ஒரு முறை அந்த மீசையை நீவியபடி, காப்பை மேலே ஏற்றி சுற்றிலும் வேலைச் செய்பவர்களைப் பார்த்தபடி இருந்தான் .

“ஏண்டா சொம்ப.. இத வாங்கிட்டு வர உனக்கு இவ்ளோ நேரமா ? எங்கடா அடி வாங்கிட்டு வர ?”, என வட்டியைப் பார்த்துக் கேட்டான் .

“ஏன் மச்சான் பேசமாட்ட? ஆமா நான் அடி வாங்குனது உனக்கு எப்புடி தெரியும் ? அந்த ஆச்சிக்கு எகத்தாளம் கூடிரிச்சு மச்சான் .. பேசிக்கிட்டு இருக்கறபோவே கட்டைய வீசுது “, எனச் சுமந்து வந்த கூடையை வர்மா கூறிய இடத்தில் வைத்தான் .

“நீ என்ன அதுக்கிட்ட வம்பிலுத்த ?”, வர்மன் அந்தக் கூடையில் இருந்த எண்ணை ஜாடிகளை வைக்கபுல்லில் சாயாமல் வைத்துக்கொண்டு இருந்தான் .

“ஆமா அதுக்கு இப்ப தான் பதினாறு வயசு இழுக்கறாங்க வம்பு .. சரி அத விடு மச்சான் .. இந்த எண்ணைய என்ன பண்ண போறீங்க ?”

“வட்டி இதான் டா நான் நம்ம சூப்பர் மார்க்கெட்ல விக்க போற புது பொருள் .. நம்ம ஊருகாரவங்க பொருள நம்ம தான் விக்கணும் .. போய் நான் சொல்லி இருந்த அரிசி பருப்பு சரக்கு எல்லாம் எப்ப வருதுன்னு கேளு டா .. “

“ஓ .. சமுதாய சீர் திருத்தம் பண்ண போறீங்களா மச்சான் ? “

“வெங்காயம் .. பொத்திக்கிட்டு சொன்னத செய் டா வெண்ண”

“நீங்க ஊரு பெரிய தலைக்கட்டு .. சொன்னா கேட்டுக்கறேன் .. “

“டேய் .. “, என ஆள் காட்டிவிரலை நீட்டி அவனை மிரட்டி விட்டு, மற்ற வேலை ஆட்களை மிரட்ட சென்று விட்டான்.

“போங்க போங்க .. உங்கள மெரட்ட என் தங்கச்சி சீக்கிரமே வரும் .. அப்போ உங்கள பாத்து கைக்கொட்டி நான் சிரிக்கறேன் .. “

“கைய ஒடைச்சி மரத்துல காக்கா ஓட்ட கட்டிருவேன் டா .. என்னைய மெரட்ட எவளுக்கு டா தில்லு வரும் .. கொன்னுடுவேன் .. போய் சொன்ன வேலைய பாரு டா என் ********”, என வந்து வட்டியை தலையில் அடித்துவிட்டு வண்டி எடுக்கச் சென்றான் .

“மச்சான் .. தங்கச்சிய பாக்கவா போறீங்க ?”, வட்டி தலையைத் தேய்த்தபடிக் கேட்டான் .

“இப்டியே பேசிக்கிட்டு இரு .. வந்து உன்ன இந்த தோப்புக்கு ஓரம் ஆக்கிடறேன் “, எனக் கண்ணாடியைப் போட்டுக் கொண்டு வண்டியைக் கிளப்பினான் சிம்மவர்மன்.

அங்கே காலேஜில் நங்கை புன்னகை முகத்துடன் வினிதா இருக்குமிடம் சென்றாள்.

“ஹே வினி .. எனக்கு வேலை கெடச்சிரிச்சி டி .. “, எனக் கூறி சந்தோ-ஷமாக அவளைப் பிடித்துச் சுற்றினாள்.

“சூப்பரு நங்க.. வா கேண்டீன்ல உனக்கு பிரியாணி வாங்கி தரேன் .. மொத மாச சம்பளத்த என்கிட்ட குடுத்துரு டி “, வினிதா அவளை இழுத்துக் கொண்டு ஓடினாள்.

“உஷாரு தான் .. பத்து ரூவா பிரியாணி வாங்கி குடுத்துட்டு என்கிட்ட பத்-தாயிரம் வாங்க பாக்கற .. “, எனக் கூறியபடி இருவருக்கும் பிரியாணி வாங்கிக் கொண்டு, சாப்பிட்டு முடித்ததும் ஐஸ் கிரீம் வாங்கிக் கொடுத்தாள் நங்கை .

“சரி வேலை கெடைச்ச விஷயத்த வீட்ல சொல்றியா இல்லயா ?”

“சொன்னா அவ்வளவு தான் வினி.. வேலைக்கும் போகணும். அப்போ தான் கொஞ்சமாது என் வாழ்க்கைய வாழ முடியும். ஆனா என்ன பண்றது-ன்னு தான் தெர்ல.. “, நங்கை முகத்தில் வருத்தமும் கவலையும் நன்றாகவே தெரிந்தது.

“விடு நங்க .. இன்னும் 3 மாசம் இருக்கு .. பேசிக்கலாம் .. அதுக்குள்ள உன் அப்பா மாப்பிளைய கொண்டு வந்து நிறுத்த கூடாது-ன்னு சாமி கும்பிட்-டுக்க“

நங்கையின் அப்பாவும் அம்மாவும் ஜோசியர் வீட்டிற்குச் சென்றனர்.

“வாங்க வாங்க ஏகாம்பரம் ஐயா .. வாங்க மா “, ஜோசியர்.

“ஜோசியரே .. பொண்ணுக்கு வரன் பாக்கலாம்ன்னு இருக்கேன் .. எப்படி பட்ட ஆளுங்கள பாக்கலாம் .. எப்போ கல்யாணம் முடியும்ன்னு சொல்லுங்க ..“, ஏகாம்பரம் வேண்டா வெறுப்பாகக் கேட்டார்.

“இன்னும் மூணு மாசத்துல கல்யாணம் முடிஞ்சிடும் ஐயா .. ஆனா .. “, என இழுத்தார் ஜோசியர்.

3

"என்ன ஜோசியரே ? என்ன ஆனா ?", ஏகாம்பரம் வெறுப்புடன் கேட்டார்.

"இந்த பொண்ணுக்கு கல்யாணம் பண்றப்போ பெரிய பிரச்சனை நடக்கும். உங்களுக்கு சிரமம் இருக்கறபோ தான் கல்யாணம் முடியும் ", ஜோசியர் தயங்கியபடியே கூறினார் .

"என்ன சிரமம் வரும் ஜோசியரே ? கொஞ்சம் விளக்கமா சொல்லுங்க ", காமாட்சி பதற்றமாகக் கேட்டார் .

"எப்டி வேணா வரலாம் மா .. ஆனா இந்த பொண்ணு கல்யாணம் யார் நினைச்சாலும் தடுக்க முடியாது.. இன்னிக்கி இருந்து 3 மாசம் முடியறப்போ கல்யாணம் முடிஞ்சி இருக்கும் "

"யோவ் ஜோசியரே .. என்ன உனக்கு எவ்ளோ பணம் வேணும்னு சொல்லு தரேன். தேவை இல்லாம எங்களுக்கு பிரச்சனை வரும் அதுக்கு அந்த கோவில் போ . இந்த பரிகாரம் பண்ணுன்னு என்னை மிரட்டாத.. ", ஏகாம்பரம் கோபமாகப் பேசினார்.

"ஐயா இங்க பணம் ஒரு விஷயமே இல்லை.. விதிப்படி தான் எல்லாமே நடக்கும். அது முன்னவே இந்த ஜாதாகத்துல தெரியறதால உங்களுக்கு சொல்லி கவனமா இருக்க சொல்றேன் ", ஜோசியர் திடமாக அவர் கண் பார்த்துப் பேசினார்.

"கேட்டியா டி ? இதுக்கு தான் அந்த சனியன் பொறந்ததும் கொல்ல சொன்னேன். என் அம்மாவும் நீயும் சேர்ந்து இவ்ளோ நாள் வரை வீட்ல வச்சிக்கற மாதிரி பண்ணிட்டீங்க .. இப்போ அந்த கருமாந்தரத்தால எனக்கு பிரச்சனை வரும்ன்னு சொல்றான். ஏதோ ஒண்ணுன்னு தள்ளினா போதாதுன்னு ஜாதகம் பாத்து தான் பண்ணனும்ன்னு கூட்டிட்டு வந்த .. இப்போ என்ன ஆச்சி பாரு .. ", இடம் பொருள் அறிதல் ஏதும் இன்றி காமாட்சியைத் திட்டினார் ஏகாம்பரம்.

"ஐயா .. ஒரு நிமிஷம் .. இந்த பொண்ணு பொறந்ததால தான் இன்னிக்கி நீங்க இவ்ளோ நல்ல நிலமைல இருக்கீங்க .. பொண்ண இப்படி பேசறது நல்லது இல்ல .. அதுவே உங்க வம்சத்த பாதிக்கும் ..", ஜோசியர் நங்கையைப் பற்றிய

பேச்சில் வருந்திக் கூறினார் .

“நீ சும்மா இருய்யா .. என் பையன் பொறந்த அப்பறம் தான் நான் நல்லா இருக்கேன். இந்த சனியனால என் மானம் தான் போச்சி .. மொதலே பொட்டச்சிய பெத்து வச்சி இருக்கான்னு ஊர்ல அத்தனை பயலும் என்னை கேலி பண்ணத இன்னும் நான் மறக்கல.. அத மொதல்ல வீட்ட விட்டு வெரட்டி விட்டா தான் எனக்கு நிம்மதி .. இந்த ஜாதகத்த நீயே வச்சிக்க, பொண்ணு போட்டோவ ரெண்டு நாள்ல கொண்டு வரேன் .. நீயே தரக வேலையும் பாக்கறல .. நீயே சீக்கிரம் ஒருத்தன பாரு .. “

“அப்பறம் என் அந்தஸ்துக்கு ஏத்த இடமா பாரு . அம்பது சவரன் போடுவேன். கூட பத்து இருவது போடணும் நாலும் பிரச்சனை இல்ல .. சீக்கிரம் அந்த சனியன என் வீட்ட விட்டு விரட்ட வேண்டியது உன் பொறுப்பு “, எனக் கூறிவிட்டு மனைவியை இழுத்துக் கொண்டு சென்றார்.

“ஆண்டவா .. நீ தான் இந்த மனுஷங்களுக்கு புத்தி தரணும் .. “, என ஆண்டவனை வேண்டியபடி நங்கையின் ஜாதகத்தை எடுத்து சாமி படம் கீழே வைத்தார் ஜோசியர் .

“ஏய் .. நான் போய் பாங்க்ல பணம் எடுத்துட்டு வரேன் .. நீ உள்ள போய் நகை பாத்துட்டு இரு “, என ஒரு நகைக்கடை வாசலில் காமாட்சியை இறக்கி விட்டுவிட்டு சென்றார் .

காமாட்சி கண்களைத் துடைத்தபடி உள்ளே சென்று நகையைத் தேர்வு செய்ய ஆரம்பித்தார் .

அரை மணி நேரத்தில் வந்தவர் மனைவி எடுத்து வைத்து இருந்த நகைகளைப் பார்த்து விட்டு, “என்ன டி இது ? இவ்ளோ மெலிஸா எடுத்து வச்சி இருக்க ? உன் அப்பனா வந்து பணம் கட்ட போறான் ? என் கௌரவம் ரொம்ப முக்கியம் .. நீ ஓரமா நில்லு .. நான் எடுக்கறேன்“, என அவரே பெரிய அளவிலான நகைகளைத் தேர்வு செய்ய ஆரம்பித்தார்.

“உங்க பொண்ணு என்ன மாதிரி இருப்பாங்க சார் ? ஒல்லியா ? குண்டா ? உயரமா? இப்படி .. அதுக்கு தகுந்த டிசைன் எடுத்து காட்டுவோம் “, என ஒரு பணிப்பெண் கேட்டார் .

“என் பொண்ணு உன்ன விட கொஞ்சம் உயரம் அதிகம். குண்டும் இல்ல ஒல்லியும் இல்ல .. “, காமாட்சி பதில் கூறினார் .

“ சரிங்க மா .. இதுலாம் பாருங்க .. புது டிசைன் .. எல்லாமே உங்க பொண்ணு உருவத்துக்கு சரியா இருக்கும். நீங்களும் மனசுல யோசிச்சி பாத்து அவங்களுக்கு எது நல்லா இருக்குமோ எடுங்க “, எனக் கடை பரப்ப ஆரம்பித்தார் பணிப்பெண்.

“சீக்கிரம் எடு .. இது எல்லாமே நல்ல கனமா தான் இருக்கு .. “, என ஏகாம்பரம் ஒரு பக்கம், காமாட்சி ஒரு பக்கம் என நகை எடுத்து முடித்தனர் .

“நாளைக்கு போட்டோ எடுக்க போகணும். அப்போ எல்லாத்தையும் போட்டு பாத்துடு, ஏதாவது சரி இல்லைன்னா கொண்டு வந்து சரி பண்ணிக்கலாம் “, பணம் கட்டி நகை வாங்கிக் கொண்டு வீட்டிற்கு புறப்பட்டனர்.

“சரிங்க“

“புது புடவை இருக்கா ?”

“இருக்குங்க .. “

“அதுக்கு தேவையான மத்த எல்லாம் சரியா இருக்கான்னு பாத்துக்க .. பக்-கத்து வீட்ல குடுத்து ராத்திரி வாங்கிடு..”

“சரிங்க“

“நாளைக்கு காலேஜ் போக வேணாம்-ன்னு சொல்லு .. ஒழுங்கா நேரமா தூங்கி நேரமா எந்திரிக்க சொல்லு ..“

“சரிங்க“

“வேற ஏதாவது வாங்கணுமா ?”

“இல்லைங்க .. ஏங்க .. ஒரு விஷயம் ..”, காமாட்சி தயங்கித் தயங்கிக் கேட்டார்.

“என்ன ?”

“இல்ல .. ஜோசியர் நமக்கு பிரச்சனை வரும்ன்னு சொன்னாரு .. அது ..”

“அந்த ஆளு பணத்துக்காக அப்படி சொல்லுவான். அதான் அவன்கிட்டயே வரன் பாக்க குடுத்ததும் அமைதி ஆகிட்டான்ல .. கமிஷன் பெருசா குடுத்துக்க-லாம் .. என் கௌரவத்துக்கு தகுந்த இடத்த பாக்கட்டும்“

“சரிங்க ..”

மாலை வீட்டிற்கு வந்த நங்கை தாயிடம் சென்றாள்.

“அம்மா .. ஒரு டீ “

“பொம்பள புள்ளை வந்ததும் வேலை செய்யணும்.. இப்படி வேலை வாங்க கூடாது .. போய் மூஞ்சி கழுவிட்டு வந்து போட்டு குடி. தம்பிக்கும் இஞ்சி தட்டி போட்டு வச்சி எழுப்பு .. நேத்து நீ அந்த நோட்-ல எழுதாம விட்டதால, இன்-னிக்கி அவன் பள்ளிக்கூடம் போகாம லீவு போட்டுட்டான்”, எனக் கூறியபடி அவளின் அளவு ஜாக்கெட்டை எடுத்துக் கொண்டு பக்கத்து வீட்டிற்கு சென்றார்.

“அவன கெடுக்கறதே இந்த அம்மா தான் .. நானே எவ்ளோ நாளுக்கு எழுத முடியும் ? அவன் வேலைய அவன செய்ய விட்றதே இல்ல.. அவன் எப்படி தான் படிச்சி உருப்படுவானோ தெர்ல”, எனத் தனக்குத் தானே பேசிக்கொண்டு முகம் கழுவி வந்தாள்.

“இந்தாடா டீ .. லீவு போட்டியே ஒக்காந்து ரெகார்ட் எழுத வேண்டியது தானே ? தூங்கிட்டு இருக்க“, என அவனைத் திட்டியபடி எழுப்பினாள்.

“நீ எதுக்கு இருக்க ? உன்னால தான் நான் லீவு போட வேண்டியதா போச்சி .. ஒக்காந்து எழுதி குடுத்துட்டு சீக்கிரம் போய் தூங்கு. நாளைக்கும் நான் லீவு போடணும் “, என டீயைக் குடித்துவிட்டு விளையாடக் கிளம்பிப் போனான்.

“எதுக்கு சீக்கிரம் தூங்கணும் ?”, யோசனையுடன் தாயைத் தேடிச் சென்றவ-ளுக்கு, அவர் அறையில் இருந்த பைகள் விஷயத்தைக் கூறியது.

“அந்த வினி எரும மாடு இன்னிக்கி தான் சொன்ன .. நான் வீட்டுக்கு வரப்போ இப்படி இருக்கு .. அவள .. “, எனப் பல்லைக் கடித்தாள் நங்கை.

“அம்மா .. இப்போ எதுக்கு நகை துணி எல்லாம் எடுத்து இருக்கீங்க ?”

“எப்போ என்ன பண்ணனும்ன்னு எங்களுக்கு தெரியும். நாளைக்கு தலைக்கு குளிச்சி இந்த புடவை கட்டி தயாராகு. போய் போட்டோ புடிச்சிட்டு வரணும்”, எனக் கூறிவிட்டு அடுப்படியில் புகுந்துக் கொண்டார்.

“அம்மா .. இன்னும் என் படிப்பு முடிய மூணு மாசம் மேலயே இருக்கு .. நான் இத முழுசா படிசிக்கறேன் மா .. அப்பா கிட்ட சொல்லுங்க மா “, என அவரின் பின்னோடு சென்றுக் கெஞ்சினாள்.

“ஏன் இப்போ முழுசா படிக்கலன்னா என்ன ? நாளைக்கு என் கௌரவத்துக்கு ஏத்த இடம் வந்தா கல்யாணம் உடனே நடக்கும். இன்னிக்கி படிச்ச பொண்ணு தான் வேணும்ன்னு மாப்ளை பசங்க கேக்கறதால தான் உன்னை படிக்க வச்சேன். எதுவும் பேசாம அவனுக்கு ரெகார்ட் நோட் எழுதி குடுத்துட்டு தூங்கு .. “, என தந்தை அதட்டவும், வாய் மூடி அறைக்குள் சென்று விட்டாள்.

“சே இன்னிக்கி வேலை கெடச்ச சந்தோஷம் கூட முழுசா அனுபவிக்க முடியல .. நாளைக்கு போட்டோ மட்டும் தானா இல்ல நிச்சயமே பண்ணிடுவாங்-களா தெரியல “, என பல யோசனைகளுடன் ராஜனின் ரெகார்ட் நோட்-ஐயும் எழுதி முடித்தாள்.

“ஏய் நோட்ல எழுதி முடிச்சிட்டியா ?”, எனக் கேட்டபடி ராஜன் உள்ளே வந்தான்.

“இந்தா .. இதான் கடைசி இனிமே நான் உனக்கு எழுதி தர மாட்டேன் “, எனக் கூறியபடிக் கொடுத்தாள்.

“போடி .. உன்ன விட்டா ஆளா இல்ல .. நீ சீக்கிரம் இந்த வீட்ட விட்டு கௌம்பர வழிய பாரு “, திமிராகப் பேசிவிட்டு சென்றான்.

“சே .. அக்கான்னு ஒரு மரியாதை அன்பு பாசம் ஏதாவது இருக்கா இவனுக்கு ? வளர்க்கறவங்கள சொல்லணும் .. அவங்களே நம்மல மனுஷியா கூட மதிக்கறது இல்ல அப்பறம் இவன் எப்படி மதிப்பான் ?”, எனப் பொலம்பி-

விட்டு சமையல் அறைக்குச் சென்றாள்.

“இந்தா இந்த வெங்காயம் நறுக்கு .. உன் தம்பிக்கு என்னெய் பணியாரம் வேணுமாம்.. உன் அப்பாவுக்கு சப்பாத்தி செய்யணும் “, என வேலைகளைக் கூறினார்.

“அம்மா .. ராத்திரி நேரம் எத்தன செய்யறது ? பணியாரம் இல்லைன்னா சப்பாத்தி ரெண்டு ல ஒண்ணு செஞ்சா போதும் “

“இந்த பேச்சு எல்லாம் இனிமே பேசாத .. ஒழுங்கா சொன்னத செய்.. உன் அப்பா கடைல இருந்து வர்றதுக்குள்ள எல்லாத்தையும் செஞ்சி இருக்கணும். வெங்காயத்த மலாருன்னு அரிஞ்சிட்டு, சப்பாத்தி மாவு பெச”

நங்கை ஒரு பெருமூச்சை வெளியேற்றிவிட்டு அவர் சொன்ன வேலைகளை மடமடவென செய்து முடித்தாள்.

தோப்பில் இருந்து கிளம்பிய வர்மன், நேராக தன் சூப்பர் மார்க்கெட் வந்தான்.

சமீபமாக வந்த நான்கு வழி சாலையினால் அந்த சுற்று வட்டாரம் முழுதாக டவுன் ஆக மாறி இருந்தது. மார்க்கெட் தெரு என்று தனியாக மூன்று தெருக்களில் அத்தனை கடைகளும் இடம் பெற்று இருந்தன.

முதல் தெருவில் நகைக்கடை , துணிக்கடை மற்றும் பிரசித்திப் பெற்ற பிள்ளையார் கோவில் ஒன்று இருந்தது.

இரண்டாம் தெருவில் பலசரக்கு சாமான் கடைகள், பாத்திரக் கடைகள் போன்ற வீட்டு உபயோக பொருட்கள் இடம் பெற்று இருந்தது.

மூன்றாவது தெருவில் வர்மனின் சூப்பர் மார்க்கெட், உணவகம், ஐஸ் கிரீம் கடை, புத்தக கடைகள், விளையாட்டு பொருட்கள் போன்ற பல கடைகள் இருந்தன.

சுற்றி இருக்கும் பத்து, இருபது ஊர்களுக்கு இது தான் முக்கியமான கடை தெருக்கள்.

அங்கேயே இரண்டாவது தெருவில் தான் ஏகாம்பரம் தன் சூப்பர் மார்க்கெட் வைத்துள்ளார்.

வர்மன் தன் சூப்பர் மார்க்கெட்டை இப்போது விரிவு படுத்தி இருந்தான். மார்க்கெட்டில் இப்போது “organic “ என்ற வார்தை மோகம் அதிகமாக உள்ளது.

அந்த மோகத்தைப் பணமாக மாற்ற, அவன் சில முயற்சிகள் செய்துக் கொண்டு இருக்கிறான்.

இயற்கை உரம் போடும் விவசாயிகளிடம் நேரடியாக கொள்முதல் செய்து, தனது சூப்பர் மார்க்கெட் பெயரில் விற்பனை செய்ய அனைத்து ஏற்பாடுகளும் செய்துக் கொண்டு வருகிறான்.

அதற்காக தான் கூன் ஆச்சியிடம், கூந்தல் தைலம் முதல் மூட்டு வலி தைலம் வரை வாங்கி இங்கே விற்க தனி தொழிற்சாலையும் நிறுவி வருகிறான்.

“ஏலேய் சாமிகண்ணு .. இன்னும் இந்த ரேக்கு எல்லாம் அடிச்சி முடிக்கலியா ? காலைல வந்து பாத்துட்டு போன மாதிரி அப்புடியே இருக்கு எல்லாம் .. என்னடா பண்றீங்க ?”, அதட்டியபடி வந்தான்.

“பாசங்கள்ல நாலு பேரு இன்னிக்கி வரல வர்மா .. மூணு பேரை வச்சி வேலை செஞ்சிட்டு இருக்கேன்”, சாமிகண்ணு வியர்வையைத் துடைத்தபடிக் கூறினான்.

“நேத்து ஞாயத்து கெழம லீவு தானே டா .. இன்னிக்கி ஏன் வரல ? இன்னும் ரெண்டு மாசத்துல நான் கடைய தொறந்தே ஆகணும் .. எங்க டா அவனுங்க ?”, என கேட்டபடி, அருகில் நின்று இருந்த பையனை அடித்தான்.

“அண்ணே அண்ணே எனக்கு ஒண்ணும் தெரியாதுண்ணே.. “, என அந்த பையன் அலறினான்.

“வர்மா அவன விடு டா ... வர்றவன எல்லாம் நீ இப்படி அடிச்சா வேலைக்கு எவனும் வரமாட்டான் டா .. “, சாமிகண்ணு தடுத்தான்.

“சனி கெழம அவனுங்க உன்கிட்ட என்ன சொல்லிட்டு இருந்தானுங்க ?”, என அந்த பையனின் சட்டையைப் பிடித்து இழுத்துக் கேட்டான்.

“கன்னிகா காலேஜ்ல ஒரு பொண்ண பாக்க போறதா சொன்னாங்கண்ணே”, வலி தாளாமல் கூறி விட்டான்.

“பாத்தியா ? இரு அவனுங்கள அங்கனயே மிதிச்சி தூக்கிட்டு வரேன் “, என வேட்டியை மடித்துக்கட்டிக் கொண்டுக் கிளம்பினான்.

“டேய் வர்மா .. வர்மா .. “, என அழைத்தும் நிற்காமல் சென்றவனைப் பார்த்து சாமிகண்ணு தலையில் வைத்து அமர்ந்துக் கொண்டான்.

நேராக கன்னிகா காலேஜ் பஸ் ஸ்டாப்பிற்கு சென்றவன், அங்கே நின்றுக் கொண்டிருந்த இரண்டு பசங்களையும் பார்த்தபடி, பைக்கை ஓரமாக நிறுத்திவிட்டு அவர்களைக் கவனிக்க ஆரம்பித்தான்.

அப்போது அவர்கள் இருவரும் ஒரு பெண்ணிடம் சென்று பேச முயற்சித்துக் கொண்டிருந்தனர்.

அந்த பெண்களோ பயந்து ஒதுங்கிச் செல்வது போல தெரிந்தது. அந்த சமயம் ஒருவன், பயந்து பின்னே செல்லும் பெண்ணின் கையைப் பிடித்து இழுத்தான்.

4

மாலை வேலை நங்கையும் வேலை கிடைத்த மகிழ்ச்சியில் புன்னகையுடன் வினி-தாவுடன் பேசிக் கொண்டே கல்லூரி வாயிலுக்கு வந்தாள்.

அந்த சமயம் தான் அந்த இரு ஆடவர்களும் அவர்களுக்கு முன் சென்ற பெண்ணிடம் பேச முயன்று அருகில் வந்தனர்.

வினிதா அதை கண்டு கோபம் கொண்டு, அந்த ஆடவர்களை அதட்ட சென்றாள்.

பயந்து பின்னே வந்த பெண்ணை நங்கை அருகில் நிற்க வைத்துவிட்டு, "யாரு டா நீங்க ? எந்த ஊரு ? பொம்பள புள்ளைங்ககிட்ட வம்பு பண்றதுக்குண்ணே கெளம்பி வருவீங்களா டா ? ", என அதட்டியபடி முன்னே வந்தாள்.

"நீ யாரு ? உன்னய பாக்க வந்த மாதிரி ஸீன் போடற .. ஒதுங்கி போயிரு .. இல்ல வேற மாதிரி ஆகிடும் ", என்றான் கையைப் பிடிக்க வந்த ஆடவன்.

"எந்த மாதிரி ஆகும்ன்னு நானும் பாக்கறேன் டா .. வாட்ச்மேன் கிட்ட போலீஸ் கூப்பிட சொல்லு நங்கை .. பசங்க ஊருக்கு புதுசு போல .. நம்ம காலேஜ் பத்தி தெரியல ", வினிதா பேசிய படியே முன்னே வந்து நேருக்கு நேர் நின்றாள்.

"உனக்கு என்ன மனசுல விஜயசாந்தின்னு நினைப்போ .. சீ பே .. "

"எம் பேரு வினிதா டா .. நீங்க அந்த வர்மண்ணே கடைல தானு வேல பாக்கறீங்க .. இந்தா கூப்பிடறேன் .. அவரு வந்து பேசினா தான் நீ சரி பட்டு வருவ.. ", என ஃபோன் எடுத்து வரமனுக்கு அழைத்தாள் .

"ஹே ஹே .. அவர ஏன் இப்ப கூப்பிடற ? நாங்க போயிடறோம் .. ", இன்னொருவன் மற்றவன் கையை இழுத்தான்.

"டேய் இரு டா .. எந்த பொண்ண பாத்தாலும் அவன் பேர சொல்லி தப்பிச்சி போகுதுங்க .. இன்னிக்கி ரெண்டுல ஒண்ணு பாத்துடலாம்", என அவன் கூறி முடிக்கும் முன் வர்மன் கை அவன் கன்னத்தைப் பதம் பார்த்து இருந்தது.

"என்ன டா .. என்ன பாக்கணும் .. வா பாக்கலாம் .. நானும் உன்ன ஆரம்-பத்துல இருந்து பாக்கறேன் ரொம்ப துள்ளுற .. டேய் சீனி .. நீயுமா ? தோப்புக்கு

வா .. கணக்கு முடிச்சி விடறேன் “, என அவர்களை மிரட்டி அனுப்பிவிட்டு வினிதாவை பார்த்துவிட்டு, பின்னால் நின்ற நங்கையைப் பார்த்தான்.

“எப்டி இருக்க வினிதா ? எப்போ கல்யாண சாப்பாடு போட போற ?”, கேட்-டபடி மீண்டும் நங்கையைப் பார்த்தான்.

“நல்லா இருந்தேன் .. இப்போ நீ கேட்ட கேள்வில இருந்து நல்லா இல்ல “

“ஏன் ? அப்புடி என்ன கேட்டுட்டேன் ? மச்சான் உன்ன ரொம்ப நாள் படிக்க விட போறதா இல்லன்னு கேள்வி பட்டேன்“

“ஏண்ணே ? உங்களுக்கு தான் படிப்பு வரல .. படிப்பு வரவங்கள படிக்க விட்டா தான் என்ன ?”

“பொட்ட புள்ள வீட்ல இருக்கவும், புள்ளைங்களுக்கு நாலு எழுத்து படிக்க சொல்லி குடுக்கற அளவுக்கு படிச்சா போதும் .. மெத்த படிச்சி எங்க தலை மேல ஏறி ஒக்காற விடணுமா ? “, நங்கையைப் பார்த்தபடிக் கூறினான்.

“கொஞ்சமாவது மனுஷனா இருக்கணும் .. சுயபுத்தி வேலை செய்யணும் .. இல்லையா சொல் புத்தி இருக்கணும் .. ரெண்டுமே இல்லாத ஆளுங்க யோசனை இப்படி தான் போகும் .. “, என வாயிற்குள் முனகினாள் நங்கை.

“தைரியம் இருந்தா சத்தமா பேச சொல்லு உன் ஸ்நேகிதிய ..”

“யார்கிட்டயும் நான் பேசல .. வா வினி போலாம் “, நங்கை முகத்தைத் திருப்பிக் கொண்டு கூறினாள்.

“பாத்து கழுத்து சுலுக்கிற போகுது “

“உங்க வேலைய பாத்துட்டு போங்க .. அந்த பாசங்களுக்கும் உங்களுக்கும் இப்போ எந்த வித்தியாசமும் இல்ல “, முகம் சிவக்க கூறினாள் நங்கை.

“அந்த பொறுக்கி பசங்களும் நானும் ஒண்ணா டி ?”, அவனும் கோபமாகக் கேட்டான்.

“டி போடற வேலை எல்லாம் வச்சிக்காத வர்மா .. “, முகத்திற்கு நேராக கையை நீட்டி பேசினாள்.

“யார் முன்ன வெரல நீட்டுற ?”, அவன் அவள் விரலைப் பிடித்து இழுத்-தான்.

“கைய விடு ..”, என தன் கையை இழுத்துக் கொண்டாள்.

“ரொம்ப துள்ளுற உங்கப்பன் கிட்ட சொல்லி ஒரு பூசைய போட சொல்லவா ?”, என கண் அடித்துக் கேட்டான்.

“சே .. பொறுக்கி .. “, எனத் திட்டி விட்டு வினிதாவின் கையை இழுத்துக் கொண்டு சென்றாள்.

“உங்கப்பன் உனக்கு மாப்ள பாக்கறமாதிரி இருந்தா சொல்லு டி .. நானே உன்ன பெரிய மனசு பண்ணி கட்டிக்கறேன் .. உன் சலம்பல வேற எவனும் தாங்க

மாட்டான் “, மீசையை முறுக்கியபடிக் கூறினான்.

“பாலுங்கெனத்துல விழுந்தாலும் விழுவேன் உன் கையால தாலி வாங்க மாட்-டேன் டா .. நான் சொந்த கால்ல நிக்க தான் போறேன் .. பொம்பளன்னா அவளோ எளக்காரமா இருக்கோ .. நீங்க இல்லைன்னா நாங்க பட்டினி கிடந்து செத்துட மாட்டோம் “, நங்கையும் கோபமாக பதில் கொடுத்தாள்.

“இப்டி பகல் கனவு கண்டுகிட்டே இரு .. பொட்டச்சிய வேலைக்கு உங்கப்பன் அனுப்ப மாட்டான். ஒடம்பு நோவாம சோறாக்கி திங்கறவளுக்கு எதுக்கு இந்த திமிரு ?”

“சே .. ஆம்பள தனம்ன்னா மொதல்ல என்னனு தெரிஞ்சிக்க .. மீசைய முறுக்கிட்டு சுத்தறவன் எல்லாரும் ஆம்பள ஆகிட முடியாது .. செயல்லையும் நடத்தைலையும் இருக்கணும் .. உனக்கு அது சொன்னாலும் மண்டைல ஏறாது .. வா வினி போலாம் .. “

“ஹேய் .. நில்லு டி “, அவள் அருகில் சென்று, “என்னைய ஆம்பள இல்-லைன்னு சொல்லிட்டு நீ பாட்டுக்கு போற .. உன் கழுத்துல தாலி கட்டி நான் ஆம்பளன்னு காட்டறேன் டி .. அப்புடி பண்ணல நான் சிம்ம வர்மன் இல்ல டி “

“உன் கையால நானும் தாலி வாங்க மாட்டேன் .. முடிஞ்சத பண்ணிக்க வர்மா “, அவளும் சற்றும் குறையாதத் திமிருடன் சாவல் விட்டாள்.

“ஹேய் என்ன டி இப்படி சொல்லிட்ட.. அந்த அண்ணே சொன்னா அத அப்புடியே செஞ்சிடும் டி .. “, வினிதா பதற்றமாகக் கூறினாள்.

“அவனுக்கு அவளோ ஸீன் எல்லாம் இல்ல வினி .. வழக்கம் போல என்-கிட்ட வம்பு இழுத்துட்டு போறான் .. வா பஸ் வந்துடும் “, என அவளுக்கு சமாதானம் கூறி, பேருந்து நிறுத்தும் இடம் நோக்கி வேகமாக நடந்தாள்.

“ஏன் டி உனக்கும் அந்த அண்ணனுக்கும் ஆகவே மாட்டேங்குது ?”

“எல்லாம் என் வீட்ல இருக்கறவங்க மாதிரியே பேசறதால தான் வினி .. வீட்ல தான் திகார் ஜெயில் மாறி இருக்கு .. வெளியவும் அப்புடியே இருக்க மனுஷன பாத்தா ஆத்திரம் வரும்ல .. கொஞ்சம் கூட யோசனை இல்லாத மனு-ஷன் .. பொம்பளைன்னா அவளோ ஏளக்காரமா நினைக்கறது .. நம்ம என்ன அவங்களுக்கு சோறாக்கி போடவும், புள்ள பெக்கவும் மட்டுமா பொறந்து இருக்-கோம் ? இன்னும் இந்த ஊரும் இருக்க ஜனங்களும் மாறாம இருந்தா அடுத்த தலைமுறை கூட அடிமையா தான் வருவாங்க “

“அதான் நம்ம ஊருகாரவங்க பொண்ண கூட தூரமா குடுக்கறதே இல்லயே அப்பறம் எங்க இருந்து மாற்றம் வரும் ?”, வினிதா சலிப்புடன் கூறினாள்.

“நம்ம நினைச்சா வரும் வினி .. பொம்பள கைல தான் அத்தனையும் இருக்கு. நம்ம வளர்க்கற விதத்துல தான் எல்லாமே மாறும். நம்ம அம்மாங்க

மாதிரி நாம நம்ம பசங்கள வளத்த கூடாது. அதுல மட்டும் நான் உறுதியா இருக்-கேன் .. "

"சரி இப்ப சவால் விட்டுட்டு போய் இருக்காரே வர்மாண்ணே அவர எப்டி சமாளிக்க போற ?"

"அவன எதுக்கு நான் சமாளிக்கணும் ? அவனே வந்து பொண்ணு கேட்டா-லும் என் அப்பா அவனுக்கு குடுக்க மாட்டாரு .. அவர எதுத்து தானே இவன் சூப்பர் மார்க்கெட் ஆரம்பிச்சான். அதுல என் அப்பாவுக்கு இவன் மேல செம காண்டு இருக்கு .. நம்ம மிச்சம் மூணு மாசம் காலேஜ் ல நல்லா என்ஜாய் பண்-ணிட்டு வேலைல எப்டி போய் சேரறதுன்னு யோசிச்சா மட்டும் போதும் .. ", நங்கை சிரிப்புடன் கூறினாள்.

"என்னமோ சொல்ற .. பாப்போம் .. எப்போ நீ வேலைல சேரணும் ?", வினிதா அடுத்த பேச்சைத் தொடர்ந்தாள்.

"எக்ஸாம் முடிஞ்சி கால் பண்ணுவாங்க டி .. உன் நம்பர் தான் குடுத்து இருக்கேன் .. அதனால என் மெயில் ஐடி அப்பப்ப செக் பன்னிக்கோ டி .. கால் வந்தாலும் பேசி சமாளி .. என் விவரம் எல்லாமே உனக்கு தெரியும்ல"

"சரி சரி .. கவலை படாத .. நான் தான் இங்கயே குப்ப கொட்ட போறேன் .. நீயாவது வெளி ஊருக்கு போய் கொட்டு ", எனக் கூறியவள் தங்கள் நிறுத்தம் வரும்வரை, சிரித்தபடி பேசிக்கொண்டு வந்தனர்.

வீட்டில் வந்து நடந்ததை எண்ணிப் பார்த்த நங்கை, தன் வாழ்க்கையை நினைத்துச் சற்று பயந்து இருந்தாள்.

"ஒரு நல்லது நடந்தா பின்னாடியே நாலு கெட்டதும் நடக்குது .. என்ன தான் பண்றது ? ஆண்டவா .. எப்டியாவது எனக்கு கிடைச்ச வேலைக்கு நான் போற வரைக்கும் எவனும் வரக்கூடாது .. ", என மனதிற்குள் வேண்டியபடிப் படுத்தாள்.

"தமிழு .. தமிழு .. இந்தா பாதாம் பாலு .. உன் அப்பா குடுக்க சொன்னாரு .. தினம் குடிக்கணுமாம்", என கொண்டு வந்தவர், அவள் குடித்த பின் கதவைச் சாற்றிவிட்டு படுக்க வந்தார்.

நங்கை உள்ளுக்குள் பயந்தாலும் கடவுளைப் பிரார்த்தனை செய்தபடிக் கண் உறங்கினாள்.

அடுத்த நாள் காலையில் அவளை சீக்கிரம் எழுப்பிக் குளிக்க அனுப்பி விட்டு, காமாட்சி அவளுக்கு தேவையான நகைகளை எடுத்து வந்தார்.

"எதுக்கு மா இவ்ளோ ? ஒரு செயின் போதும் .."

"கஷ்டபட்டு சம்பாதிச்சி வாங்கிட்டு வந்தா, அத போட்டுக்க கூட வலிக்குதோ ? என் கௌரவம் முக்கியம் அதுக்கு தான் இவ்ளோ பண்றேன் .. ஒழுங்கா எல்-லாத்தையும் போட்டு பாரு .. ஏதாவது மாத்தனும்ன்னா இன்னிக்கே கடைக்கு

போய் மாத்திக்கலாம் .. சீக்கிரம் .. “, என ஏகாம்பரம் வந்து பொறிந்துத் தள்ளி-விட்டு சென்றார்.

“பேசாம எல்லாத்தையும் போட்டுக்க தமிழு .. எங்கப்பா எல்லாம் ஒரு செயின் வளையல் கூட வாங்கி தரல .. உன் அப்பாவ பாத்தியா உனக்கு எவ்ளோ நகை வாங்கி தந்து இருக்காரு “, இப்படி கூறும் தாயை அவள் உணர்வுகளற்ற பார்-வைப் பார்த்துவிட்டுத் தயாரானாள்.

அதிகம் எந்த ஒப்பனையும் இல்லாமலே கலை கொண்ட முகம் தான் அவளுக்கு, இன்று புடவைக் கட்டி பொன்னகை எல்லாம் பூட்டி ஆர்பாட்டமில்-லாத அழகுடன் மிளிர்ந்தாள்.

ஆனால் முகத்தில் புன்னகை என்பது துளியும் இல்லை .. நூல் பொம்மை என அவளை பெற்றவர்களின் இழுப்பிற்கு எல்லாம் சென்றாள்.

போட்டோ எடுத்து விட்டு, ஒரு நகையில் மட்டும் சிறிது மாற்றம் செய்ய வேண்டியது இருந்ததால் கடைக்கு அவளையும் அழைத்துச் சென்றனர்.

அப்போது அங்கே வர்மனின் பாட்டி நீலாயதாட்சி அங்கே இருந்தார். அவளை கண்டு உள்ளுக்குள் ஒரு கணக்கைப் போட்டுக் கொண்டு, அவளை பற்றி விசா-ரித்தார்.

“தம்பி .. அது யாரு வீட்டு பொண்ணு ?”, என நகைக்கடை முதலாளியை கேட்டார்.

“நம்ம ராஜன் சூப்பர் மார்க்கெட் வச்சி இருக்க ஏகாம்பரம் பொண்ணு தான் மா .. கல்யாணத்துக்கு பாக்கறாங்க போல .. நேத்து தான் 50 சவரனுக்கு நகை எடுத்தாங்க .. இன்னிக்கி இருவது எடுத்து இருக்காங்க மா “, மொத்த விவரமும் கொடுத்தார்.

“எந்த தரகர் கிட்ட ஜாதகம் இருக்குனு விசாரிங்க .. “, எனக் கூறிவிட்டுச் சென்றார்.

அவளை எடுத்த போட்டோவை ஏகாம்பரம் அந்த ஜோதிடரிடம் கொடுத்து விட்டு, “ இந்தா ஜோசியரே போட்டோ .. எனக்கு ஏத்த எடமா சீக்கிரம் பாரு “, எனக் கொடுத்துவிட்டுச் சென்றார்.

ஜோதிடர் அவளின் முகம் பார்த்து, “சீக்கிரமே உனக்கு ஒரு விடிவு காலம் வரும் மா “, எனக் கூறிவிட்டு அவள் ஜாதாகத்தோடு வைத்தார்.

5

நங்கையிடம் சவால் விட்டு விட்டு தோப்பிற்கு சென்றவன் கண்ணில் பட்டத்தை எல்லாம் எடுத்து வீசினான். வேக வேகமாக கோடாலி எடுத்து மரத்தை வெட்டத் தொடங்கினான்.

'பொட்ட கழுதை என்ன பேச்சு பேசிட்டு போற, ஏதோ பாக்க சுமாரா இருக்கா, கட்டினா நமக்கு தோதா இருக்கும்ன்னு நினைச்சி பேசினா என்னை ஆம்பள இல்லைன்னு சொல்றா.. அவள சும்மா விட கூடாது ..' இப்படியாக தனக்குத் தானே பேசிக்கொண்டு அரைமணி நேரத்தில், அங்கிருந்த பெரிய மரக்கட்டைகளைப் பொடி பொடியாக வெட்டி வீசி இருந்தான்.

அப்போது அங்கே வந்த வட்டி, "அய்யோ மச்சான் .. என்ன பண்ணிட்டு இருக்க நீ ? போச்சி என்னை கெழவி உசுரோட பொதைக்க போகுது", எனப் பொலம்பியபடி, தலையில் கைவைத்து அமர்ந்துவிட்டான்.

"என்ன டா ?", கொஞ்சம் கோபம் மட்டுபட்டு பொறுமையாகக் கேட்டான்.

"உன் அப்பத்தா வாங்கி போட்ட மரத்த ஏன் இப்படி சக்கையாட்டம் ஒடச்சி போட்டு இருக்க ?"

"அந்த கெழவி எதுக்கு வாங்கி வச்சி இருக்கு ?"

"போய் அத தான் கேக்கணும் .. போச்சி என்னை தோல் உறிக்காமயே உப்பு கண்டம் போட போகுது .. நான் வேற மரலோடு வந்துரிச்சின்னு இப்ப தான் சொல்லிட்டு வந்தேன் .. ", எனத் தலையில் துண்டைப் போட்டு அமர்ந்தான்.

"விடு .. இன்னொரு லோடு அனுப்ப சொல்லு .. அப்பறம் அந்த ராஜன் சூப்பர்மார்க்கெட் ஆளோட எல்லா வெவரமும் நாளைக்கு எனக்கு வரணும். அந்த ஆள தொட்டா எவன் வருவான் வரமாட்டான், எங்க எல்லாம் அந்த ஆளு வம்பு வளத்து இருக்கான், எல்லாமே தெரிஞ்சிட்டு வந்து சொல்லு .. நான் பக்கத்து ஊரு பஞ்சாயத்துக்கு போறேன் .. கெழவிகிட்ட சொல்லிடு", அங்கிருந்த குழாயில் முகம் கைகால் கழுவி, 5 நிமிடத்தில் தனது வாகனத்தில் கிளம்பிவிட்டான்.

அவன் செல்வதையே பார்த்தபடி நீலாயதாட்சி அங்கே வந்தார்.

"எங்க டா போறான் ?", என வட்டியிடம் கேட்டார்.

“உன் பேரனையே கேக்க வேண்டியது தானே .. போற வரைக்கும் வேடிக்கை பாத்துட்டு, அவன் அங்க போனதும் நீ இந்த பக்கம் வர்ற“

“கொழுப்பு கூடி போச்சி உனக்கு .. எங்க டா மரம் வந்துச்சின்னு சொன்ன .. எல்லாம் சில்லு துண்டா கடக்குது“

“உன் பேரன் கைங்கரியம் தான் .. முழுசா வந்த மரத்த பிச்சி போட்டுட்டு, மனுசன பிச்சி போட போயிட்டான் .. “, வட்டி நான்கு அடி தள்ளி நின்றுக் கூறினான்.

“நீ தானே பொனத்த அள்ளி போட போவ .. இங்க ஏன் நிக்கற ?”

“சரிதான் .. இல்ல நான் தெரியாம தான் கேக்கறேன் .. நீயும் அவனும் இப்படியே எங்க உசுர எத்தனை நாளைக்கு தான் எடுப்பீங்க ?”

“நான் செத்தாலும் வந்து உன் உசுர தான் எடுப்பேன் டா பேராண்டி.. இந்த எடத்த சுத்தம் பண்ணிட்டு, இன்னொரு லோடு நான் ஏற்கனவே சொல்லிட்டேன். அத வீட்ல ஏறக்க சொல்லு .. “

“ஏதே .. செத்தாலும் நிம்மதியா இருக்க விடமாட்ட.. அப்புறம் எதுக்கு இந்த லோடு பத்தி கேட்டுட்டே இருந்த நீ ?”

“எல்லாம் அப்பறம் சொல்றேன் .. இந்த மரத்த குப்பைல போடாம நம்ம கொளம் இருக்கற காட்டுல ஊணி வைக்க சொல்லு. இது பட்டு போனாலும் மொளைக்கும் .. அஞ்சு அடி தள்ளி தள்ளி நாலு துண்டா போட்டு நடுங்க ..”, எனக் கூறிவிட்டு பாட்டி வீடு நோக்கி நடந்தார்.

“அத்த எங்க போய் இருக்காங்க ? “, எனக் கேட்டபடி ஒருவர் திண்ணையில் அமர்ந்து இருந்தார்.

“என்னடா செங்கல்வராயா .. என்ன இந்த பக்கம் ?”, பாட்டி கேட்டபடி வந்தார்.

“என்ன அத்த எப்படி இருக்கீங்க ? இன்னும் தெம்பு கொறையாம தான் பண்ணையம் பாக்கறீங்கா போல .. “, சற்றே பேச்சில் எள்ளல் கலந்து கேட்டார்.

“நல்ல வார்த்தையும், நல்லா நெனைப்பும் இருக்கற எல்லாருமே தெம்பா தான் இருப்பாங்க .. உன் ஆத்தா எப்டி இருக்கா ?”, சற்றும் இலகாமல் பதில் கொடுத்தார் பாட்டி.

“படுக்கைல தான் அத்த .. அப்பறம் நான் நம்ம ஊருக்கே திரும்ப குடி வந்துட்டேன் .. “, எரிச்சல் கலந்த பதில் கொடுத்தார் அந்த பெரிய மனிதர்.

“ஏன் உன் வியாபாரமெல்லாம் என்ன ஆச்சி ?”, என அவரை வெளித்திண்ணையில் அமரவைத்தே பேசினார் பாட்டி.

“முன்ன போல இல்ல அத்த .. எனக்கும் வயசு ஆகுது. பொண்ணு தலைக்கு மேல நிக்கறா .. நம்ம ஊருக்கு வந்துட்டா நீங்க எல்லாம் பாத்துக்குவீங்க.. “

" உனக்கு ஒரு பொட்ட புள்ள தானா ? "

"பையன் படிச்சிட்டு இருக்கான். பெங்களூருல இருக்கான். பொண்ணுக்கு படிப்பு எதுக்குன்னு பன்னெண்டாவது முடிச்சதும் இங்க வந்துட்டேன்"

"எங்க போனாலும் உங்க புத்தி மாறாத டா ? படிக்கற புள்ளைய இப்ப பட்டி-காட்டுக்கு இழுத்துட்டு வந்து என்ன பண்ண போற ?", பாட்டி சற்றுக் கோபமா-கவே கேட்டார்.

"நம்ம மாப்பிள்ளைக்கு கட்டி வைக்க தான் .. அவருக்கும் வயசு ஆகுதுல .. காலா காலத்துல நடக்க வேண்டியது நடக்கணும்ல அத்த .. ", செங்கல்வராயன் விஷயத்தைக் கூறினார்.

"அதானே பாத்தேன் ஏண்டா பெருச்சாளி அம்மணத்த கட்டிக்கிட்டு வரு-துன்னு .. இங்க பாரு செங்கல்வராயா .. நான் இருக்கற வர இந்த வீட்டுக்கு எந்த கெட்டதும் நடக்க விடமாட்டேன். என் பேரனுக்கு எப்போ யார கட்டி வைக்-கணும்னு எனக்கு நல்லாவே தெரியும் .. இந்த நெனைப்போட இந்த பக்கம் வராத .. ", முகத்தில் அடித்தாற்போல கூறினார் நீலாயதாட்சி பாட்டி.

"இன்னும் எத்தன நாளைக்கு அத்த இப்படி சொல்லிட்டு இருப்பீங்க ? மரு-மவன பத்தி நல்லா விசாரிச்சிட்டு தான் வந்தேன். எங்க மாமன உரிச்சாப்புல இருக்காரம்ல .. இந்த தடவ என் கணக்கு தப்பாது அத்த .. அதுவரைக்கும் நீ உசுரோட இருக்கணும்ன்னு நான் கருப்பன்கிட்ட வேண்டிக்கறேன் ", செங்கல்வ-ராயன் சிரித்தபடியே பேசிவிட்டுச் சென்றார்.

நீலாயதாட்சி பாட்டி செல்பவனை உதட்டில் வழியும் புன்னைகையுடன் பார்த்-துவிட்டு, உள்ளே சென்று பூஜை அறையில் இருந்த முருகனை பார்த்தார்.

"ஒரு முறை அடி வாங்கிட்டேன் .. மறுபடியும் என்னை அடி வாங்க விட-மாட்டன்னு நினைக்கறேன். இந்த வீட்டுக்கு ஏத்த பொண்ண சீக்கிரம் என் கண்-ணுல காட்டு டா முருகா .. ", என மனதில் பிரார்த்தனை வைத்துவிட்டு தன் வேலையை கவனிக்கச் சென்றார்.

அடுத்த நாள் காலை ஒருவன் வந்து அவரின் காதில் எதையோ ஊதிவிட்டு சென்றான். அதன்பின் நீலாயதாட்சி பாட்டி வட்டியை அழைத்தார்.

"என்ன ஆச்சி .. எதுக்கு கூப்ட ? உன் பேரன் மாந்தோப்புக்கு வர சொன்-னான். அவன் அங்க போறதுக்குள்ள நான் அங்க போகணும். சீக்கிரம் சொல்லு. வெத்தலை கொண்டு வரணுமா ?", வழவளத்தபடியே வந்தான்.

"நேத்து அவன் ஏன் மரத்த சில்லாக்குனான்னு உனக்கு தெரியும் ல .. யார் அந்த பொண்ணு ?", நேரடியாக விஷயத்திற்கு வந்தார் பாட்டி.

'ஆத்தி .. பேரன விட இது பயங்கரமா இருக்குதே .. ரெண்டு பெரும் ஒரே குடும்பத்துக்கு கட்டம் கட்டாறாங்களே .. பாவம் அந்த ஏகாம்பரம் .. ', என

மனதில் நினைத்துக் கொண்டான்.

"வாய தொறக்கறியா இல்ல உலக்கைய வச்சி இடிச்சி தொறக்கணுமா ?", கையில் உலைக்கையை எடுத்துப் பார்த்தபடிக் கேட்டார்.

"நம்ம சூப்பர் மார்கெட்டுக்கு போட்டியா ஒரு சூப்பர் மார்க்கெட் வச்சி இருக்க ஏகாம்பரம் தான். நமக்கு பக்கத்து ஊரு தான். ஒரு பொண்ணு, ஒரு பையன். பொண்ணு காலேஜ் படிக்குது. கடைசி வருஷம், அதனால மாப்ள பாக்க ஆரம்பிச்சி இருக்காங்க .. இன்னிக்கி தான் பொண்ணு போட்டோ எடுக்க கூட்டிட்டு போய் இருக்காங்க ", அறிந்த விஷயத்தைக் கொட்டி விட்டான்.

"சரி .. வண்டிய எடு .. நகைக்கடை வரைக்கும் போய்ட்டு வருவோம் ", எனக் கூறிவிட்டு எழுந்து உள்ளே சென்றார்.

"ஆச்சி .. அங்க அவன் கத்துவான் .. நீ பாட்டுக்கு வா-ன்னு சொல்லிட்டு உள்ள போற .. அவனுக்கு யார் பதில் சொல்றது ?", வட்டி தனக்கு விழ போகும் அடியை நினைத்துப் பொலம்பிக்கொண்டு இருந்தான்.

"சும்மா கத்தாத .. நான் ஆளுகிட்ட அவனுக்கு சொல்லி அனுப்பிட்டேன்", என மஞ்சள் பையுடன் தயாராகி வெளியே வந்தார்.

"உங்ககிட்ட வந்து சிக்கினேன் பாரு .. வழக்கமான கடைக்கு தானே ?", எனப் பேசியபடி காரை எடுத்தான் வட்டி.

இவர் சென்ற நேரம் நங்கை குடும்பத்துடன் அங்கே வந்தது, விசாரித்தது எல்லாம் நாம் அறிந்தது தான் .

கடையில் இருந்து வெளியே வந்தவர், " ஏலேய் பேராண்டி .. ", என பாசமாக அழைத்தார்.

"இங்க பாரு ஆச்சி நீ என்னை கேட்ட வார்த்தைல கூட திட்டு ஆனா இப்டி பாசமா கூப்பிடாத எனக்கு திக்குன்னு இருக்கு "

"கிறுக்கு பயலே .. சொல்றத கேளு .. எந்த தரகர் கிட்ட அந்த பொண்ணு ஜாதகம் இருக்குன்னு பாத்து வாங்கிட்டு வா .. "

"இல்ல எனக்கு ஒரு சந்தேகம் .. "

"என்ன டா ?"

"நீயும் உன் பேரனும் பேசி வச்சிக்கிட்டு எல்லாம் பண்றீங்களா ?"

"அவன் கிட்ட நான் ஏண்டா பேச போறேன் ? எப்போ என் பேச்ச மீறி போனானோ அப்பவே அவன்கிட்ட நான் பேசறத நிறுத்திக்கிட்டேன்.. இப்போ நான் சொல்றத நீ பண்ணு .. ", என அவன் காதில் சில விஷயங்களைக் கூறினார்.

வட்டி பாட்டி சொன்னதைக் கேட்டு திகில் பிடித்து நின்றான் ..

6

ஏகாம்பரத்தினை பற்றிய முழு விவரமும் தான் அறிந்துக்கொண்டவரை வர்மனின் காதுக்குள் ஊதி விட்டான் வட்டி.

"சரியான எடக்கு பிடிச்ச ஆளா தான் இருக்கான்ல .. இவனுக்கு எப்டி அந்த பொண்ணு பொறந்துச்சி ?", வர்மன் நடந்தபடியே பேசினான்.

"போய் படைச்சவங்கள கேளுங்க மச்சான்.. சின்ன புள்ளைல அந்த பொண்ணுகிட்ட வம்பு இழுத்தீங்க சரி .. இப்பவுமா ? ஏன் இப்டி கோவத்துல சறுக்க பாக்கறீங்க ?", வட்டி நூல் விட்டான்.

"அது என்னமோ அந்த புள்ளகிட்ட வம்பிலுத்தா நல்லா இருக்கும். முழிய உருட்டாம அது பாக்கறதும், அதிராம பேசறதும் கொஞ்சம் வித்யாசமா இருக்கும்.. அதான் அப்பப்ப வம்பிழுப்பேன்.. ஆனா இந்த தடவ அவ அதிகமா பேசிட்டா டா ", கழுத்தை நீவியபடி அவன் சொன்ன விதம் வட்டிக்கு விஷயத்தை உணர்த்தியது.

"நீங்க மட்டும் அப்டி பேசலாமா? அந்த புள்ள காலேஜ்ல சேர்ந்ததுல இருந்து அது தான் மொத மார்க் வாங்குதாம். அதுகிட்ட போய் புள்ளைக்கு நாலு எழுத்து சொல்லி குடுக்க தெரியறவரை படிச்சா போதும்னா கோவம் வராத ?", என மீண்டும் வாய் கொடுத்தான்.

"நான் என்னடா தப்பா சொல்லிட்டேன் ? நடப்புல இருக்கறத தானே சொன்னேன் .. நம்ம ஊருக்கு எதுக்கு அவ்ளோ படிப்பு ?", வீம்பை விடாமல் பேசினான் வர்மன்.

"ஏன் நம்ம ஊரு புள்ளைங்க படிச்சா நம்ம வண்டவாளம் எல்லாம் தண்டவாளம் ஏறிடும்ன்னு தானே பொண்ணுங்கள படிக்க வேணாமுன்னு சொல்றீங்க ?"

"டேய் .. கூட கூட பேசினா வாய ஒடச்சிடுவேன்.. அந்த ஆளுக்கு மொதல்ல எங்க இருந்து கொடச்ச குடுக்கலாம் சொல்லு டா "

"ம்க்கும்.. அடுத்தவன் பொழப்ப கெடுக்க இவ்ளோ ஆர்வம் .. எனக்கு ஒரு சந்தேகம் மச்சான் .. அதுக்கு மொத பதில் சொல்லுங்க பொறவு நீங்க கேக்காத

விஷயத்த கூட சொல்றேன்“

“என்னடா சந்தேகம் ?”

“அந்த புள்ளைய விரும்பரியலா ?”

வர்மன் அதிர்வுடன் பார்த்தான். அவன் அப்படி பார்ப்பதைக் கண்டு வட்டி, “என்ன மச்சான் முழிக்கறீங்க ?”, என அருகில் வந்துக் கேட்டான்.

“நீ நான் சொல்றத மட்டும் பண்ணு .. இங்கரு இந்த விஷயம் கெழவி காதுக்கு போச்சி உன் கழுத்து காணாம போயிரும் பாத்துக்க .. “, வர்மன் கொடுத்தக் குடைச்சலில், ஏகாம்பரத்திற்கு முதல் பிரச்சனை கடைவாயிலில் சென்று நின்றது.

“ஏகாம்பரம் .. “

“வாங்க தணிகாசலம் வாங்க .. என்ன தீடிர்ன்னு இந்த பக்கம் ?” , ஏகாம்பரம் வந்தவரை உபசரித்துக் கேட்டார்.

“எல்லாம் நல்ல விஷயம் தான்.. என் பொண்ணுக்கு கல்யாணம் முடிவாகி இருக்கு .. அதான் உங்ககிட்ட சொல்லிட்டு போலாம்னு வந்தேன்.. அப்டியே வீட்டுக்கு தேவையான சில பொருள வாங்கிட்டு வர சொல்லி என் பொண்டாட்டி சொல்லி விட்டா“, எனக் கடையில் கண்ணைச் சுழற்றிவிட்டுக் கூறினார் தணிகாசலம்.

“ரொம்ப சந்தோஷம் .. எங்க பையன் ? நம்ம ஊரு பக்கம் தானே ?”, எனக் கேட்டபடிக் கடையில் வேலை செய்யும் பையனை அழைத்து, அவர் கொண்டு வந்த லிஸ்டில் இருப்பதை எடுத்து வைக்கக்கொடுத்து அனுப்பினார்.

“இல்ல.. வெளிநாட்டு மாப்பிள்ளை .. அதான் எல்லாம் நிறைவா செய்யணும்ன்னு பாக்கறேன் .. “

“வெளிநாடா ? நம்ம ஊரு பொண்ணுங்க அங்க போய் என்ன பண்ண போகுதுங்க ? பாஷை புரியணும் .. பழக்க வழக்கம் எல்லாம் புரியணுமே தணிகாசலம் .. உங்க பொண்ணு எது வரை படிச்சி இருக்கு?”

“என் பொண்ணு காலேஜ் நாலாவது வருஷம் படிக்குது .. அதுக்கும் வேலை வெளிநாட்டுல கிடைக்குமாம்.. மாப்ள சொன்னாரு .. “, பெருமையாகப் பேசினார் தணிகாசலம்.

“பொட்ட புள்ளைய வேலைக்கு அனுப்பி சாப்பிடற அளவுக்கா அங்க வருமானம் இல்லாம இருக்கு ? என்ன தணிகாசலம் இது ? நம்ம ஊரு பொண்ணுங்க இதுக்கு எல்லாம் சரி பட்டு வருவாங்களா ?”, கேலியுடன் பேசினார் ஏகாம்பரம்.

“என்ன ஏகாம்பரம் இப்பிடி பேசறீங்க ? இன்னும் நீங்க எந்த காலத்துல இருக்கீங்க? புருஷன் செத்ததும் வாழறத்துக்கு வழி இல்லாம சொந்த வீட்ல வேலைக்காரியாட்டம் வாழற புள்ளைங்க எல்லாம் இன்னும் நம்ம ஊருல தான்

இருக்கு .. காலம் மாறிடிச்சி ..அவங்களும் சொந்த கால்ல நின்னா தான் நல்லது .. நாமளும் அதுக்கு தக்கன மாறிக்கணும் .. சரி சொல்ல வந்த முக்கியமான விஷயத்த சொல்லிடறேன் .. “

‘என்ன’ என்பது போல பார்த்தார் ஏகாம்பரம்.

“நீங்க என்கிட்ட வாங்கி இருந்தீங்களே கைமாத்தா கொஞ்சம் வேணும்ன்னு .. அத குடுத்தா எனக்கு கல்யாண செலவுக்கு சவுகரியமா இருக்கும் .. கைல தயாரா இருக்குன்னு போன வாரம் கூட சொன்னீங்களே “, என தான் வந்தது இதற்கு தான் என்று கூறிவிட்டார் தணிகாசலம்.

“அதான் .. நீங்க இன்னும் கொஞ்ச மாசம் கழிச்சி வாங்கிக்கறதா சொன்னீங்களே தணிகாசலம் .. “, உள்ளுக்குள் ஏற்கனவே யோசித்து இருந்தாலும், அவர் வாய்வழி வந்த பின் பதில் கூறிக் கொள்ளலாம் என மனதிற்குள் யோசனையில் இருந்தார்.

“ஆமா சொன்னேன் .. இப்போ திடீர்ன்னு கூடி வந்துரிச்சி.. கல்யாணம் எல்லாம் கூடி வரப்போ செஞ்சிடணும் இல்லயா ..?”

“சரி தான் தணிகாசலம் .. நீங்க இப்போ தேவைபடாதுன்னு சொன்னதும் இன்னொரு பக்கம் முதலீடு பண்ணிட்டேன் .. ஒடனே எடுக்க முடியாது .. அதான் யோசிக்கறேன்.. “, ஏகாம்பரம் யோசனையுடன் கூறினார்.

“ஒண்ணும் அவசரமில்ல ஏகாம்பரம்.. இன்னும் பத்து நாள்ல குடுத்துடுங்க.. நான் வரேன் “, வந்த வேலை முடிந்தது என வாங்கிய பொருட்களுக்கு பணம் கொடுத்துவிட்டு சென்றுவிட்டார்.

“அந்த ஜோசியக்காரன் வாய தொறந்தான் .. வந்துரிச்சி பிரச்சனை .. சே இந்த சனியன என்னிக்கு விட்டு ஒழிக்கரேனோ அன்னிக்கி தான் எனக்கு நிம்மதி போல “, எனச் சிடுசிடுத்தபடி அவருக்கு தர வேண்டிய பணத்தை பிறட்ட வழிகளை யோசித்தார்.

“அப்பா.. அப்பா .. “, என அழைத்தபடி மகன் ராஜன் வந்தான்.

“சொல்லு ராஜா .. எதுவும் வேணுமா ?”

“ஆமா பா .. நாங்க ஃபிரண்ட்ஸ் எல்லாரும் டூர் போறோம் .. பணம் வேணும்.. “, அருகில் இருந்த சிகரெட்டை தந்தை அறியாமல் எடுத்து பைக்குள் திணித்துக் கொண்டுக் கேட்டான்.

“எவ்ளோ வேணும் ராஜா ? எங்க போறீங்க? “

“இங்க தான் பா.. ஒரு அஞ்சாயிரம் குடுங்க.. இன்னும் கொஞ்சம் என் அக்கவுண்ட்ல பணம் போட்டு விடுங்க.. “, எனக் கூறியபடி தந்தைக் கொடுத்த பணத்தை வாங்கிக் கொண்டு வெளியே சென்றான்.

“ராஜா .. இந்த பைய வச்சிட்டு போற ?”, ஏகாம்பரம் சத்தமாகக் கேட்டார்.

“உங்க பொண்ணு தான் எனக்கு ரெகார்ட் எழுதி தரமாட்டேன்னு சொல்லிட்டாளே .. அதான் என் ஃப்ரெண்ட் கிட்ட எழுத குடுக்கறேன் .. கொஞ்ச நேரத்துல ஃப்ரெண்ட் வந்து எடுத்துக்குவான் பா.. நான் போய்ட்டு வரேன் “, எனப் போகும் போக்கில் பற்ற வைத்துவிட்டு சென்றான் ராஜன்.

“அவளுக்கு அவளோ கொழுப்பு ஆகிடிச்சா? நீ போயிட்டு ஃபோன் பண்ணு கண்ணு.. நான் அவள எழுத சொல்றேன்”

“வேணாம் பா.. நான் வேற ஆள சொல்லிட்டேன் .. இதுக்குமேல மாத்த வேணாம்.. நான் அங்க போயிட்டு உங்களுக்கு ஃபோன் பண்றேன்.. “, எனக் கத்தியபடி பைக் எடுத்துக் கொண்டுப் பறந்தான்.

ஏகாம்பரம் தராசில் ஒரு பக்கமாக சாய்வதால் ஏற்படும் விழைவு தெரிந்தும் ஒரே பக்கமாக சாய்ந்து நிற்கிறார். காலமே அதற்கான பதிலையும் சொல்லும்.

“எலேய் வட்டி.. இவன் தானே அந்த வீட்டு ராஜ குமாரன்.. ?”, பைக்கில் செல்லும் ராஜனைப் பார்த்தபடிக் கேட்டான் வர்மன்.

“அதே ராஜா வீட்டு ராஜா குட்டி தான் மச்சான்.. இவன் அவங்க அப்பனுக்கு ரெண்டு படி மேல இப்போவே இருக்கான்.. “, வட்டி கடையில் பொருட்களை அடுக்கியபடிக் கூறினான்.

“மாப்பிள்ளைக்கு விருந்து வச்சி மரியாதை பண்ணனும்ல ?”, வர்மன் சிரித்தபடிக்க கேட்டான்.

“மச்சான் .. இவன் மேல கைய வச்சா ஒடனே ஏகாம்பரம் கொடி ஏத்திடுவாரு.. “

“சரி .. கடைசில விருந்து வைப்போம்.. அடுத்த ஆளு எப்ப போவான் ?”

“இருங்க மச்சான் .. ஒண்ணு ஒண்ணா அனுப்பலாம்.. என்ன அவசரம் ?”

“அந்த புள்ள காலேஜ் முடிக்கறதுக்குள்ள எல்லா வேலையும் முடியணும்.. அது காலேஜ் முடிக்க முன்னாடி என் பொண்டாட்டி ஆகி இருக்கணும் .. சீக்கிரம் அடுத்த ஆள அனுப்பு “, என அதட்டினான்.

நங்கையும், வினிதாவும் கல்லூரியில் சிரித்து தோழிகளுடன் பேசியபடிப் பொழுதை இன்பமாக கழித்துக் கொண்டிருந்தனர்.

“நங்கை .. நீ செலக்ட்டான கம்பெனில இருந்து மெயில் வந்தது .. நம்ம பரீட்சை முடிஞ்சதும் அங்க ட்ரைனிங் ஆரம்பிக்குமாம்.. “, வினிதா கூறினாள்.

“ட்ரைனிங் எங்கன்னு போட்டு இருக்கா ?”

“அது அப்ப தான் சொல்வாங்கலாம் .. “

“சரி பாத்துக்கலாம் .. அதுவரைக்கும் மாப்ளைன்னு எவனும் வீட்டுக்கு வரமா இருக்கணும் “, எனக் கூறியபடி அடுத்த வகுப்பிற்கு தேவையானக் கையேடுகளை எடுத்துக் கொண்டுக் கவனிக்க அமர்ந்தாள்.

7

ஒரு வாரம் கடந்த நிலையில் ஏகாம்பரம் ஒரு வழியாக பணத்தைப் பிறட்டி தணி-காசலம் கைகளில் கொடுத்துவிட்டு இல்லம் வந்தார்.

"சாப்பாடு எடுத்து வைக்கட்டுங்களா ?", மனைவி உள்ளிருந்து கேட்டார்.

"எடுத்து வை .. ", எனக் கூறிவிட்டு முகம் கழுவச் சென்றார்.

தட்டில் சாதம் வைத்துக்கொண்டு, "ஏங்க இருந்த பணத்தை கொண்டு போய் கொடுத்துட்டீங்க .. திடீர்னு நம்ம பொண்ணுக்கு வரன் கூடி வந்துட்டா என்னங்க பண்றது ?", கேட்டார் காமாட்சி.

"அந்த சனியன் நம்மல விட்டு போறதுக்கு எப்டி வேணா பணத்த பொறட்-டிக்கலாம் .. அவர் பொண்ணுக்கு கல்யாணம் பண்ண வேணும்-ன்னு சொல்றபோ நான் குடுக்க முடியாதுன்னு சொல்ல முடியாது.. பணத்த பத்தி உனக்கு என்ன கவல ? வீட்ட மட்டும் நீ பாரு .. என்கிட்ட இல்லைன்னு சொன்னா உங்கப்பன் வீட்ல இருந்து கோடி கோடியா கொட்டிட்டு தான் வேற வேல பாப்பீங்கலோ?", எரிச்சலை மனைவியின் தலையில் கொட்டிவிட்டு எழுந்தார்.

"இல்ல.. அந்த ஜோசியர் சொன்ன மாதிரி பிரச்சனை வருது.. ஏதாவது நமக்கு பரிகாரம் பண்ணிக்கலாமாங்க ?", காதில் கொட்டப்பட்ட வார்த்தைகளைக் கழுத்-தின் வழி விழுங்கிவிட்டு மீண்டும் கேட்டார்.

"நானும் யோசிச்சிட்டு தான் இருக்கேன்.. அந்த ஆளு சொன்ன மாறி பண நெருக்கடி தான் மொத வருது.. அந்த கெரகத்துக்கு என் கௌரவம் கொறையாம செஞ்சி வைக்கணும்-ன்னு பாக்கறேன்.. அது என்னை தெருவுல தள்ளாம விடாது போல ", சாய்வு நாற்காலியில் அமர்ந்தபடிக் கூறினார்.

"நாளைக்கு போய் கேட்டுட்டு வரலாமாங்க ?"

"நாளைக்கு கடைல வேலை இருக்கு .. புது சரக்கு வருது.. ரெண்டு நாள் கழிச்சி பாக்கலாம் ", என உறங்கச் சென்றுவிட்டார்.

இரண்டு நாட்கள் கழித்து, "இன்னிக்கி ஒரு ஆளு வீட்டுக்கு வந்தாருங்க .. பக்கத்து ஊராம் .. நம்ம பொண்ணு ஜாதகம் குடுத்தா பாக்கறேன்னு சொன்னாரு .. ", தயங்கித் தயங்கிக் கூறினார்.

"யாரு ? பேரு ஏதாவது சொன்னானா ?", உணவுண்டபடிக் கேட்டார்.

"பழனி-ன்னு சொன்னாரு"

"மேலூர் பழனியா ?", ஏகாம்பரம் யோசனையுடன் கேட்டார்.

"ஆமாங்க "

"அந்த ஊருக்கும் கிழக்குபுரிகாரனுங்களுக்கும் தான் எப்போ பாரு பிரச்சனை வருது .. அந்த ரெண்டு ஊரும் நமக்கு வேணாம் .. "

"பொண்ணு பக்கத்துலயே குடுத்தா நமக்கும் வசதியா இருக்கும்-ங்க .. நம்ம தம்பி ராஜானுக்கும் சௌகரியமா இருக்கும்"

"நமக்கு தோது வந்தா பாக்கலாம் காமாட்சி .. சீக்கிரம் கௌம்பு போய் அந்த ஜோசியர பாத்துட்டு வரலாம் ", எனக் கூறிவிட்டு தயாராகச் சென்றார்.

இருவரும் சென்ற நேரம் அங்கே ஏகாம்பரத்திடம் பணம் வாங்கி இருந்த இரத்தினம் நின்று இருந்தார்.

"வாங்க ஏகாம்பரம் .. என்ன திடீருன்னு இந்த பக்கம் ?"

"கிழக்குபுரிக்காரங்க மட்டும் தான் இங்க வரணுமா என்ன ?", ஏகாம்பரம் உள்ளுக்குள் யோசனையும், வெளியே சிரிப்புமாகக் கேட்டார்.

"வடக்கூர்காரவங்களுக்கு இல்லாதது எதுவும் யாருக்கும் இல்லயே .. நீங்க ஜோசியர பாக்க வந்தது தான் ஆச்சரியமா இருக்கு", தன் கேள்வியில் மீண்டும் நின்றார்.

"பொண்ணுக்கு வரன் பாக்க சொல்லி இவருகிட்ட தான் குடுத்து இருக்கேன் இரத்தினம்.. அதான் ஒரு எட்டு பாக்கலாம்ன்னு வந்தேன்"

"அப்படியா .. ரொம்ப சந்தோஷம் .. நானும் என் பையனுக்கு இங்க தான் குடுத்து இருக்கேன் .. வாங்களேன் பொருத்தம் இருக்கான்னு பாப்போம் ", இரத்தினம் சிரித்தபடி உள்ளே வந்தார்.

ஏகாம்பரம் ஒரு பெருமூச்சுடன் பின்னே நடந்தார்.

"வாங்க வாங்க .. கிழக்கும் வடக்கும் சேர்ந்து வந்து இருக்கீங்க .. ", ஜோசியர் நையாண்டியுடன் வரவேற்றார்.

"என்ன ஜோசியரே .. எந்த திக்குல இருந்தாலும் உங்கள தேடி வரோம்ன்னு நக்கல் பண்றீங்களா ?", இரத்தினம் சற்றே குரல் உயர்த்திக் கேட்டார்.

"கிழக்குபுரிக்காரங்க கிட்ட நையாண்டி பண்ணிட்டு நான் இங்க இருக்க முடியுமா என்ன ? ரெண்டு பேரும் ஒண்ணா வந்து இருக்கீங்கன்னு தான் கேட்டேன்"

"நம்ம ஏகாம்பரம் பொண்ணு ஜாதகம் உங்ககிட்ட இருக்காமே.. என் பையனுக்கு பொருத்தம் வருதான்னு பாருங்க ", இரத்தினம் பேசியபடி கீழே அமர்ந்தார்.

ஜோசியர் ஒரு நொடி யோசித்து, “பாத்துடலாம் .. ஏகாம்பரம் ஐயா வாங்க .. வாங்க மா .. “, என அனைவரையும் வரவேற்று அமரவைத்தார்.

“பையன் போட்டோ இந்தாங்க ஜோசியரே“

“நல்லது.. பையன் கல்யாணம் பண்ண சரி-ன்னு சொல்லிட்டானா ?”, ஜோசி-யர் அவர் மகன் சயந்தன் ஜாதகத்தைத் தேடியபடிக் கேட்டார்.

“அதுலாம் சொல்லிட்டான் .. நீங்க பொருத்தம் பாருங்க”, என அந்தப் பேச்-சைத் திசைமாற்றினார்.

“இதோ ரெண்டு ஜாதகமும் எடுத்து வச்சிட்டு இருக்கேன் “, என எடுத்து இறைவன் முன்னிலையில் வைத்து மனதாரக் கும்பிட்டு எடுத்தார்.

சிறிது நேரம் பஞ்சாங்கம் வைத்து, சில விஷயங்களைக் குறித்தவர், அவர்கள் மூவரையும் பார்த்தார்.

“இந்த ரெண்டு ஜாதகமும் பொருந்தல.. நீங்க ரெண்டு பேரும் வேற பாக்கலாம் “, என ஒரே வரியில் முடித்துவிட்டார்.

“ஏன் ? என்ன சரி வரல .. “, இரத்தினம் அவசரமாகக் கேட்டார்.

“ரெண்டு பேருக்கும் சரி வராது... அப்டி வந்தா புருஷன் பொண்டாட்டி பிரிஞ்சி இருப்பாங்க ..“

“அய்யய்யோ .. அப்போ வேணாம் ஜோசியரே“, எனக் காமாட்சி பதறிக் கூறினார்.

“யோவ் ஜோசியரே .. என்ன சொல்ற ? ரெண்டு குடும்பமும் பல வருஷ பழக்கம் உள்ளவங்க .. இரத்தினம் என் ஸ்நேகிதன் .. நல்ல வசதி, நல்ல பேர் உள்ள குடும்பம்.. ஏன் சரி வராது? பொட்ட கழுதை எங்கள மீறி எதுவும் பண்ண முடியாது“, ஏகாம்பரம் கோபமாகக் கேட்டார்.

“ஏகாம்பரம் ஐயா .. இந்த ஜாதகம் வெறும் பேப்பர் இல்ல.. இது எல்லாமே அறிவியல் தான்.. அதுல ஒரு துளி எனக்கு புரிஞ்சதால தான் சொல்றேன்.. நீங்க ஜாதகமே பாக்காம கூட கல்யாணம் பண்ணலாம் .. ஆனா அத பாத்து, சரி வராதுன்னு தெரிஞ்ச அப்பறம் பண்றது தற்கொலைக்கு சமம் .. “, ஜோசியர் பொருமையாகவே பதில் கொடுத்தார்.

“யாருக்கு இப்போ சரி வராது ?”, இரத்தினம் கேட்டார்.

“ரெண்டு பேருக்குமே சரி வராது இரத்தினமய்யா ... “

“ஜோசியரே .. எனக்கு பொண்ண நல்ல தெரியும்.. வீட்ட எதிர்த்து எதுவும் பண்ற அளவுக்கு ஏகாம்பரம் வளர்ப்பு இருக்காது.. என் பையன வெளிநாட்டுல இருந்து இங்க வரவைக்கறேன்.. ஏகாம்பரம் .. என்னைய பத்தியும், என் குடும்பத்த பத்தியும் உனக்கு நல்லா தெரியும்.. என் பையன் படிச்சிட்டு வெளிநாட்டுல வேலைல இருக்கான்.. மாசம் லட்ச கணக்குல சம்பாதிக்கறான்.. உனக்கு சம்மதமா

சொல்லு .. நம்ம புள்ளைங்க நம்ம கண்ணு முன்னாடியே இருக்கும்", இரத்தினம் பட்டென கேட்டதும் ஏகாம்பரம் யோசனையுடன் காமாட்சியைப் பார்த்தார்.

"நான் வீட்டுக்கு போய் பேசிட்டு சொல்றேன் இரத்தினம்.. தெரிஞ்ச ஆளுங்-களா இருந்தா எனக்கும் சந்தோஷம் தான் .. வேற விஷயத்த ஜோசியர்கிட்ட பேசணும் .. நீ பேசரத பேசு நான் வெளிய இருக்கேன் ", எனக் கூறிவிட்டு எழுந்து வெளியே சென்று தள்ளி நின்றார்.

"யோவ் ஜோசியரே.. அவரு கிட்ட சரி-ன்னு சொல்ல வைக்கற மாதிரி பேசு.. ஆளு நல்ல பணம் உள்ளவன் .. பொண்ணுகக்கு எழுவது சவரன் வாங்கி இருக்-கான்னு கேள்வி பட்டேன்.. பொண்ணும் அம்சமா இருக்கு.. இத விட்டா என் பையன் அந்த வெளிநாட்ட விட்டு வர முடியாம போயிடும்.. உன்ன நல்லா கவனிக்கறேன் .. வரேன் .. "

"இரத்தினம் ஐயா .. நான் என் தொழிலுக்கு துரோகம் பண்ண மாட்டேன்.. ரெண்டு பேருக்கும் கல்யாணம் நடக்க எந்த சாத்தியமும் இல்ல.. என்னால எதுவும் யாருக்கும் சாதகமா பேச முடியாது .. ", ஜோசியர் நெற்றியில் அடித்ததுப் போல கூறிவிட்டார்.

இரத்தினம் ஜோசியரை யோசனையுடன் ஒரு பார்வைப் பார்த்துவிட்டு அங்கி-ருந்து கையில் நங்கையின் புகைப்படத்துடன் சென்றார்.

உள்ளே வந்த ஏகாம்பரம், "ஜோசியரே .. நீ சொன்ன மாறி எனக்கு பிரச்சனை மேல பிரச்சனை வந்துட்டு இருக்கு.. பண நெருக்கடி தான் அதிகமா வருது.. அந்த சனியன சீக்கிரம் வீட்ட விட்டு ஒழிக்கணும்.. இந்த இரத்தினம் பையனுக்கு குடுத்தா என்ன ?", எரிச்சலுடன் தன் கேள்விகளைக் கேட்டார்.

"ஐயா அந்த பையன் நம்ம பொண்ணுக்கு அமையாதுங்க .. நம்ம கொஞ்சம் பொறுமையா நல்ல இடமா பாக்கலாம் .. "

"அப்போ எனக்கு பிரச்சனை வரமா இருக்க ஏதாவது பரிகாரம் இருந்தா சொல்லு"

"துர்கைக்கு செவ்வாய்\வெள்ளி பொண்ண வெளக்கு போட சொல்லுங்க.. சீக்-கிரமே நல்லது நடக்கும்"

"எனக்கு பிரச்சனை வராம இருக்க ஏதாவது சொல்லுய்யா .. அந்த சனியன் நல்லா தானே இருக்கு வீட்ல"

"ஐயா.. பொம்பள புள்ளைய இப்பிடி சொல்லாதீங்க.. அவங்க நல்லா இருந்தா தான் எல்லாமே நல்லா இருக்கும்.. உங்க பொண்ணு தான் உங்கள காப்பாத்தும்.."

"சிங்க குட்டியாட்டம் என் பையன் இருக்கான்யா.. அவன் தான் என்னை வச்சு தாங்குவான் .. பொட்ட கழுத கல்யாணம் பண்ணிட்டு போனதுக்கப்பறம் மறுபடியும் நான் ஏன் வீட்டுக்குள்ள சேர்த்த போறேன் ? எனக்கு பிரச்சனை வராம

இருக்க என் பொண்டாட்டி ஏதாவது பண்ணனுமா சொல்லு “

ஏகாம்பரத்தின் பேச்சில் ஜோசியர் மனதில் வெறுப்புடன் சிரித்து கொண்டு,

“இவங்களும் பொண்ணு கூட போய் 5 எண்ணெய் கலந்த வெளக்கு ஏத்தலாம் .. “, எனக் கூறிவிட்டு நங்கைக்கு பொருந்தும் சில மாப்பிள்ளை ஜாதகங்களை எடுத்துக் கொடுத்தார்.

“இதுல எது பொருந்தும் ஜோசியரே ?”, அத்தனை நேரம் அமைதியாக இருந்த காமாட்சி இப்போது தான் வாய் திறந்தார்.

“இது எல்லாமே பொருத்தம் இருக்கற வரன்கள் தான்மா .. உங்களுக்கு இந்த வரன்ல எது தோது படுதோ அத மேற்கொண்டு பேசிக்கலாம் மா”

“சரி .. நான் இதுலாம் பாத்துட்டு வரேன் ஜோசியரே “, எனக் கூறிவிட்டு சில நூறு ரூபாய் நோட்டுகளை அவர் நோட்டில் வைத்தார் ஏகாம்பரம்.

“இருக்கட்டும் ஏகாம்பரம் ஐயா.. பொண்ணுக்கு நல்ல பையனா முடிச்சிட்டு வாங்கிக்கறேன்“

“இப்போ பணம் உனக்கு குடுக்கற அளவுக்கு இருக்கு யா .. வரேன் “, என ரூபாய்யைத் திணித்துவிட்டு இருவரும் கிளம்பினர்.

8

"டேய் வட்டி .. மாப்ள ..", வர்மன் கத்தியபடி சூப்பர் மார்க்கெட் உள்ளே வந்-தான்.

"என்ன மச்சான் ? இங்க தான் ரேக்குல ஜாமான அடுக்கிட்டு இருக்கேன்.. ", என மேல் பலகையில் இருந்து பதில் கொடுத்தான்.

"கீழ வாடா ", என அடங்காத ஆத்திரத்துடன் நின்று இருந்தான் வர்மன்.

"என்னாச்சி மச்சான் ? ஏன் மொகம் இப்டி செவந்து இருக்கு ?"

"அந்த இரத்தினம் பையன் எங்கடா இருக்கான் ?"

"யாரு ? நம்ம சித்தப்பா வீட்டு தெருவுல இருக்க இரத்தினம் மாமா வா?"

"ம்ம்", என்பது போல பார்வைப் பார்த்தான்.

"அவரு மகன் வெளிநாட்டுல இருக்கான் மச்சான் .. அவன் உன்ன என்ன பண்ணான் ?"

"அவனுக்கும் அந்த ஏகாம்பரத்துக்கும் என்னடா சம்பந்தம் ?"

"அது எனக்கு என்ன தெரியும்?", என சொல்லி முடிக்கும்முன் அவன் கன்-னம் எரிச்சல் எடுத்தது.

"தோப்புக்கு வாடா ", எனக் கூறிவிட்டு வண்டியை முறுக்கிக் கொண்டு சென்றான்.

வட்டி என்ன என்று யோசிக்கும் முன் அவன் அலைபேசி அழைத்தது.

"சொல்லு ஆச்சி .. "

".... .. .. "

"உன் பேரன் இப்போதான் தோப்புக்கு வர சொன்னான்"

".. .. .. "

"போட்ரு .. எனக்கு இம்சை ஒழியும்", எனத் தலையில் கைவைத்துக் கொண்டு,

"அய்யயோ .. என்ன நடந்து இருக்கும்? இவன் ஒருபக்கம் தோப்புக்கு வாங்-கறான், ஆத்தா ஒரு பக்கம் வீட்டுக்கு வாங்குது .. நான் இப்ப எங்க போறது? ",

எனப் பொலம்பிவிட்டு, ஒரு மனதாக ஆச்சி இருக்கும் இடம் சென்றான்.

"என்ன ஆச்சி ?"

"ஏண்டா எடுபட்ட பயலே .. கூப்பிட்டா ஒரு சுருக்குல வரமாட்டியா?", ஆச்சி கடுகடுத்த முகத்துடன் கேட்டார்.

"பாட்டியும் பேரனும் இப்ப எதுக்கு மூஞ்ச கடுகு பொரிக்கராப்புல வச்சிருக்கீங்க?"

"அந்த சிறுக்கி அங்க என்னடா பண்றா ?"

"எந்த சிறுக்கி? எங்க என்ன பண்ணா? தெளிவா சொல்லு ஆச்சி ", எனக் கேட்டபடி தூணில் சாய்ந்து அமர்ந்தான்.

"அந்த கீழ வீட்டு சிறுக்கி.. செங்கல்வராயன் மவ"

"அந்த புள்ள எங்க வந்துச்சி?"

"அவ எதுக்குடா மாங்கா தோப்புல நாட்டாமை பண்ணிட்டு இருக்கா ? அவன் வர சொன்னதா வேற சொல்றா அவ .."

"இது எப்ப நடந்துச்சி?", வட்டி ஒன்றும் புரியாமல் முழித்தான்.

"உன் மச்சான் கிட்ட சொல்லிவை .. நான் கை காட்டற பொண்ண தான் கட்டணும்.. கண்ட சிறுக்கி எல்லாம் என் வீட்டுக்குள்ள வரமுடியாது .. வரவும் விடமாட்டேன்.. ", எனப் பேசிவிட்டு வட்டி முதுகில் ஒன்று வைத்துவிட்டுச் சென்றார்.

"பாட்டிக்கும் பேரனுக்கும் நான் தான் கிடைச்சனா? ஆளாளுக்கு யாரோ என்னமோ பண்ணத்துக்கு எனைய அடிச்சா நான் என்ன பண்றதாம் ?", என முதுகைத் தேய்த்துக் கொண்டே வர்மன் இருக்கும் தோப்பிற்கு புறப்பட்டான்.

அங்கே வர்மன் மீசையை முறுக்கிக் கொண்டபடி, பத்தடி நிலத்தை பள்ளம் தோண்டும் அளவிற்கு நடந்துக் கொண்டிருந்தான்.

அவன் நடக்கும் வேகம் பார்த்தே அவன் கோபத்தின் அளவை அறிந்து கொள்ள முடிந்தது.

வட்டி வர்மன் கைக்கு எட்டாத தூரத்தில் நின்றுக்கொண்டுப் பேச்சை ஆரம்பித்தான்.

"என்ன மச்சான் ? எதுக்கு அவசரமா வர சொன்னீங்க ?", எனக் கேட்டான்.

"அந்த ஏகாம்பரத்துக்கு யார் யார் கூட போக்குவரத்து இருக்குனு உன்ன விசாரிக்க சொன்னேன்ல ? அதுல ஏண்டா நீ இந்த இரத்தனம் பத்தி சொல்லவே இல்ல ?", என வேஷ்டியை மடித்துக் காட்டியபடி அருகில் சென்றான்.

"அய்யோ மச்சான் .. எனக்கு லிஸ்ட் குடுத்தவன்கிட்ட தான் இத கேக்கணும் .. என்னைய அப்பறம் அடிங்க .. அதுக்கு முன்ன ஆச்சி சொன்னத சொல்லிடறேன்..", என வர்மன் கையைப் பிடித்தபடிக் கூறினான்.

“அந்த கெழவிக்கு என்ன வேணுமாம் இப்ப ?”

“செங்கல்வராயன் பொண்ண மாந்தோப்புக்கு வர சொன்னீங்களா ?”

“யாரு ?”, வர்மன் நெற்றியைச் சுருக்கியபடிக் கேட்டான்.

“அதான் அந்த கீழ தெருகாரரு ?”

“அந்த ஆளா ? அவரு பொண்ணு மாங்காதோப்பு பராமரிப்பு பத்தி கத்துக்கணும்னு சொல்லிச்சாம் .. அதான் நம்ம தோப்புல இப்போ வேலை நடக்குதுல அத வந்து பாக்கட்டும்-ன்னு சொன்னேன்.. “

“ஏன் மச்சான் நீ புரிஞ்சி செய்யறியா புரியாம செய்யறியா ?”, வட்டி கேட்டான்.

“என்னடா பண்ணேன் ?”

“அந்த புள்ள மாந்தோப்புல வந்து அதிகாரம் பண்ணிட்டு இருந்து இருக்கு.. ஆச்சிகிட்ட வேற திமிரா பேசி நீ தான் வர சொன்ன-ன்னு சொல்லி இருக்கு .. அங்க ஆச்சி சாமியாடிட்டு இருக்கு.. “

“என்னடா சொல்ற ?”, வர்மன் நெற்றிச் சுருங்கி விரிந்தது.

“ஆமா .. அந்த ஆளு பொண்ண உனக்கு கட்டி குடுக்க தான் இங்க குடும்பத்தோட குடிவந்து இருக்கான்.. ஊருக்குள்ள நீ தான் அவன் மாப்பிள்ளை-ன்னு சொல்லிக்கிட்டு திரியறான் “, வட்டி வரும் வழியில் ஒருவர் அவனிடம் விசாரித்ததையும் சேர்த்துக் கூறினான்.

“ஏன் மாப்ள .. இந்த பொண்ணுங்களுக்கு எல்லாம் .. “, என அவன் ஆரம்பிக்கும் போதே வட்டி, “மச்சான் .. அந்த நினைப்பே வச்சிக்காதீங்க .. ஆச்சி அவங்க சொல்ற பொண்ண தான் நீங்க கட்டிக்கணும்-ன்னு சொல்லிவிட்டு இருக்கு.. இல்லைனா சொத்தை என் பேருக்கு எழுதி வச்சிடுமாம்”, எனக் கூறினான்.

“இத அந்த கெழவி சொல்லிச்சா நீ சொல்றியா மாப்ள ?”, என எட்டி வட்டியைப் பிடித்து இழுத்துக் கொண்டு மாந்தோப்பிற்கு சென்றான் வர்மன்.

“இந்தா கெழவி .. இத நல்லா நிறுத்தி வை.. அங்க பாரு பாட்டில் எல்லாம் கண்டமேனிக்கு களஞ்சி கெடக்கு.. சீக்கிரம் எல்லாத்தையும் நெரப்பி சரியா அடுக்கி, இன்னிக்கு ராத்திரிக்குள்ள முடிச்சா தான் வீட்டுக்கு அனுப்புவேன்”, என ஒரு இளம்பெண் நின்று அனைவரையும் அதட்டி மிரட்டி வேலை வாங்கிக்கொண்டு இருந்தாள்.

வட்டியும், வர்மனும் வண்டியில் இருந்து இறங்கி வந்து, அவள் செய்யும் அலப்பறைகளைப் பார்த்தபடி நின்றனர்.

தாவணியைச் சொருகி வைத்த இடையின் மேல் கைகளை வைத்து அங்கிருந்தவர்களை ஏசிக் கொண்டு இருந்தாள்.

“இந்த மாமனுக்கு அறிவே இல்ல.. இங்க இருந்து வேலைய கவனிக்காம இப்டி விட்டுட்டு போனா எப்டி வேலை ஒழுங்கா நடக்கும்? தினம் நாமலே வந்து எல்லாத்தாயும் இனிமே ஒழுங்கு பண்ணா தான் சரி வரும் .. “, எனத் தனக்குத் தானே பேசியபடித் திரும்பினாள் இளவேணி.

அங்கே கையை கட்டிக் கொண்டு, கண்ணைச் சுருக்கி அவளைப் பார்த்துக் கொண்டிருந்த வர்மன், அவள் மனதில் ரவி வர்மாவின் ஓவியம் போல நின்று-விட்டான்.

“பாத்தியா மச்சான் .. என்ன சவுண்டு போடுது இந்த புள்ள .. எல்லாம் அவன் அப்பன் ட்ரைனிங் போல .. “, என வட்டி அவன் காதருகில் கூறிவிட்டு அந்த பெண்ணை அழைத்தான்.

“இந்தா பொண்ணு .. இங்க வா “

“என் பேரு இளவேணி .. வாங்க மாமா .. இதான் நீங்க வர்ற நேரமா? இங்க வேலைய சரியா கவனிக்காராங்களான்னு கூட பாக்காம அப்டி எங்க போனீங்க? “, என உரிமையாக அருகில் வந்து நின்றுக் கேட்டாள்.

“நீ இங்க எதுக்கு வந்தியோ அத மட்டும் நீ பாரு.. என் வேலைய பத்தி எனக்கு தெரியும்.. மாப்ள .. இந்த புள்ளைய இனிமே இங்க தோப்பு வேலை அப்போ மட்டும் தான் உள்ள விடணும்னு காவகாரன் கிட்ட சொல்லிடு”, என நிற்காமல் கூறிவிட்டுச் சென்றான்.

“நில்லுங்க மாமா ..”, இளவேணி அவன் முன்னே வந்து நின்றாள்.

9

"யோவ் ஜோசியரே .. நீ குடுத்தது எல்லாமே வெளிநாடு போற ஆளுங்களா இருக்கு .. பக்கத்துல பாரு யா .. இது எதுவும் வேணாம் ", எனக் கூறிவிட்டுப் போட்டோக்களைத் திருப்பிக் கொடுத்தார்.

"ஐயா .. எல்லாமே நல்ல ஜாதகம் .. நல்ல குடும்பம்.. கட்டி குடுத்தா உங்களுக்கு காலத்துக்கும் பிரச்சனை வராது "

"அது சரி.. வெளிநாட்டு மாப்பிள்ளைக்கு வரிசையும் அதிகமா செய்யணும்.. ஏற்கனவே பணப்பிரச்சனை வந்துட்டு இருக்கு. இருக்கற பணத்த வச்சு தான் கல்யாணம் பண்ணனும். அதுக்கு தகுந்தமாதிரி பாரு"

"உங்க வீட்டம்மா தீபம் போடறாங்களா ஐயா ?"

"போடறா போடறா .... அந்த கழுதையும் போடுது", ஒரு வெறுப்புடன் கூறினார்.

"ஐயா .. கேக்கறேன்னு தப்பா எடுத்துக்காதீங்க .. உங்களுக்கு ஏன் உங்க பொண்ணு மேல இவ்ளோ வெறுப்பு ?"

"பொட்ட புள்ள மேல எதுக்கு விருப்பு வைக்கணும் ? இன்னொரு வீட்டுக்கு போற கழுதை தானு அது .. செலவும் அவமானமும் மட்டும் தான் அதுனால வரும் .."

இவரின் கூற்று தான் அந்த பகுதியில் வாழும் சுற்று ஊர்க்காரர்களின் கூற்றும். அங்கு இருப்பவர்கள் யாரும் பெண்பிள்ளைகளிடம் சிரித்துக் கூடப் பேசமாட்டார்கள். பெண்பிள்ளை பிறந்தாலே செலவு மட்டும் தான் வரும் என்ற எண்ணம். கிண்டல் கேலிகளும், அவமானமும் தான் பெண்பிள்ளை பெற்றவர்களுக்கு முதலில் அந்த சுற்று வாட்டரத்தில் கிடைக்கும்.. அதனாலேயே அப்பாமார்கள் பெண்பிள்ளைகளிடம் சிறிதும் அன்பு காட்டுவதில்லை..

"எங்க போனாலும் நீங்க பெத்த பொண்ணு தானே .. அது மாறாதே ஏகாம்பரம் ஐயா "

“அது மாத்த முடிஞ்சா இந்நேரம் அந்த கழுதை வீட்ல இருக்காது. செத்து இருவது வருஷம் ஆகி இருக்கும்”, கூறியவரின் கண்களில் அப்படி நடக்கவில்லையே என்கிற ஏக்கம் இருந்தது.

“ஐயா .. பொண்ணுங்க-னால உங்களுக்கு செலவு வருதுன்னு தான் இவ்ளோ வெறுப்பா ?”

“இப்போ உனக்கு என்ன வேணும் ? பொண்ணு மேல என்ன வச்சா உனக்கு என்ன?”

“இவ்ளோ வெறுப்பு ஏன்னு தெறிஞ்சிக்கலாம்-ன்னு கேட்டேன்ங்க “

“அடுத்த வீட்டு சமாச்சாரம் உனக்கு எதுக்கு? நீ உனக்கு குடுத்த வேலைய மட்டும் பாரு.. இங்க சுத்து வட்டாரத்துலயே மாப்ளைய புடி.. எதுனாலும் ஃபோன் பண்ணு”, என எரிந்து விழுந்தார்.

“உங்க பொண்ணு மட்டும் தான் உங்கள எப்பவும் காப்பாத்தும்.. அத மட்டும் நியாபகம் வச்சிகோங்க.. “, எனக் கூறிவிட்டு உள்ளே சென்றுவிட்டார் ஜோசியர்.

“அது இந்த ஜென்மத்துல நடக்காது ஜோசியரே “, எனக் கூறிவிட்டு சென்றார்.

யார் நினைப்பது நடக்கிறது என்பது காலம் மட்டுமே அறிந்த இரகசியம். அது வரை அனைவரும் காத்திருந்து தான் ஆகவேண்டும்.

இரத்தினம் தன் மகனுக்கு நங்கையை எப்படியாவது மணம் முடித்து வைத்து விடவேண்டும் என்கிற எண்ணத்தோடு இருந்தார்.

“அடியே கமலம்.. அந்த ஏகாம்பரம் பொண்ண எப்படியாவது கட்டி வச்சிட்டா உன் பையனும் நம்ம கூடவே இருக்க வந்துடுவான். நமக்கும் எந்த தொல்லையும் இருக்காது. அந்த ஆளு நல்லாவே சீரும் செய்வான் டி.. உன் பையன்கிட்ட பேசி ஒரு போட்டோ வாங்கு.. “, என தன் மனைவியிடம் கூறிக்கொண்டு இருந்தார்.

“நம்ம பையன் தான் அங்க யாரோ ஒரு புள்ளைய கட்டிகிட்டதா சொன்னானேங்க.. அப்பறம் எப்டி இந்த புள்ளைய கட்டிக்க சம்மதிப்பான் ?”

“அடியே கூறுக்கெட்டவளே மெல்ல பேசு டி.. அக்கம் பக்கம் எவன் காதுலயாவது விழுந்தா அவ்வளவு தான்..”, எனச் சுற்றும் முற்றும் பார்த்துவிட்டு மனைவியை அடக்கினார்.

“அவன் அங்க எவள வேணா கட்டுவான் அதுக்கு நான் சரின்னு போகணுமா ? அப்பறம் இந்த ஊருல நம்ம இருக்க முடியாது .. நம்ம மானம் மரியாதை எல்லாமே போயிடும் டி... அவன் அங்க எத்தன பேர வேணா கட்டி கூத்தடிக்கட்டும் .. இங்க நம்ம சாதில ஒரு புள்ளைய கட்டினா தான் நம்ம இந்த ஊருக்குள்ள மரியாதையா வாழ முடியும்.. இல்லைனா இந்த வர்மன் போதும் நம்மல ஊர விட்டு தள்ளி வைக்க”, இரத்தினம் பேச்சில் அக்மார்க் சாதி வெறியும், ஆண் என்கிற

அகம்பாவமும் போட்டிப் போட்டுக் கொண்டன.

"அவன் யாருங்க நம்மல ஊர விட்டு தள்ளி வைக்க? நம்ம புள்ள வாழ்க்கை இதுல வீண் ஆகிட கூடாதுங்க"

"அடியே பைத்தியக்காரி.. அவன் நல்லா இருந்து நம்மல நல்லா பாத்துப்பான்னு நினைச்சத்தால தான் கடன் வாங்கி படிக்க வச்சேன்.. அந்த கடனே போன வருஷம் தான் முடிச்சேன்.. உன் பையன் வேலை கெடைச்சி ஆறு மாசத்துல வெளிநாட்டுக்கு போனான். இன்னும் வந்து நம்மல பாக்கல.. ரெண்டு வருஷம் ஆச்சி.."

"நம்ம பையன் பெரிய உத்தியோகத்துல இருக்கான்.. லீவு போட முடியாதுன்னு என்கிட்ட சொன்னான்"

"உனக்கு எத்தன தடவ சொன்னாலும் மண்டைல ஏறாது.. நான் சொல்றத மட்டும் நீ உன் பையன்கிட்ட சொல்லி இங்க வரவை . மொத நல்லதா ஒரு நாலு போட்டோ அனுப்பி வைக்க சொல்லு..", எனக் கூறிவிட்டு யாரையோ சந்திக்கச் சென்றார்.

இங்கே தோப்பில் இளவேணி வர்மன் முன் நின்று முறைத்துக் கொண்டிருந்தாள்.

"நான் ஏன் இங்க வரக்கூடாது மாமா ? எப்டி இருந்தாலும் என் அப்பா உங்களுக்கு தான் என்ன கட்டி குடுப்பாரு.. இப்போ இருந்து உங்க வேலை எல்லாம் நானும் கத்துகிட்டா உங்களுக்கும் வசதி தானே ?", என வர்மன் அருகில் வந்து பாதித் தலையைக் குனிந்தபடிப் பேசிவிட்டு அவன் முகத்தைப் பார்த்தாள்.

"டேய் வட்டி .. ", என வர்மன் போட்ட சத்தத்தில் பயந்து நான்கு அடி பின்னால் சென்றால் இளவேணி.

"என்ன மச்சான்?"

"இனிமே இந்த புள்ள இங்க வரக்கூடாது.. நல்லபுத்தி சொல்லி வீட்டுக்கு அனுப்பி வை.. கண்ட எண்ணத்தோட இந்த பக்கம் வந்தா கன்னம் பிய்ஞ்சிடும்ன்னு சொல்லி அனுப்பு.. ", என அவன் பேசிய பேச்சில் இளவேணி கலங்கி நிற்பாள் என்று எதிர்பார்த்தால் அது தான் இல்லை.

தாவணியை ஒரு பக்கம் சுழற்றியபடி வர்மன் அருகில் வந்து நின்று,

"வட்டியண்ணே .. இவரு மனசுல என்ன நினைச்சிட்டு இப்படி பேசறாரு? அந்த கெழவி சொல்றது கேட்டு இவர் நடப்பாறா ? இல்ல ஒருத்தி கிட்ட சவால் விட்டு அவ அப்பனுக்கு கொடைச்சல் குடுத்துட்டு இருக்காரே அவள கட்டிப்பாறா? ", என அவள் கேட்ட கேள்வியில் வட்டியும், சிம்ம வர்மனும் அவளை கூர்மையாகப் பார்த்தனர்.

“என்ன அப்புடி பாக்கறீங்க ? இது எல்லாம் இவளுக்கு எப்படி தெரியும்னா ?”, எனக் கூறிவிட்டு இருவரையும் பார்த்தவள், வர்மன் அருகில் வந்து முகத்திற்கு முன் நின்று, “உங்கள பாக்கற வரைக்கும் உங்கள கட்டிக்கற ஆசை எனக்கு வரல .. இப்போ வந்துரிச்சி மாமா.. அதனால என் சிங்க மாமா எனக்கு மட்டும் தான்.. இது யாராலையும் மாத்த முடியாதுன்னு பன்ச் எல்லாம் பேசமாட்டேன்.. நீ எனக்கு கிடைக்க என்ன என்ன பண்ண முடியுமோ அது எல்லாமே பண்ணுவேன்”, எனக் கூறிவிட்டுத் திரும்பி நடந்தாள்.

“ஏய்.. என்கிட்ட சவால் ஆ ?”, வர்மன் மீசையை முறுக்கியபடிக் கேட்டான்.

“சவால் ஆ ? ஹா ஹா ஹா.. னே ஏன் மாமா பாக்கற பொண்ணுங்ககிட்ட எல்லாம் சவால் விடற ? சவால் அவளோ பிடிக்குமா என்ன ? “, எனச் சிரித்தபடிக் கேட்டவள், “உனக்கு அப்டி தோணினா அப்புடியே வச்சிக்க மாமா.. நாளைக்கு பாக்கலாம் “, எனத் தாவணியை வீசி விளையாடியபடி அங்கிருந்து சென்றாள் இளவேணி.

“என்ன மச்சான் இந்த புள்ள இப்புடி பேசிட்டு போகுது?”, வட்டி வேஷ்டியைப் பிரித்துக் கட்டியபடி வர்மன் அருகில் வந்துக் கேட்டான்.

“அவ அப்பன பாத்துட்டு வரலாம் வா.. “, என வர்மன் வண்டி எடுத்தான்.

“டேய் வட்டி.. அந்த குடிக்கெடுக்கரவன போய் ஒண்ணும் பாக்க வேணாம்.. இவன் அவள கட்டிக்கமாட்டேன்ன்னு வாக்கு குடுக்க சொல்லு.. அவன நான் பாத்துக்கறேன்.. “, எனக் கூறியபடி நீலாயதாட்சி அங்கே வந்தார்.

“நான் யார கட்டிக்க நினைக்கரனோ அவள தான் கட்டுவேன்.. யாரும் இந்த விஷயத்துல என்னைய கட்டாயப்படுத்த கூடாதுன்னு சொல்லு வட்டி.. “

“என் குடும்பத்துக்கு வாரவ யாருன்னு எனக்கு தெரியணும் டா.. யார வேணா என் வீட்டுக்குள்ளார என்னால விடமுடியாது.. இந்த குடும்பத்துக்குன்னு ஒரு மதிப்பும் மரியாதையும் இருக்கு.. அதை யாரும் கெடுக்கற மாதிரி நடந்தா நான் மனுஷியா இருக்கமாட்டேன் “, என ஆச்சியும் அவர் கோபத்தைக் காட்டினார்.

“இப்போ மட்டும் ரெண்டு பேரும் மனுஷ ஜென்மமாவா இருக்கீங்க ?”, என வட்டி முனகியது இருவரின் காதுகளிலும் விழுந்தது.

“அதே குடும்பத்துல பொறந்த எனக்கும் யார வீட்டுக்குள்ள கொண்டு வரணும்னு தெரியும்ன்னு சொல்லு டா.. இந்த நாட்டாமை எல்லாம் அவங்க புருஷன் வரைக்கும் வச்சிக்க சொல்லு.. “

“அடி செருப்பால .. என் புருஷன எதுக்கு டா இழுக்கறான் இவன் ?”

“மச்சான் தாத்தா செத்து பல வருஷம் ஆச்சி டா.. போதும் அவரயாவது நிம்மதியா இருக்க விடுங்க.. உங்க பஞ்சாயத்து முடிஞ்சதா ? நான் போய் சோத்த திங்கறேன் விடுங்க”, என வட்டி அங்கிருந்து நகர்ந்தான்.

ஆச்சி அவன் சட்டையைப் பற்றி இழுத்து, “சோறு கொண்டு வந்து இருக்-கேன்.. கடை தொறக்க நல்ல நாள் பாக்க ஜோசியர போய் பாக்கணும் .. சீக்கிரம் சாப்பிட்டு வா “, என ஒரு கட்டப்பையைக் கொடுத்துவிட்டுச் சென்றார்.

“இப்பவாது சோற கண்ணுல காட்டுனீங்களே .. வா மச்சான் .. ஆச்சி வெயிட் ஆ தான் குடுத்துட்டு போய் இருக்கு .. சாப்பிட்டு நான் ஆச்சி கூட போய்ட்டு வரேன்”, எனச் சாப்பிட அழைத்தான்.

“அந்த ஆளுக்கும் நம்ம குடும்பத்துக்கும் என்ன பிரச்சனைன்னு அப்பிடியே கேளு..”, எனக் கூறியவன் கை கால் கழுவிக்கொண்டு வந்து சாப்பிட அமர்ந்-தான்.

பாட்டியும் பேரனும் நேரடியாக பேசி ஐந்து வருடங்கள் ஆகிறது. ஆனால் ஒரு நாள் கூட வர்மன் வெளியே சாப்பிட ஆச்சி அனுமதித்தது இல்லை. தினம் அவன் இருக்கும் இடம் மூன்று வேலையும் சாப்பாடுச் சென்று விடும்.

அவனுக்கு பிடித்த உணவு வகைகளும் நிச்சயமாக இடம் பிடித்து இருக்கும். வட்டி சாப்பாட்டை இருவருக்கும் பரிமாறிக்கொண்டு இருந்தான்.

வர்மன் மனம் ஐந்து வருடங்களுக்கு முன் சென்றது. அன்று தான் அவன் தாத்தா இறந்து பதினாராம் நாள் காரியம் நடந்துக் கொண்டு இருந்தது.

“அநியாயமா நம்ம ஐயாவ அவனுங்க கொண்ணுட்டானுங்களே.. அம்மா .. நீலாம்மா .. நம்ம ஐயாவ கொன்னவன் வெளிய வந்துட்டான் மா.. “, என ஊர் பெரிய மனிதர்களில் ஒருவர் கூறினார்.

“முத்து.. இந்த சண்டைய இத்தோட நிறுத்திடுங்க .. உங்க வீராப்புக்கு கடை-சியா தாலி அறுத்தவ நானா இருந்துட்டு போறேன்.. இன்னொரு பொட்டச்சி கழுத்துல இருக்க தாலி இதனால எறங்க கூடாது..”, என அவர் கூறிய சொல்-லுக்கு அனைவரும் கட்டுப்பட்டு அமைதியாக நின்றனர்.

பருவ வயதில் இருக்கும் வர்மனுக்கு தன் தாத்தாவைக் கொன்றவன் இன்னும் உயிரோடு இருக்கிறான் என்பதே ஜீரணிக்க முடியவில்லை. இதில் அவன் சுதந்-திரமாக வெளியே வந்து விட்டான் என்பது கேட்டதும் கோபம் தலைக்கு ஏறியது.

இரவு வீட்டில் இருந்தவர்கள் அனைவரும் உறங்கிய பின்பு, சத்தம் எழுப்பாமல் அங்கிருந்து வெளியே வந்தான்.

நேராக மேலூர் சங்கரன் வீட்டிற்கு சென்றவன், இவன் தாத்தாவை கொன்ற-தற்காக கொண்டாட்டத்தில் இருந்தவனை இருந்தவனை அடித்து வீழ்த்தி சங்கரன் உடலில் இருந்து, தலையைத் தனியாக வெட்டி எடுத்துக் கொண்டு காவல் நிலை-யம் சென்றுவிட்டான்.

விடியும் நேரம் வரமனைக் காணாமல் ஆச்சி எல்லா இடத்திலும் தேட ஆட்-களை அனுப்பினார்.

அப்போது, “ஆச்சி .. ஆச்சி .. நம்ம.. நம்ம .. “, என மூச்சு வாங்க ஓடி-வந்து விஷயத்தை சொல்ல முடியாமல் திணறினான் வட்டி.

“என்ன டா ? அவன் எங்க ?”, என உள்ளுக்குள் பதற்றம் எழுந்தாலும் சமன்படுத்தியபடி கேட்டார் ஆச்சி.

“அந்த சங்கரன கொன்னுட்டு போலீஸ் ஸ்டேஷன் போயிட்டான் ஆச்சி.. நம்ம ஊர் பெரிய மனுஷங்க எல்லாம் வக்கீலோட அங்க போயிட்டு இருக்காங்க..”

“பாவி மவன்.. எவ்ளோ போராடி அவன வளத்தேன் கடைசில கொலகாரன் ஆகிட்டானே “, என ஆச்சி பெருங்குரலெடுத்து ஆழ ஆரம்பித்தார்.

அதற்கு பின் ஊர் பெரிய மனிதர்கள், அவனின் பங்காளிகள் என அனைவ-ரும் சேர்ந்து அவன் செய்த கொலைக்கு இன்னொருவனை ஜெயிலுக்கு அனுப்-பலாம் என்று கூறியதற்கு, “நான் தான் கொன்னேன்.. நானே போறேன்.. டேய் வட்டி ஆச்சிய பாத்துக்க “, எனக் கூறிவிட்டு ஜெயிலுக்கு சென்றான்.

“மச்சான் .. ஆச்சி உன் மேல பயங்கர கோவத்துல இருக்கு மச்சான்.. உனக்கு கம்மி தண்டனை காலம் குடுக்க ஏற்பாடு பண்றோம்.. நீ தான் ஆச்சிக்கு எல்லாமே .. அத மட்டும் மறந்துடாத மச்சான் .. “, எனக் கண்ணீருடன் வட்டி பேசியது இன்றும் மனக்கண்ணில் நின்றது.

அதற்கு பின் ஆச்சி தன்னிடம் பேசுவதையே நிறுத்திக் கொண்டார். வட்டி தான் அன்று முதல் இன்று வரையிலும் தூது செல்வது. அவனும் இல்லையெனில் இவர்கள் நிலைக் கொஞ்சம் சிரமமாக தான் இருந்து இருக்கும்.

“ஏ நங்க .. நங்க.. ஒரு நிமிஷம் நில்லு “, என அழைத்தபடி வினிதா ஓடி வந்தாள் .

“ஏன்டி இப்புடி ஓடி வர ? விழுந்து வாரினா என்ன ஆகறது ? “, நங்கை அவளை அன்புடன் கடிந்துக் கொண்டாள்.

“வாரினா கொட்டிக்கலாம்.. அந்த இரத்தினம் பையனுக்கு உன்ன கேட்டாங்-களா?”

“எந்த இரத்தினம் ?“

“அதான் டி .. உன் அப்பாகிட்ட வட்டி குடுக்க ஒருத்தர் முன்ன வருவாருல .. பெரிய சந்தன பொட்டு வச்சிக்கிட்டு “

“ஆமா .. அந்த ஆளு கேட்டானா இல்லையான்னு எனக்கு தெரியாது.. என்கிட்ட கேட்டா எல்லாம் நடக்குது ?”, என அவள் சொன்னத் தொனியின் வலிப் புரிந்தது.

“அந்த ஆளு பையனுக்கு கேட்டா நீ சரின்னு சொல்லாத.. அவனுக்கு ஏற்-கனவே வெளிநாட்டுல கல்யாணம் ஆகிடிச்சாம் .. “

“வெளிநாட்டுக்கு என் அப்பா குடுக்க மாட்டாரு வினி.. நேத்து தான் வந்த எல்லா ஜாதகமும் வெளிநாட்டு மாப்ள அதனால வேணாம்-ன்னு ஜோசியர்கிட்ட திருப்பி குடுத்துட்டு வந்துட்டாறாம்.. என் அம்மா சொன்னாங்க ..”

“அப்டினா சரி .. இருந்தாலும் ஜாக்கரதையா இருக்கணும்.. சரி இன்னிக்கு என்ன பாக்க பளிச்சுன்னு இருக்க .. என்ன சேதி ?”, வினிதா கண்ணடித்துக் கேட்டாள்.

“அப்பிடிலாம் ஒண்ணும் இல்ல .. எப்பயும் போல தான் இருக்கேன்”

“ஏதோ இருக்கு ? “, வினிதா கிண்டல் செய்தபடியே வர, நங்கை புன்னகை முகமாக நடந்து வந்துக் கொண்டிருந்தாள்.

அங்கே ..

10

இளவேணி நங்கையின் கல்லூரி வாசலில் நின்றுக் கொண்டு இருந்தாள்.

“நங்க.. நங்க .. உன்ன பாக்க ஒரு பொண்ணு வந்து இருக்கு “, என ஒருத்தி வந்துச் சொல்லிவிட்டுப் போனாள்.

“என்ன பாக்கவா ? யாரு ?“

“தெரியல .. பாத்தா ஸ்கூல் படிக்கற பொண்ணு மாறி இருக்கு .. போய் கேண்டீன்ல பாரு.. டிபார்ட்மெண்ட் ஹெட் கூப்பிட்டு இருக்கு .. நான் அங்க போறேன் “, எனக் கூறியபடி அவள் வேகமாகச் சென்றுவிட்டாள்.

“வினி .. வா டி .. யாருன்னு பாத்துட்டு வரலாம்”

“உன்ன பாக்க யாரு புள்ள இங்க வராங்க ? உனக்கும் தங்கச்சி இல்ல எனக்கும் தங்கச்சி இல்ல .. உனக்கு சொந்தத்துல யாராவது இருக்காங்களா ?”, வினிதா வளவழத்தபடியே வந்தாள்.

“அப்டி யாராவது இருந்தா உனக்கு தெரியாம இருக்குமா என்ன? அது யாரு நம்ம காலேஜ்ல தாவணி போட்டுட்டு வந்து இருக்கறது ?”, கேண்டீன் வாசலில் ஒரு பெண் தாவணியுடன் நிற்பதுக் கண்டு கேட்டாள்.

“நம்ம காலேஜ்ல படிக்கற புள்ள மாதிரி தெரியல நங்க .. வா யாருன்னு போய் விசாரிப்போம் “, எனக் கூறியபடி அந்தப் பெண்ணை நோக்கிச் சென்றாள் வினி.

“அதுலாம் ஒண்ணும் வேணாம்.. வா நம்மல பாக்க வந்தது யாருன்னு மொத பாப்போம் “, என நங்கை அவளின் கைப்பிடித்து இழுத்துக் கொண்டு நடந்தாள்.

“என்னைய ஏன்டி இப்பிடி இழுத்துகிட்டு போற ? நான் என்ன உன் புருஷனா ? வேற பொண்ணு கிட்ட பேசபோறேன்னு சொன்னதும் இப்பிடி பண்ற ?”, வினிதா சிரிப்புடன் சோக பாவனை முகத்தில் காட்டிப் பேசினாள்.

“உங்க ஃப்ரெண்ட்க்கு அடுத்தவன் புருஷன இழுக்கறது தான் கை வந்த கலை ஆச்சே “, எனக் கூறியபடி இளவேணி அவர்கள் அருகில் சென்று நின்-றாள்.

“ஏய் .. யாரு நீ ? “, நங்கை கோபத்துடன் கேட்டாள்.

“உன்னய கட்டுவேன்னு ஒருத்தர் சவால் விட்டுட்டு போனாறே அவரோட வருங்கால பொண்டாட்டி “, எனத் தாவணியை இடுப்பில் சொருகிக் கொண்டுப் பதில் கூறினாள்.

“இந்தா புள்ள .. யாரு கிட்ட பேசற ? பள்ளு கொட்டிரும் பாத்துக்க.. யாரு நீ ? சம்பந்தம் இல்லாம கண்ணா பின்ன-ன்னு பேசிக்கிட்டு இருக்க “, வினிதா கண்டிப்புடன் கேட்டாள்.

“நான் எல்லாம் சம்பந்தத்தோட தான் பேசறேன்.. என் மாமா சிம்ம வர்மன் தெரியும் ல“

“அவன் உனக்கு என்னவா வேணா இருந்துட்டு போகட்டும்.. நீ அவன கட்டினாலும் சரி அவன கொன்னாலும் சரி அதுக்கு நீ எதுக்கு என்னை பாக்க வந்திருக்க ?”, நங்கை.

“அடேங்கப்பா .. என்ன சத்தம் எல்லாம் பலமா தான் வருது.. என் மாமன் அதான் கட்டினா உன்ன தான் கட்டுவேன்-ன்னு இல்லாத கோக்குமாக்கு வேலை எல்லாம் பாக்கறாரு போல.. இங்க பாருங்க நான் தான் அவர கட்ட போறேன்.. உங்க மனசுல அவரு மேல ஏதாவது எண்ணம் இருந்தா இத்தோட மறந்துடுங்க .. அத சொல்ல தான் வந்தேன்”, என இளவேணி நங்கையை அளவெடுத்தபடிப் பேசினாள்.

“லூசா நீ? அவன நான் கட்டுறதா யாரு சொன்ன உனக்கு ? எனக்கும் அவனுக்கும் எப்பவும் எந்த சம்பந்தமும் வராது.. போய் நீயே அவன கட்டி சாவடி.. ஊருல ஒரு இம்சை கொறையும் .. வா வினி போலாம் “, என நங்கை அவளை முறைத்துவிட்டுச் சென்றாள்.

“சரியான திமிரு பிடிச்ச பொண்ணா இருக்கும் போலவே.. “, என மனதிற்குள் நினைத்தவள், மீண்டும் நங்கை முன்பு சென்று வழி மறித்து நின்றாள்.

“மறுபடியும் என்ன ?”, என நங்கை எரிச்சலுடன் கேட்டாள்.

“உன்னைய நம்பரேன் ஆனா என் மாமன நம்ப முடியாது.. இப்போவே உன்ன கட்ட உன் அப்பாருக்கு பிரச்சனை மேல பிரச்சனை குடுத்துட்டு இருக்கு என் மாமா.. உன் வீட்ல சொல்றாங்கன்னு நீ கழுத்த நீட்டிட்டா?”

“இந்தா பொண்ணு.. உனக்கு அவர கட்டிக்க இஷ்டம்னா போய் அவருகிட்ட சொல்லு.. தேவை இல்லாம இங்க வந்து ஏன் இம்சை பண்ணிட்டு இருக்க ?”, வினிதா பொறுமையை இழுத்துப் பிடித்தபடிப் பேசினாள்.

“அவர எப்டி கட்டிக்கணும்-ன்னு எனக்கு தெரியும்.. அதுக்கு தான் உங்கள பாக்க வந்தேன்.. நீங்க மட்டும் திடமா இருந்தா போதும்.. மத்தத நானும் என் அப்பாரும் பாத்துப்போம்.. உங்க அப்பாவுக்கு பண நெருக்கடி அதிகமா இருந்தா,

இந்த நம்பருக்கு ஃபோன் பண்ணுங்க எவ்ளோ நாளும் ஓடனே உங்க வீட்டுக்கு வரும்.. “, என அவள் நம்பரைக் கொடுத்துவிட்டுச் சென்றாள்.

“யாரு இந்த லூசு ? அந்த லூச கட்டடணும்-ன்னு இப்டி வந்து பேசிட்டு போகுது.. இதுக்கு முன்ன இத பாத்த நியாபகம் கூட எனக்கு இல்ல.. உனக்கு ஏதாவது ஞாபகம் இருக்கா வினி ?”, நங்கை இளவேணியைப் பார்த்தபடிக் கேட்-டாள்.

வினிதா அமைதியாக இருக்கவும், அவளைத் தட்டி நிகழ்வுக்கு கொண்டு வந்-தாள்.

“நான் கேட்டுகிட்டே இருக்கேன் நீ என்ன யோசனைல இருக்க?”

“இல்ல அந்த பொண்ணு சொன்னத யோசிச்சிட்டு இருந்தேன் நங்க.. “

“அது ஒளறிட்டு போகுது”

“ஒளறிட்டு தான் போகுது.. ஆனா உண்மைய சொல்லிட்டு போகுது நங்க.. கொஞ்சம் யோசிச்சி பாரு.. உன் அப்பாவுக்கு திடீருன்னு எப்டி எல்லா பக்கமும் பண நெருக்கடி வருது? என் அப்பாகிட்ட கூட உன் அப்பா ரெண்டு லட்சம் வாங்-கிட்டு போய் இருக்காரு”, என வினிதா சொன்னதும் வீட்டில் அம்மா பொலம்பி-யது நினைவில் வந்தது.

“பணம் பணம்-ன்னு எல்லாரும் ஒரே நேரத்துல வந்து நின்னா பாவம் அந்த மனுஷன் எங்க போவாரு.. ஒருத்தனும் பொறுக்க மாட்டேங்கறாங்க.. என்ன தான் பண்றதோ தெர்ல.. இவளுக்கு ஒரு கல்யாணம் பண்ணலாம்ன்னு நினைச்சா கடை-சில கோவில்ல வச்சி மஞ்ச கயிறு தான் கட்ட முடியும் போல “, என இரண்டு நாட்களுக்கு முன்பு பொலம்பியது இன்று காரணத்துடன் புரிந்தது.

“ஏன் வினி.. அவன் நிஜமாவே சவாலா எடுத்துகிட்டானா ?”, நங்கை மனதில் பயம் எழுந்தது.

“ஆமா நங்க.. இந்த புள்ள சொல்றதும், உங்க வீட்ல நடக்கறதும் வச்சி பாத்தா வர்மண்ணே தான் எல்லாம் பண்ணுது போல“, வினிதாவும் தோழியைக் கலக்கத்துடன் பார்த்துக் கூறினாள்.

“அவன் ஏதோ வழக்கம் போல வெளாட்டுக்கு சொல்றான்-ன்னு தானே நினைச்சேன்.. அய்யயோ இப்போ என்ன பண்றது வினி “, நங்கை பதற்றம் கொண்டு வினவினாள்.

“இதுக்கு தான் சொன்னேன் கம்முன்னு வான்னு .. எப்பவும் ஊமையா இருக்-கறவ அன்னிக்கி தான் வாய தொறந்த வந்துச்சி பாரு எப்டி-ன்னு..“

“அன்னிக்கி அவன் பேசினது மட்டும் சரியா.. அவனே தான் வம்பு இழுத்-தான்.. பொறுக்கி தனமா நடந்தா வேற என்ன சொல்வாங்கலாம் ?”, நங்கை தன் பாக்க நியாயத்தை உரைத்தாள்.

"என்கிட்ட பேசி என்ன ஆக போகுது நங்க ? அந்த அண்ணே அன்னிக்கி பேசினது தப்பு தான்.. இப்போ என்ன பண்றது ?"

"அவன அண்ணே-ன்னு இப்போ ரொம்ப மரியாதையா தான் பேசணுமா டி? அவன்கிட்ட இருந்து எப்டி தப்பிக்கறதுன்னு சொல்லுடி ", நங்கை கண்கள் கலங்க ஆரம்பித்தன.

"ஏய் நங்க.. இப்ப என்ன ஆச்சின்னு கண் கலங்கற ? இரு யோசிப்போம்.. பயபடாத .. வா ", என அவளை சமாதானம் செய்தபடி அழைத்துக் கொண்டு நடந்தாள் வினிதா.

"பேசாம அந்த அண்ணே-கிட்ட போய் சாரி கேட்டுரு நங்க.. அப்பிடி பேசின-துக்கு தானே அவருக்கு கோவம் வந்து சவால் விட்டாரு .. இப்போ நீயே போய் மன்னிப்பு கேட்டுரு .. அவரு விட்டுருவாரு .."

"அவனா ? அவன் ஒரு முடிவு பண்ணா அத சாதிக்க எந்த அளவுக்கு வேணா போவான் டி.. அவன் தாத்தாவ கொண்ண வீட்டு ஆளுங்க என்ன ஆனாங்கன்னு உனக்கு நல்லா தெரியும்ல வினி.. இப்போ தான் ஒரு வேலை கெடச்சதுன்னு கொஞ்சம் சந்தோஷமா இருந்தேன்.. அதுக்குள்ள வரிசையா பிரச்-சனை மேல பிரச்சனை வந்துட்டு இருக்கு.. ச்ச.. பொண்ணா பொறந்தா வாழ்க்-கைல நிம்மதியே இருக்காது போல ", எனத் தலையைக் கவிழ்ந்தபடி அமர்ந்து விட்டாள்.

"ஏன் நங்க இப்டி மனசு ஒடைஞ்சி பேசற.. நான் அந்த அண்ணே கிட்ட பேசி பாக்கறேன்.. "

"அவன் யாரு பேச்சையும் கேக்கமாட்டான் வினி"

"அவங்க ஆச்சி சொன்னா ?", வினி கேட்டுவிட்டு அவள் முகத்தைப் பார்த்-தாள்.

"கேப்பானா?", கொஞ்சம் நம்பிக்கை மனதில் முளைக்க கேட்டாள்.

"நான் அந்த ஆச்சிகிட்ட பேசி பாக்கறேன் நங்க.. அவங்க சொன்னா கேக்-கும்-ன்னு தான் நினைக்கறேன்.. அந்த அண்ணே ஜெயிலுக்கு போயிட்டு வந்ததுல இருந்து அந்த அண்ணே கிட்ட பேசவே இல்லைன்னு கேள்வி பட்டேன். இப்போ உனக்காக பேச சொல்லலாம் .. ஒரு வார்த்தை சொன்னா போதும்ல .. கேட்டு பாக்கலாம்.."

"சரி பேசு வினி.. எனக்கு என்னமோ பயமா இருக்கு.. இவன் கிட்ட எல்லாம் ஒரு நிமிஷம் பேசினாலே நெஞ்சு வலி வந்துரும்.. வாழ்க்கை முழுக்க எல்லாம் என்னால நெனைச்சி கூட பாக்க முடியாது வினி.. "

"ஹாஹாஹா .. "

"எதுக்கு டி சிரிக்கற ?", நங்கை கோபத்துடன் கேட்டாள்.

"இல்ல .. சப்போஸ் அந்த அண்ணே உன்னை கட்டி, இந்த லூசு உங்கள எப்டி பிரிக்கலாம்ன்னு ஐடியா கேட்டா நீயே போய் ஐடியா குடுப்பல்ல ? ஹாஹாஹா .. ஆனாலும் இந்த பொண்ணு பாவம்.. தப்பான நம்பிக்கை வச்சிட்டு இருக்கு.. "

"உன்ன கொன்றுவேன் வினி.. இன்னொரு தடவ அந்த வார்த்தைய சொல்லாத.. அதுக்கு நானே தூக்கு மாட்டிக்கலாம் .. அவன் ஒரு லூசு இந்த பொண்ணு ஒரு லூசு .. ரெண்டும் கட்டிக்கிட்டு எப்டியோ போகட்டும்.. என்னை வாழ விடுங்க டா"

"நங்க .. விடு கவலைப்படாத .. இதுக்கு ஒரு முடிவு கிடைக்கும்.. நல்லதே நடக்கும்-ன்னு நினை", என வினிதா அப்பொழுதிற்கு அவளை சமாதானம் செய்து வகுப்பறைக்கு அழைத்துச் சென்றாள்.

இளவேணி நங்கையிடம் பேசிவிட்டுச் சென்றது சில நிமிடங்களில் வட்டியின் காதுகளுக்குச் சென்றது.

"அப்டியா ? எப்ப ?"

"**********************"

"சரி சரி .. அத நான் பாத்துக்கறேன்.. நீ வேலைய கவனி", எனக் கூறி அழைப்பை வைத்துவிட்டு வர்மனுக்கு அழைத்தான்.

"சொல்லு மாப்ள ", வர்மன் தன் சூப்பர் மார்க்கெட்டில் இருந்து வேலையைக் கவனித்துக் கொண்டு கேட்டான்.

"மச்சான் .. அந்த சிங்காரி என் தங்கச்சி படிக்கற காலேஜ் போய் இருக்கா.. "

"யாரு டா ?"

"அதான் உங்ககிட்ட நேத்து மல்லுக்கு நின்னாலே அவ தான்.. "

"அங்கயா அவ படிக்க போறா ?"

"அவ படிக்க போல .. உங்க வாழ்க்கைய கெடுக்கலாம்-ன்னு போய் இருக்கா .. ", என ஆரம்பித்து நங்கை இளவேணி இடையில் நடந்த சம்பாஷனைகளைக் கூறி முடித்தான்.

"இந்த அளவுக்கு வேலை பாக்கறாளா அவ ? அவ அப்பன தட்டுனா சரியா இருக்குமா ?"

"அவளுக்கு ஸ்கெட்ச் போட்டு குடுக்கறதே அவ அப்பன் தான்.. அதனால உங்க நடவடிக்கை எப்படி இருந்தாலும் அதுக்கு ஒரு ஸ்கெட்ச் வச்சி இருப்பான்.. "

"அப்ப அடுத்து நம்ம ஆச்சிய வச்சி அந்த ஆள ஊர விட்டு வெரட்டிடலாம் .."

“அதுக்கு வாய்ப்பு இல்ல.. அதுவும் அவன்கிட்ட சவால் விட்டு இருக்கு”

“சரி .. சீக்கிரம் தமிழ நம்ம வீட்டுக்கு கூட்டிட்டு வரணும் .. அதுக்கு ஏற்பாடு பண்ணு மாப்ள “

“ஏன் மச்சான்.. எனக்கு ஒரு சந்தேகம் .. அந்த பொண்ணு உங்கள வெறுத்-துரிச்சின்னா என்ன பண்ணுவீங்க ?”

“நம்ம ஊர்ல பொம்பலைங்க விருப்பபடி எத்தன நடக்குது ? விருப்பா அத மாத்திக்குவாங்க .. இவளும் அப்டியே பண்ணிகட்டும்“, எனக் கூறிவிட்டு ஏகம்ப-ரத்தை அடுத்தப் பிரச்சனைக் கொண்டு தாக்கத் தயார் ஆனான் சிம்மவர்மன்.

11

ஏகாம்பரம் கடையில் தலையைப் பிய்த்துக் கொண்டு அமர்ந்து இருந்தார்.

"வரிசையா அத்தனை பேரும் இப்படி வந்து நின்னா என்ன தான் பண்றது ? ச்சே .. இந்த சனியன தொரத்தரதுக்குள்ள நான் நடுவீதிக்கு வந்துடுவேன் போல ", என முனகியபடி என்ன செய்வது என்று யோசித்துக் கொண்டு இருந்தார்.

"அப்பா .. அப்பா ..", என அழைத்தபடி ராஜன் வந்து நின்றான்.

"என்ன ராஜா இந்த நேரத்துல இங்க வந்து இருக்க ? ஏதாவது ஒடம்பு சரி இல்லயா?", என அக்கறையுடன் கேட்டார்.

"ஸ்கூல்ல கொஞ்சம் பிரச்சனை பா .. நீங்க வந்து பிரின்சிபால்கிட்ட பேசுங்க ..", எனத் திமிராக அங்கிருந்த சாக்லேட் எடுத்து சாப்பிட்டபடிக் கூறினான்.

"என்ன பிரச்சனை ராஜா ? யாராவது உன்ன ஏதாவது சொன்னாங்களா ?"

"ஆமா பா.. நீங்க பெத்து வச்சி இருக்க பொண்ணு பண்ண தப்புக்கு என்னைய திட்டறாங்க.. வந்து நீங்களே பேசுங்க.. எனக்கு தல வலிக்குது"

"அவள ஒழிச்சா தான் ராஜா நமக்கு நிம்மதி .. வந்து டீ குடி .. இப்போ போலாம் ..", என அவனுக்கு டீ வாங்கி வர கடையில் வேலை பார்க்கும் பையனை அனுப்பினார்.

"இப்போ தலவலி போயிரிச்சா ராஜா ?"

"பரவால பா "

"சரி வா ", என அவனை அழைத்துக் கொண்டு அவன் பள்ளிக்கூடம் நோக்கிச் சென்றனர்.

"எக்ஸ்க்யூஸ் மீ மேடம் ", எனப் பிரின்சிபால் அறை வாயிலில் நின்று அனுமதி கேட்டான் ராஜன்.

"உன்ன உங்க அப்பாவ கூட்டிட்டு வர சொல்லி தானே அனுப்பினேன்.. வந்துட்டாங்களா ?", எனக் கோபமாகக் கேட்டார்.

"வந்துட்டாங்க மேடம்..", எனத் தன் தந்தையை முன்னால் விட்டு பின்னால் வந்தான்.

"வாங்க ஏகாம்பரம் சார்.. உங்க பையன் என்ன செஞ்சா-ன்னு தெரியுமா ? உங்ககிட்ட ஏதாவது சொன்னானா?", எனக் கோபமாகக் கேட்டார் பிரின்சிபால் மேடம்.

"இல்லைங்க மேடம்.. என்ன பண்ணான் ?"

"உங்க பையனுக்கு ரெகார்ட் எழுதி குடுத்தது யாரு ?", என ஒரு நோட்டை மேஜையில் விரித்தார்.

"என் பொண்ணு தான்.. ஏன் ஏதாவது தப்பா எழுதிட்டாளா ?", என அவர் கேட்டதும் பிரின்சிபால் உண்மை நிலையை ஊகித்துக் கொண்டார்.

"அப்ப இந்த நோட் ல இருக்க கையெழுத்து யாரோடாது ?" என ராஜனிடம் கேட்டார்.

"அது நான் எழுதினேன் மேடம்"

"நீயா எழுதின? சரி இந்தா இங்க ஒரு செண்டென்ஸ் எழுது ", என ஒரு பேனாவை அவனிடம் கொடுத்தார்.

"மேடம்", என ராஜன் தயங்கினான்.

"எழுது டா"

ராஜன் தயங்கித் தயங்கி ஒரு வாக்கியத்தை எழுதினான்.

மூன்றும் மூன்று விதமான கையெழுத்தாக இருத்தது. ஏகாம்பரம் மகனின் முகம் பார்த்துவிட்டு பிரின்சிபால் முகத்தைப் பார்த்தார்.

"உங்க பையன எதுக்கு சார் படிக்க வைக்கறிங்க ? இந்த வருஷம் பன்னி-ரெண்டாவது பாஸ் பண்ணனுமா வேணாமா ?"

"ஏன் மேடம் .. என் பையன் நல்லா படிக்கறான்ல .. போனா தடவை கூட அவந்தானே செகண்ட் ரேங்க் ", ஏகாம்பரம் தன் மகனைத் தலைமை ஆசிரியர் கடிந்துக் கொள்வதை விரும்பாமல், அவனுக்காக தாங்கி பேச ஆரம்பித்தார்.

"ஹோ.. ரேங்க் வாங்கிட்டா போதுமா ? நல்ல பழக்க வழக்கம், ஒழுக்கம், நேர்மை எல்லாம் வேணாங்களா சார்?", தலைமை ஆசிரியரின் கோபத்தின் காரணம் இன்னும் புரியாத பாவனையில் ஏகாம்பரம் அமர்ந்து அவரின் முகத்தையே பார்த்துக் கொண்டு இருந்தார்.

"நீங்க என்ன சொல்ல வரீங்க மேடம்? என் பையன் எந்த தப்பும் பண்ண மாட்டான்.. இந்த நோட் நீங்க எழுத குடுத்த சமயம் இவனுக்கு காய்ச்சல் அதான் அவனோட அக்காவ நான் எழுதி குடுக்க சொன்னேன்.. மத்தபடி அவன் வேலைல அவன் சரியா தான் இருப்பான்"

"என்ன என்ன வேலை பண்றான்னு உங்களுக்கு தெரியுமா சார்?", தலைமை ஆசிரியர் ராஜனை முறைத்தபடி அவன் ஸ்கூல் பேக் எடுத்து டேபிள் மீது வைத்தார்.

"என்ன ராஜா பண்ண?", என ஏகாம்பரம் மகனிடம் மெதுவாகக் கேட்டார்.

"அந்த பேக் தொறந்து பாருங்க சார் உங்களுக்கு புரியும்", எனக் கூறிவிட்டு எழுந்து நின்றார்.

ஏகாம்பரமும் எழுந்து நின்று அவன் ஸ்கூல் பேக் திறந்தார். உள்ளே சிப்ஸ் பாக்கெட், ஊறுகாய் பாக்கெட், அதற்கு கீழ் பீர் பாட்டில் நான்கு இருந்தது. அதற்கும் கீழே சிகரெட் பாக்கெட்டுகள் பத்து இருந்தது. பெயருக்கு கூட ஒரு பேனா, ஒரு நோட் இல்லை.

"என்ன ராஜா இதுலாம்?", ஏகாம்பரம் அதிர்வுடன் கேட்டார்.

"இல்லப்பா.. இதுலாம் எனக்கு இல்ல.. அந்த வர்மன் கடைல வேலை பாக்கற அண்ணனுங்க தான் பா இதுலாம் வாங்கிட்டு வர சொன்னாங்க.. நான் முடியாதுன்னு சொன்னேன் ஆனா அவங்க என் நோட் புக் எல்லாம் எடுத்து வச்சிக்கிட்டாங்க பா", எனக் கண்களில் நீருடன் கூறியதும் ஏகாம்பரம் கோபத்தில் எரியத் தொடங்கினார்.

"அவன் கடை பக்கம் நீ எதுக்கு போற ? அவனுங்க சொன்னா நீ செய்யணுமா? ஓடனே வந்து என்கிட்ட சொல்லணும் ல? நீ ஏன் இத எல்லாம் உன் பைல வச்சி இப்ப இப்படி அவமானப்படணும்? இரு அவன இன்னிக்கி ஒரு வழி பண்ணிடறேன்", என ஏகாம்பரம் அங்கிருந்து நகர்ந்தார்.

"ஒரு நிமிஷம் ஏகாம்பரம் சார்.. உங்க பையன் என்ன சொன்னாலும் அப்படியே நம்பாதீங்க.. அவன் சொல்றது உண்மையா பொய்யா-ன்னு கண்டுபிடிக்கணும்", என தலைமை ஆசிரியர் அவரைத் தடுத்தார்.

"என் பையன் என்கிட்ட பொய் சொல்ல மாட்டான் மேடம்.. இதுக்கு காரணமானவங்கள நான் பாத்து பேசிக்கறேன்.. நீங்க இவன கிளாஸ்க்கு அனுப்பி விடுங்க.. ", எனக் கூறிவிட்டு நேராக வர்மன் சூப்பர் மார்க்கெட் சென்றார்.

அங்கே வேலைச் செய்துக் கொண்டிருந்த ஒருவனைப் பிடித்துக் கன்னத்தில் அறைந்தார்.

"எங்க டா உன் மொதலாளி ? வர சொல்லு டா இங்க.." , எனக் கத்தினார்.

"மொதல்ல அந்த பையன் மேல இருந்து கைய எடுங்க.. நீங்க பாட்டுக்கு வந்து கை நீட்டிட்டு இருக்கீங்க.. என்ன விஷயம்? எதுக்கு அவன அடிச்சீங்க ?", என வட்டி வேகமாக வந்து ஏகாம்பரத்திடம் நின்றான்.

"நீங்க தண்ணி அடிக்கவும், சிகரெட் பிடிக்கவும் என் பையன எதுக்கு டா வாங்கிட்டு வர சொல்றீங்க?", ஆவேசமாகக் கேட்டார்.

"நாங்க ஏன் உங்க பையன வாங்கிட்டு வர சொல்லணும்? இது தொழில் நடக்கற எடம்.. இங்க அப்படி யாரும் நடந்துக்க மாட்டாங்க.. நீங்க தப்பா புரிஞ்சிக்கிட்டு வந்து பிரச்சனை பண்ணிட்டு இருக்கீங்க"

“நான் சரியா தான்டா நடந்துட்டு இருக்கேன். உங்க கடைல வேலை செய்யற பசங்க தான் என் பையன்கிட்ட சாராயம் வாங்கிட்டு வர சொல்லி இருக்காங்க.. அவனோட நோட் புத்தகம் எல்லாம் வாங்கி வச்சிகிட்டு இருக்காங்க”

“என்ன வட்டி என்ன இங்க சத்தம் ?”, எனக் கேட்டபடி வர்மன் அங்கே வந்தான்.

“இவரு பையன்கிட்ட நம்ம பசங்க சாராயம் வாங்கிட்டு வர சொன்னதா சொல்றாரு மச்சான்.. நீயே கேளு அவர “, என வர்மனை முன்னாள் விட்டு நின்றான்.

“நம்ம பசங்க எல்லாம் வேலை நடக்கறப்போ தண்ணி அடிக்க மாட்டாங்க .. அதுவும் ராஜாவீட்டு கன்னுகுட்டிகிட்ட ஏன் வாங்கிட்டு வர சொல்ல போறாங்க? அந்த பெரிய மனுசன நம்ம விடியல் பாருக்கு போய் விசாரிக்க சொல்லு”, என நக்கலாகப் பார்த்தபடிக் கூறினான்.

“நான் ஏண்டா அங்க போகணும்? என் பையன பத்தி எனக்கு தெரியும்.. ஒழுங்கா என் பையன் கிட்ட மன்னிப்பு கேட்டுட்டு அவன் பொருள திருப்பி குடுக்க சொல்லு”, ஏகாம்பரம் வெறுப்புடன் கூறினார்.

“இங்க யாரும் உங்க பையன எதுவும் வாங்கிட்டு வர சொல்லல.. அப்படிபட்ட பசங்கள நானும் கடைல வச்சிக்கறது இல்ல.. இங்க இருந்து நீங்களா போனா நல்லது ..”, வர்மனும் நேருக்கு நேர் நின்று பதில் கொடுத்தான்.

“உனக்கு இப்போ நேரம் நல்லா இருக்குன்னு ஆடற.. சீக்கிரமே உன்ன இந்த இடத்த காலி பண்ண வைக்கறேன் டா “, ஏகாம்பரம் வன்மம் பொங்கக் கூறி-விட்டுச் சென்றார்.

“மாப்ள .. இந்த ஆள இதுக்கு மேல விட்டு வைக்கலாமா என்ன ?”, வர்மன் வேஷ்டியை மடித்துக் கட்டியபடிக் கேட்டான்.

“நம்ம விட்டாலும் அந்த கன்னுகுட்டி விடாது மச்சான்.. இந்தா வந்து இருக்கு பாருங்க படம்”, என்று தனது போனில் ராஜன் பாரில் தனது புத்தகங்களை வைத்து பீர் வாங்கிய காட்சி ஓடிக் கொண்டு இருந்தது.

“சூப்பர் மாப்ள.. இது தான் இன்னிக்கி நம்ம ஊரு ஹாட் டாபிக்”, எனக் கூறிவிட்டு, வினிதாவின் எண்ணிற்கு அனுப்பினான்.

“மச்சான்.. நம்ம பண்றது சரியா ?”, என வட்டி சந்தேகத்துடன் கேட்டான்.

“எல்லாம் சரி தான் மாப்ள.. அவ வந்து இன்னும் ஒரு மாசத்துல இந்த கடைய தொறப்பா.. தொறக்க வைக்கறேன்.. நீ வேலைய கவனி..”, எனக் கூறி-விட்டு தோப்பிற்குச் சென்றான்.

வினிதா வர்மன் அனுப்பிய வீடியோவை நங்கையிடம் காட்ட அவள் அதிர்ந்து அமர்ந்து விட்டாள்.

“என்ன டி இவன் இப்பிடி பண்ணிட்டான் ? “, வினிதா அதிர்ச்சியுடன் கேட்டாள்.

“எல்லாம் என் அப்பா அம்மாவ சொல்லணும் வினி.. என்ன ஏது ன்னு ஒரு வார்த்தை கேக்காம பணத்தை குடுத்து பைக் குடுத்து வழி அனுப்பி வைப்பாங்க.. அதுக்கான பரிசு இது ..”, என விரக்தியுடன் கூறிவிட்டு மேஜையில் தலை கவிழ்ந்து படுத்து கொண்டாள்.

“இது எல்லாருக்குமா போய் இருக்கும் ?”,வினிதா சந்தேகத்துடன் கேட்டாள்.

“உனக்கு அனுப்பினவன் கிட்டயே கேளு .. “

“ஹலோ.. அண்ணே .. நான் வினிதா பேசறேன்.. என்ன அண்ணே இது ? இது எல்லாருக்குமா போய் இருக்கு ?”

“யாருக்கு எல்லாம் போய் இருக்குன்னு நான் கணக்கெடுப்பா எடுக்கறேன் ? எனக்கு வந்துச்சி.. அதான் உன் உயிர் சினேகிதி பாக்கட்டும்-ன்னு உனக்கு அனுப்பி விட்டேன்.. எப்டி இருக்கு படம் ?”

“வர்மா .. நீ அதிகமா பேசற.. உங்கள மாதிரியான ஆளுங்களுக்கு வாழ்க்கையும் புரியாது, மனசும் புரியாது.. அவன் கெட்டதுக்கு காரணம் என் அப்பா அம்மா தான். ஆனா நீ இப்போ பண்ணிக்கிட்டு இருக்க காரியம் எல்லாம் எதுவும் நடக்காது.. உனக்கு முறை பொண்ணு-ன்னு ஒருத்தி இருக்காள்ள அவள கட்டிக்கிட்டு எப்டியோ போய் தொல.. என்னய இம்சை பண்ணாத...“, வினிதாவிடம் இருந்து ஃபோன் வாங்கிப் பேசினாள் நங்கை.

“அது எப்டி அப்டி விடமுடியும் தமிழு ? நீ அன்னிக்கி பேசினது என்னைய ரொம்பவே குத்திரிச்சி.. உனக்கு தாலி கட்டாம நான் அமைதி ஆகமாட்டேன்”

“அது எப்பவும் நடக்காது.. அப்டி நடக்கற சூழ்நிலை வந்தா நானே என்னைய கொன்னுக்குவேன்”

“அதுலாம் நடக்க விடமாட்டேன் தமிழு.. இப்போ கூட உன் வாய்ல மன்னிப்பு-ன்னு ஒரு வார்த்தை வரல பாரு “, வர்மன் அவளைச் சீண்டும் விதமாகப் பேசினான்.

“நான் மன்னிப்பு கேட்டா மட்டும் நீ எல்லாத்தாயும் விட்டுறுவியா வர்மா ?”

“உன்கிட்ட பிடிச்சது இந்த திமிரு தான் டி.. ஏகாம்பரம் பொண்ணா இருந்து கூட நீ நிமுந்து நிக்கற பாரு அதான்.. அந்த திமிர நான் அடக்கி காட்டறேன் டி”, வர்மன் சிரிப்புடன் கூறினான்.

“உன்னால முடிஞ்சத பண்ணிக்க வர்மா.. என் அப்பா உனக்கு எக்காரணம் கொண்டும் என்னைய உனக்கு கட்டி குடுக்க மாட்டாரு”

“ஹாஹாஹாஹா .. ஹோ அந்த தைரியத்துல தான் நீ இருக்கியா? இரு அதையும் சிதைக்கறேன் டி என் முத்த தமிழு “

“ச்சி.. ஒழுங்கா என் பேர சொல்லு.. பொறுக்கி “, என மீண்டும் திட்டினாள்.

“இந்த பொறுக்கி உன்ன என்ன பண்ண போறேன்னு நீயும் பாரு டி“, எனக் கூறிவிட்டு ஃபோனை வைத்தான்.

“ச்சே .. இவன் எல்லாம் என்ன சொன்னாலும் கேக்க மாட்டான் வினி.. தலகணம் டன் கணக்குல இருக்கு.. இவன்கிட்ட இந்த வீடியோ சிக்கி நாற போகுது என் குடும்பமானம்.. அந்த ராஜன் எரும மாட்ட சொல்லணும் என் அப்பா அம்மாவ சொல்லணும்.. கருமம் கருமம்.. எல்லாம் என் உயிர வாங்கரத்-துக்குன்னே வந்து இருக்குங்க ..”

“நங்க.. நம்ம ஒரு தடவ அந்த ஆச்சிய பாத்து பேசி தான் பாக்கலாமே”, வினிதா மீண்டும் கூறினாள்.

“என்னமோ பண்ணு .. இந்த வீடியோ பாத்தா அந்த ஆச்சி அவன நிறுத்த வாய்ப்பு இருக்கு.. “

“ஆனா உன்ன பாத்தா அது சொல்லுமா ?”

“ஏன் என் மூஞ்சில மகாராணி கலையா கொட்டி கெடக்கு ? “, நங்கை எரிச்சலுடன் கேட்டாள்.

“இல்ல டி .. யாருக்கும் அடங்காத வர்மாண்ணே உனக்கு அடங்குது.. உன் பேச்ச எல்லாம் கேட்டுட்டு அமைதியா இருக்கு”

“என்னை கொலைக்காரி ஆக்காத வினி.. காலைல தானே ஒருத்தி வந்து எல்லாம் சொல்லிட்டு போனா.. அவன் என்னைய சாவடிக்கறதுக்குன்னே பொறந்து வந்து இருக்கான்.. இவங்க நடுவுல சிக்கி சீரழியறது நான் தானே..”

அங்கே வர்மன் தனக்குத் தானே பேசிச் சிரித்துக் கொண்டு இருந்தான்..

12

"என்ன மாப்ள தனியா ஒக்காந்து சிரிச்சிட்டு இருக்கீங்க?", எனக் கேட்டபடி செங்கல்வராயன் அங்கே வந்தார்.

"உங்கள பாக்கலாம்ன்னு வீட்டுக்கு வந்தேன் நீங்க முக்கியமான வேலையா வெளிய போனதா சொன்னாங்க", என அவரை அளந்தபடிப் பேசினான் வர்மன்.

"என்ன விஷயம் மாப்ள? ஓ .. அந்த ஏகாம்பரம் பொண்ண என் பொண்ணு போய் பாத்து பேசினது பத்தி பேச வந்தீங்களா?", என அவரே நேரடியாக விஷ-யத்திற்கு வந்தார்.

"தேவை இல்லாத விஷயத்துல எதுக்கு நீங்க நுழையறீங்க மாமா?"

"எனக்கு தேவை இருக்கு மாப்ள.. என் பொண்ண நீங்க கட்டிக்கணும்ன்னு நானும் தான் கண்டவனுக்கு எல்லாம் பணத்த எரச்சிட்டு இருக்கேன்.. "

"நீங்க எதுக்கு உங்க பணத்த எரைக்கணும் ? உங்க வேலைய மட்டும் பாத்தா நல்லது மாமா"

"மாப்ள .. உங்க தாத்தா உங்கப்பான்னு எல்லார்கிட்டயும் நான் உறவாடி இருக்கேன்.. நீங்க அப்புடியே எங்க மாமா அதான் உங்க தாத்தாவ உறிச்சி வச்சி இருக்கீங்க.. குணத்துலையும், உருவத்துலையும் .. எனக்கு அது ரொம்ப வசதி பாருங்க.. என் பொண்ண எப்ப வேணா கட்டிகோங்க.. ஆனா அவள தவிர யாரையும் நீங்க கட்ட நான் விடமாட்டேன் ..", எனச் சிரித்தபடிப் பேசும் செங்கல்-வராயனை தூக்கிப் போட்டு மிதிக்க எழுந்த ஆவலைக் கட்டுப்படுத்திக்கொண்டு வர்மன் நின்றான்.

"நான் முடியாதுன்னு சொன்னா ?", வர்மன் மர்மமாகப் புன்னகைத்தபடிக் கேட்டான்.

"நமக்கு கோழி கழுத்த அறுக்கறதும், பொண்ணு கழுத்த அறுக்கறதும் புதுசு இல்ல மாப்ள.. உங்க ஆச்சிகிட்ட சொல்லி வைங்க.. என்னிக்கி இருந்தாலும் என் பொண்ணு தான் அவங்க வீட்டு மகாராணி-ன்னு ", எனக் கூறிவிட்டுச் சிரித்தபடி எழுந்துச் சென்றார் செங்கல்வராயன்.

“சரியான கேடியா தான் இருக்கான்.. இவனுக்கு ஒரு முடிவு கட்டணும் மொதல்ல”, என நினைத்தபடி வர்மன் தோப்பில் புதிதாகத் தயாராகும் தொழிற்சாலை நோக்கி நடந்தான்.

சிறிதுசிறிதாக நான்கு குடிசைகள் ஒரு பக்கமும், மொத்த கொள்முதல் பொருட்கள் வைக்க தகரம் போட்ட கூரை ஒரு பக்கமும், ஹாலோ பிரிக்ஸ் வைத்து கட்டிய கட்டிடம் ஒரு பக்கம் என “ப” வடிவில் இருந்த சிறிய தொழிற்சாலைகுள் நுழைந்து அனைத்தும் பார்வையிட்டபடி நடந்தான். நேரமும் இரவை நெருங்கியது.

“மச்சான் .. மச்சான் ..”

“என்ன மாப்ள ?”

“அந்த ஏகாம்பரம் பணத்த பொரட்டி குடுத்துட்டு இருக்கான்”

“ம்ம்”

“மத்தவனுங்க யாரும் வாய தொறக்க முடியாதபடி யாரோ என்னமோ செஞ்சி இருக்காங்க”

“செங்கல்வராயன் தான் மாப்ள.. அந்த ஆளு என்ன பண்றான் ஏது பண்றான்னு டப்பா கவனி .. நாமளும் நல்லா கவனிக்க வசதியா இருக்கும்”, என வர்மன் மீசையை முறுக்கிவிட்டபடிக் கூறினான்.

“சரி மச்சான்.. அந்த ஆளும் நம்ம இரத்தினமும் சேர்ந்து தான் சுத்திக்கிட்டு இருக்காங்க.. ஏகாம்பரத்த தூண்டி விட சரியான ஆள தான் உங்க மாமா பிடிச்சி இருக்காரு. அவன் மூலமா தான் இப்போ ஏகாம்பரத்துக்கும் உங்க மாமாவுக்கும் வரவு செலவு போயிக்கிட்டு இருக்கு”, தன் காதுக்கு வந்ததை வர்மனின் காதிலும் போட்டு வைத்தான்.

“ஏன் மாப்ள .. அந்த மேலூர்கார பசங்க என்ன சம்பவம் பண்ண வந்தாங்கல்ல .. அவங்களுக்கும் இந்த இரத்தினத்துக்கும் என்ன சம்பந்தம்?”, வர்மன் யோசனையுடன் கேட்டான்.

“அது தெர்ல மச்சான் .. விசாரிச்சிக்கலாம்.. இன்னொரு விஷயம்”, என வட்டி தயங்கி நின்றான்.

“என்ன மாப்ள ?”

“ஆச்சி உனக்கு பொண்ணு தேட ஆரம்பிக்க ஜோசியம் பாக்க போகணுமாம்.. “, எனக் கூறிவிட்டு நான்கு அடித் தள்ளி நின்றான்.

“நீயும் தானே போற ?”

“நீ வேணாம்ன்னு சொன்னா போகல மச்சான் .. “, முழியை உருட்டியபடிக் கூறினான்.

“என்ன மாப்ள வட்டி .. முழி எல்லாம் ஒரு தினுஷா இருக்கு .. வேற என்ன உள் அர்த்தம் இருக்கு ?”

“சொல்றதா வேணாமா-ன்னு தெர்ல .. அந்த பொண்ணு நம்ம ஆச்சிய பாக்க வருது “, எனத் தயங்கியபடிக் கூறினான்.

“எந்த பொண்ணு ?”

“அதான் மச்சான் அந்த பொண்ணு”, என லேசாகச் சிரித்தபடிக் கூறினான்.

“யாரு இளவேணியா ? அத ஆச்சி வீட்டுகுள்ள விடாதே மாப்ள”

“சரி தான்.. உங்க நெனப்பு எல்லாம் அந்த இளவேணி மேல தான் இருக்கா ? நான் தமிழ் தங்கச்சிகிட்ட சொல்லிடறேன்.. நீ நிம்மதியா இரு ஆத்தா .. எங்க ஆளு கவனம் வேற பக்கம் திரும்பிரிச்சின்னு”, எனக் கூறிவிட்டுத் திரும்பி நடக்க ஆரம்பித்தான்.

“டேய் மாப்ள .. வட்டி .. இரு டா “, என ஓடி வந்து வட்டியை நிறுத்தினான் வர்மன்.

“என்ன ? அதான் நீங்க அந்த தாவணி புள்ளைய நினைக்க ஆரம்பிச்சிட்-டீங்க-ல்ல அப்பறம் என்ன? ஆச்சிகிட்ட கூட ஜோசியக்காரன பாக்க வேணாம்-ன்னு சொல்லிடறேன் “, என வட்டி வம்பு செய்தான்.

“டேய் நில்லு டா.. நம்ம அந்த செங்கல் பத்தி தானே டா பேசிட்டு இருந்-தோம் .. நீ திடீர்னு பொண்ணு வருது-ன்னு சொன்னா நான் என்ன டா நெனப்-பேன் ? தமிழு நம்ம ஆச்சிய பாக்க வருதா ? எதுக்கு ? நம்ம ஆச்சிய அவளுக்கு எப்படி தெரியும்? எதுவும் நமக்கு தூரத்து சொந்தமா ? இல்லயே .. இருந்தா நமக்கு முன்னயே தெரிஞ்சி இருக்குமே.. என்ன விஷயமாம்?”, என வரிசையா கேள்வி மேல் கேள்விகள் அடுக்கினான்.

“எம்மாடி .. எவ்ளோ கேள்வி? மச்சான்.. நான் கூட இந்த அளவுக்கு நீ மாறுவன்னு எதிர்பக்கல மச்சான்.. என் தங்கச்சி நெனப்பு அந்த அளவுக்கு உங்கள மாத்தி இருக்கா?”, என வட்டி ஆச்சரியம் கலந்த சந்தோஷத்துடன் கேட்-டான்.

“நான் என்ன ஆடா இருந்தனா ? மாடா இருந்தனா? இப்ப மனுஷனா மாறு-றதுக்கு? நீ விஷயத்த சொல்லு டா..”, என அவசரப்படுத்தினான்.

“நீ பண்ணிக்கிட்டு இருக்க வேலைய போட்டு குடுக்க வருது மச்சான்.. அத நீ கட்ட முடியாம என்ன பண்ண முடியுமோ அத பண்ணலாம்-ன்னு வருது”, மாலையில் ஆச்சிக்கு வினிதா அழைத்தது முதல் ஆச்சி கூறியது வரை ஒப்பித்து முடித்தான்.

“இந்த அளவுக்கு தைரியம் இருக்க அவளுக்கு? வரட்டும் அப்படி என்ன பேசரான்னு நாமளும் கேப்போம்”, எனக் கண்ணடித்துக் கூறினான்.

ஏனோ இன்று அவளிடம் பேசியதில் இருந்து அவனுக்குள் உற்சாகம் கரைபு-ரண்டு ஓடிக் கொண்டிருக்கிறது.

அடுத்த நாள் காலை வினிதாவும், நங்கையும் நீலா ஆச்சியைக் காண கல்-லூரியில் விடுப்பு எடுத்துக் கொண்டு கிழக்குபுரி செல்லும் பேருந்தில் ஏறினர்.

“நங்க .. நேத்து உங்க வீட்ல என்ன நடந்துச்சி ? உன் தம்பி படம் பாத்து என்ன ரியாக்சன் ?”

“எல்லாம் தலைகீழ் ஆக்ஷுன் தான் வினி.. வழக்கம் போல வீட்ல கதை சொல்லி அவன் தப்பிச்சிட்டான்”

“எப்டி டி அவன உங்க வீட்ல இன்னும் நம்பறாங்க?”

“எங்க வீட்ல மட்டுமா ? எல்லார் வீட்லையும் இந்த ஆம்பள பசங்க மட்டும் தானே உசத்தி.. அவங்கள யாராவது விட்டு குடுப்பாங்களா ? எவ்ளோ தப்பு அவங்க பண்ணாலும் மொத அவங்கள காப்பாத்தறது அம்மாங்க தான்.. அவங்கள வளத்தரதே நீ யாருக்கும் அடங்கி போக கூடாது. நீ ஆம்பள அதனால் என்ன வேணா பண்ணலாம்.. இப்படி தானே சொல்லித்தராங்க.. “

“ஆமா நங்க .. நான் கூட யோசிப்பேன் ஏன் நம்மல மட்டும் இவங்க அடக்கி அடக்கி வளத்தராங்க ? ஏன் நமக்குன்னு யாரும் இல்லைன்னு ..”

“இவ்ளோ ஏன் வினி.. வீட்ல சண்டைன்னு வந்தா மொத நம்மல தான் வீட்ட விட்டு வெளிய போ-ன்னு சொல்வாங்க.. அப்பா அம்மா நடுவுல சண்டை வந்தா கூட எனக்கு என் பையன் போதும் நீயும் உன் பொண்ணும் வெளிய போங்க-ன்னு ஒரு செகண்ட்ல சொல்ற ஆம்பளைங்க தான் இங்க அதிகம்.. அதுவும் நம்ம ஊர்ல சொல்லவே வேணாம்”

“ஏன் நங்க நமக்கு நிலையா வீடு-ன்னு ஒண்ணு இல்லாம போச்சி ?”

“தெர்ல வினி.. ஆனா நான் சம்பாதிச்சி எனக்கு-ன்னு ஒரு வீட்ட தான் வாங்க போறேன்.. அங்க இருக்கற யாரும் சண்டை வந்தா என்னை வெளிய போ-ன்னு சொல்ல முடியாது “, என்ற அவள் வார்த்தையின் வலி வினிதா மட்-டுமின்றி அருகில் அமர்ந்து இருந்த சில பெண்களையும் திரும்பிப் பார்க்க வைத்-தது.

“கண்டிப்பா நங்க.. நீ சம்பாதிச்சி நல்ல தோட்டம் வச்ச வீட்ட வாங்கு.. நான் கூட என் புருஷன் கிட்ட சண்டை போட்டா உன் வீட்ல வந்து தங்கிக்கறேன்.. பொறந்த வீட்ல அண்ணா தம்பிங்க எல்லாம் ரெண்டு நாளைக்கு மேல சோறு போடமாட்டேன் வெளிய போ-ன்னு தான் சொல்வாங்க”, எனச் சிரித்தபடிக் கூறி-னாள்.

“என்ன சமுதாயமோ இது? ஒரு புள்ளைய பெத்து வளத்து ஆளாக்கி வீட்ட உருவாக்கி, அத உயிர்ப்போட வச்சி இருக்க பொம்பளைய தான் எல்லாரும்

நிலையா ஒரு வீடு இல்லாம அலைய வைக்கறாங்க.. ஒரு நிழலுக்கு அவ குடுக்-கறது அவளோட மொத்த ஒடம்பும் உசுரும் .. ஆனா இது எத்தன பேருக்கு புரியும் ?”

“ஒரு பொம்பள வாழ்க்கை கல்யாணம் பண்ணி ஒரு கொழந்தைய பெத்துட்டா முடிஞ்சதுல .. அவளுக்குன்னு எந்த கனவு, லட்சியம்ன்னு எதுவும் வச்சிக்க கூடாது.. ஆனா இன்னிக்கி கொஞ்சம் பொறந்த வீட்ல புரிஞ்சிக்க ஆரம்பிச்சி இருக்காங்கல்ல வேற ஊரு பக்கமெல்லாம் ..”

“எங்க புரிஞ்சிக்கிட்டாங்க? எல்லாம் சும்மா தான் வினி.. நம்ம கூட மொத வருஷம் படிச்சாலே அந்த மணிமேகல.. அவள கல்யாணம் செஞ்சிட்டு படி-ன்னு தானே சொன்னாங்க .. கல்யாணம் பண்ண ஒடனே கொழந்த வந்துரிச்சி .. அவளோ தான்.. இப்பவே அவளுக்கு ரெண்டு புள்ளைங்க வந்துரிச்சி.. பொண்ணு வீட்லயும் அவ படிப்ப பத்தி கண்டுக்கல, பையன் வீட்லயும் கண்டுக்கல.. எல்லாம் ஆடு தலை ஆற்ற வரைக்கும் தான் அத்தன கவனிப்பு உபசரிப்பு எல்லாம்.. ஒரு தடவ தலைய ஆட்டிட்டா அவ்வளவு தான்.. ஏதோ எங்கயோ ஒண்ணு ரெண்டு வீட்ல படிக்க வைக்கறாங்க”

“இப்படி இருந்தா எப்படி இந்தியா வல்லரசு ஆகும் ?”

“ஹாஹாஹாஹா .. காமெடி பண்ணாத வினி.. இந்தியா வல்லரசு ஆகணும்னா மொத எல்லாருக்கும் சுய சம்பாத்தியம் இருக்கணும். பொண்ணு பையன்-ன்னு எந்த வேறுபாடும் இல்லாத கண்ணோட்டம் இருக்கணும்.. ஒவ்-வொரு தனி மனுஷனோட சுயசம்பாத்தியம்ல இருந்து பல விஷயம் மனோ ரீதி-லையும், சமுதாய ரீதிலையும் முற்போக்கு சிந்தனை, தொலைநோக்கு பார்வை, சுய கட்டுபாடு, சுயமரியாதை இதுலாம் எப்போ சகஜமா பார்க்கப்படுதோ அப்போ தான் வல்லரசு பத்தி யோசிக்க முடியும்.. ஆயுத சேகரிப்பு, அதுல அட்வான்ஸ்டு டெக் இருந்தா மட்டும் வல்லரசு ஆகிடாது..”

“போதும் டி .. எனக்கு தூக்கம் வருது.. ஆனா நீ சொல்றதும் யோசிக்க வேண்டிய விஷயம் தான் நங்க.. இங்க பெண்களுக்கு சுயமரியாதை இருந்தா கொலை குத்தம் பண்ண கணக்கா இல்ல பாக்கறாங்க பேசறாங்க .. “

“இந்த சமுதாயம் பெண்களுக்கு அதுலாம் இருக்க கூடாதுன்னு நினைச்சி அதுலயே ஊறி இருக்கு”

“அப்ப இந்த சமுதாய அமைப்பு தான் காரணமா ?”

“இந்த சமுதாய கட்டமைப்புல இருக்க தப்பான புரிதல் , மூட நம்பிக்கை தான் காரணம் வினி.. நம்ம நாட்ல இருக்க இந்த குடும்ப அமைப்புனால தான் நம்ம நாடு இன்னிக்கி வரை ஓரளவு உருப்படியா இருக்கு.. ஆனா சுதந்திரம் கிடைக்-கறதுக்கு முன்ன நம்ம பெண்கள காப்பாத்த ஏற்பட்ட சில கட்டுப்பாடுகள இன்-னிக்கும் கடைப்பிடிக்கறது முட்டாள் தனம். இதுல ஆணாதிக்கம் செய்ய நினைச்-

சவங்க அவங்க இஷ்டத்துக்கு இன்னும் பல விதிமுறைகள், ஸம்ப்ரதாயம்-ன்னு கதை கட்டிக்கிட்டாங்க.. பெரும்பாலான ஆட்கள் பெண்களை போக பொருளா மட்டுமே பார்த்தாங்க.. பொண்ணுங்க கேள்வி கேட்டா அவங்க சுகத்துக்கு ஆபத்-துன்னு வீட்டுக்குள்ளயே அடிமை படுத்தினாங்க.. அதுவே கடந்த இருநூறு வரு-ஷத்துக்கு மேல தொடர்ந்துட்டு இருக்கறது தான் இப்போ பிரச்சனை.. "

"போதும் நங்க .. இதுக்கு மேல என்னால இந்த விளக்கம் கேக்க முடியாது.. வா கோவில் வந்துரிச்சி.. போய் மொத உன்ன காப்பாத்தலாம் அப்பறம் நம்ம ஊரு பொண்ணுங்கள காப்பாத்தலாம்.. ", என வினிதா கூறிவிட்டு நங்கையை அழைத்துக் கொண்டு கோவில் நோக்கி நடந்தாள்.

அது ஒரு பழமையான சிவன் கோவில். பல நூறு நூற்றாண்டுகள் முன்பு அந்த பகுதியை ஆண்ட ஒரு மன்னன் அவரின் மனைவியின் விருப்பத்திற்கு இணங்க இதைக் கட்டியதாக வரலாறு உண்டு.

"வினி .. உனக்கு அந்த ஆச்சிய தெரியுமா ?", நங்கை பிரகாரத்தைச் சுற்றி வந்தபடிக் கேட்டாள்.

"இல்ல நங்க.. சின்ன வயசுல பாத்த ஞாபகம்.. "

"அப்பறம் எப்படி டி யாருன்னு தெறிஞ்சிக்கறது ?", நங்கை கடிந்துக் கொண்-டாள்.

"யார தெறிஞ்சிக்கணும் கண்ணு ?", எனக் கேட்டபடி நீலாயதாட்சி ஆச்சி அவர்கள் அருகில் வந்தார்.

"நீங்க ?", நங்கை தயக்கத்துடன் அவரைப் பார்த்தாள்.

"நான் தான் கண்ணு உன்ன பாக்கணும்-ன்னு சொன்னது.. வா என் அப்பன பாத்துட்டு பேசலாம் ", எனக் கோவில் உள்ளே நுழைந்தார்.

"இல்ல பாட்டி", என இருவரும் தயங்கினர்.

"கோபுர வாசல் உள்ளார வந்துட்டு என் அப்பன பாக்கலன்னா, என் அப்-பனுக்கு மனசு வலிக்கும்ல கண்ணு.. வா வந்து பாத்துட்டு அப்பறம் பொறுமையா பேசிக்கலாம்", என இருவரையும் கையைப் பிடித்து அழைத்துச் சென்றார் ஆச்சி.

"வாங்க பெரியம்மா .. யார் பேருக்கு அர்ச்சனை? வழக்கம் போலவா ?", என பூசாரி சிரிப்புடன் கேட்டார்.

"ஆமா பூசாரி.. இதோ நிக்குது பாரு என் பேத்திங்க ரெண்டு பேரு பேருக்கும் பண்ணிடுங்க..", என வர்மன் பெயர் சொல்லி அடுத்து நங்கை பெயர் அவளது ராசி நட்சத்திரம் முதற்கொண்டுக் கூறி அர்ச்சனை செய்ய வைத்தார்.

வினிதாவும், நங்கையும் ஆச்சியை அதிர்ச்சியுடன் பார்த்துக்கொண்டு இருந்-தனர்.

13

வர்மன் பெயர் கூறி அடுத்து நங்கையின் பெயர் கூறியதும் தோழிகள் இருவரும் அதிர்ந்துப் பார்த்தனர்.

"யாரு பெரியம்மா உங்க சொந்தமா ?", என பூசாரி அர்ச்சனைத் தட்டைக் கொடுத்தபடிக் கேட்டார்.

"ஆமா பூசாரி .. நம்ம வர்மனுக்கு பாத்து இருக்க பொண்ணு தான் இது", என ஆச்சி கூறியதும் வினிதா திருதிருவென விழிக்க நங்கை ஆச்சியை முறைத்-துக்கொண்டு இருந்தாள்.

"அப்படியா .. ரொம்ப சந்தோஷம்.. பொண்ணு ரொம்ப அழகா இருக்கா.. நம்ம குடும்பத்துக்கு ஏத்த பொண்ணா தான் தெரியுது.. எப்போ கல்யாணம் வைக்க போறீங்க?"

"பொண்ணு படிக்கறா .. படிப்பு முடிஞ்சி தான் வைக்கணும்-ன்னு இருக்கேன்.. வரேன் பூசாரி", என ஆச்சி கூறிவிட்டு உள் பிரகாரம் சுற்றி விட்டு வெளி பிர-காரம் சுற்ற ஆரம்பித்தார்.

பூசாரியிடம் அப்படி கூறியதும் நங்கை வெளியே வந்து அசரமர விநாயகர் இருந்த திட்டில் அமர்ந்துக் கொண்டாள்.

அவள் சொல்ல வந்த விஷயத்திற்கு எதிர்பதமாக ஆச்சி உள்ளே நடந்து கொண்டது நங்கையை மிகவும் கோபப்படுத்தி இருந்தது. எது நடக்க கூடாது என்று அவள் வந்தாளோ அதற்கு இறைவனிடம் அச்சாரம் போட்டது போல அவர்கள் இருவரின் பெயருக்கு ஒன்றாக அர்ச்சனை நடந்து விட்டது.

வினிதாவும் நடப்பது புரிந்தும் புரியாமல் பதற்றமாக நின்றுக் கொண்டு இருந்-தாள்.

ஆச்சி பொறுமையாக எல்லா சாமியையும் கும்பிட்டுவிட்டு இவர்கள் இருக்கும் இடத்திற்கு வந்தார்.

"ஏன்டி இங்க வந்து இவருக்கு காவல் காத்துட்டு இருக்கீங்க? மத்த சாமி எல்லாம் கும்பிட்டு வரவேண்டியது தானே ?", என விநாயகருக்கு ஒரு கும்பிடு போட்டுவிட்டு பேச ஆரம்பித்தார்.

"அவரோட நாங்களும் சந்நியாசம் போகலாம்னு தான்", நங்கை வெடுக்கென பதில் கூறினாள்.

"அவரு சந்நியாசின்னு யாரு சொன்னது? அவருக்கு ரெண்டு பொண்டாட்டி இருக்கு .. ", என ஆச்சியும் வெடுக்கென பதில் கொடுத்தார்.

இவர்கள் இருவரும் பேசும் விதம் கண்டு வினிதா தான் மனதிற்குள் நொந்துக் கொண்டு இருந்தாள்.

"இது எல்லாத்துக்கும் மேல பெரிய வில்லியா இருக்கும் போலவே .. நான் தானே இத பாத்து பேசி வர்மண்ணே கிட்ட பேச வைக்கலாம்-ன்னு சொன்னேன்.. போச்சி ..நங்க என்னைய சாவடிக்க போறா .. நினைச்சேன் இன்னிக்கி அந்த விளங்காதவன் ஃபோன்-ல நாள் விடியரப்போவே ஏதாவது வில்லங்கம் விடியும்-ன்னு. ஆனா அது என் வாயா இருக்கும்ன்னு எனக்கு தெரியலியே ..", இப்படி-யாக வினிதா மனதிற்குள் புலம்பிக்கொண்டு இருந்தாள்.

"அவருக்கு எத்தன பொண்டாட்டி வேணா இருந்துட்டு போகட்டும் நான் உங்க பேரனுக்கு பொண்டாட்டி ஆகமாட்டேன் "

"ஹாஹாஹா .. இப்போ தெரியுது .. ஏன் என் பேரனுக்கு உன்ன பிடிச்ச-துன்னு .. ", என ஆச்சி சிரித்து அவளைக் கடுப்பு ஏற்றிக் கொண்டு இருந்தார்.

"உங்க பேரனுக்கு என்னைய பிடிச்சா என்ன பிடிக்கலன்னா என்ன? ஏற்-கனவே உங்க பேரன் அளவுக்கு மீறி போயிக்கிட்டு இருக்கான். எனக்கு இருக்கற ஆயிரம் பிரச்சனை போதும்.. இவன் பண்ற பிரச்சனைல என் வாழ்க்கை போயி-டும் போல.. உங்க பேரன்கிட்ட சொல்லி என் விஷயத்துல இனிமே நுழைய கூடாதுன்னு சொல்லுங்க.. எனக்கு உங்க பேரன சுத்தமா பிடிக்காது", நங்கை பட்டாசாக வெடித்துக் கொண்டு இருந்தாள்.

"எனக்கு உன்ன பிடிச்சி இருக்கு கண்ணு.. நீ மட்டும் வீட்டுக்கு வந்தா போதும் .. சண்டியர் கணக்கா சுத்தறவன பொட்டி பாம்பா அடக்கிடலாம்", என ஆச்சி அவள் தாடையைப் பிடித்துப் பேசினார்.

"பொட்டி-ல அடைக்க பாம்பாட்டிய கூப்பிடுங்க .. என்னைய விற்றுங்க .."

"உங்க அப்பா கிட்ட நான் பேசறேன் கண்ணு.. "

"அய்யோ பாட்டி.. நான் சொல்றது உங்களுக்கு புரியுதா இல்லையா? ஏன் இப்படி என்னை இம்சை பண்றீங்க? உங்களுக்கு மட்டும் விருப்பம் இருந்தா போதுமா ? எனக்கு மனசு இல்லயா ? அதுல விருப்பு வெறுப்பு இருக்காதா? அவன் தான் ஆம்பள அவன் இஷ்டத்துக்கு இருக்கான். உங்களுக்கு கூடவா புரியல ?"

"நங்க", என வினிதா சத்தம் கொடுக்கவும் நங்கை சுற்றும் முற்றும் பார்த்துக் குரலைத் தழைத்துப் பேச ஆரம்பித்தாள்.

“இப்போ சொன்னியே அவன் ஆம்பள-ன்னு .. அந்த திமிர நீ அடக்க-ணும்னா அவன கட்டிக்க.. அவன் ஆம்பள திமிர மட்டும் இல்ல சுத்து பட்டு ஊர்ல இருக்க அத்தனை ஆம்பள ஆணவத்தையும் அடக்கிறலாம்.. உனக்கு துணையா நான் இருப்பேன்.. அதுக்கு நீ அமைதியா யோசி.. உனக்கு அவன பிடிக்குதா இல்லையா-ன்னு நான் கேக்கல.. இன்னிக்கி உனக்கு விருப்பம் இல்-லாத விஷயத்த செய்யறான், நாளைக்கு நீ விரும்பர விஷயத்த செஞ்சா உன் மனசு மாறலாம்.. உன் பிரச்சன, அவன் குணம், உன் குணம், உன் பொறந்த வீட்டு ஆளுங்க, இது எல்லாத்தையும் ஒரு பக்கம் வச்சிட்டு, அவன கட்-டிக்கற சூழ்நிலை வந்தா நீ சரின்னு சொல்வியா மாட்டேன்-ன்னு சொல்வியா-ன்னு யோசி.. உன் அப்பன் இவன தான் கட்டணும்ன்னு சொன்னா உன்னால மறுத்து எதிர்க்க முடியுமா? “

நங்கை ஆச்சி பேசுவதையே கவனித்துக் கொண்டு இருந்தாள்.

“அவனுக்கு பொண்டாட்டியா நீ வந்தா உனக்கு எல்லா உரிமையும் கிடைக்-கும். பஸ்-ல வரப்போ சொல்லிட்டு வந்தியே சுயமரியாதை, பொண்ணுங்களுக்கு நிலையான வீடு, இன்னும் என்ன என்னவோ.. அதுலாம் என்னன்னு உனக்கு நான் காட்டறேன்.. நான் உன்ன கட்டாயப்படுத்தல, ஆனா என் பேரன் உன்ன கட்டாயப்படுத்தி உன் கழுத்துல தாலி கட்டுவான். அதுக்கு நீ உன் மனச தயார் படுத்திக்க..”, எனக் கூறிவிட்டு எழுந்து நடந்தார்.

“பொம்பள நினைச்சா ஆக்கவும் முடியும் அழிக்கவும் முடியும்.. அந்த சக்திய எங்க எப்போ உபயோகிக்கணும்ன்னு தெரியணும்.. உனக்கான உரிமையும், உனக்-கான கனவையும் பிடிக்க நீ தான் ஓடணும், நீ ஓடறப்ப நீ உருவாக்குன வீட்ட கவனிக்க உன் சரிபாதிய தயார் பண்றது உன் சாமர்த்தியம் .. சீக்கிரமே என் வீட்டு மருமகளா உன்ன பாக்கறேன் கண்ணு.. என் பேரன் பாசத்துக்காக தான் கொலை பண்ணான்.. மத்தபடி கொஞ்சம் மொரடன் ஆனா நல்லவன்.. இப்போ நீ கொழப்பத்துல இருக்க.. உன் மனசுல யாரும் இல்ல.. அவனுக்கு தான் எடம் குடுத்து பாரு .. கண்டிப்பா தரிசா போக விடமாட்டான்”, என நின்று கூறிவிட்டு சென்றார் ஆச்சி.

அதற்கு பின் இருவரும் கல்லூரி வந்து மாலை வீட்டிற்குச் செல்ல பேருந்து நிறுத்தம் வந்து நிற்கும் வரையிலும் நங்கை ஒரு வார்த்தைக் கூட பேசவில்லை.

“ஏய் நங்க.. நங்க “, வினிதா பொறுத்தது போதும் என அவளை அழைத்-தாள்.

‘என்ன?’ என்பது போல நங்கை அவளைப் பார்த்தாள்.

“ஏன் டி இப்படி அமைதியா இருக்க ? ஏதாவது பேசு நங்க “

“காலைல தான் என்னை கூட்டிட்டு போய் நல்லா செஞ்சிடியே இன்னும் என்ன நான் பேசணும் ?”, என நங்கை கூறியதும் வினிதா பதறி, “ஏய் நங்க..

நான் என்ன டி பண்னேன்?", எனக் கேட்டாள்.

"சும்மா இருந்த சங்க ஊதி கெடுத்த கதையா தானே டி பண்ணி வச்சி இருக்க.. அந்த மொரடன்கிட்ட கூட தப்பிக்கலாம் போல இந்த கெழவிகிட்ட தப்பிக்க முடியாதுங்கற மாறி-ல்ல அது இருக்கு.. நானா போய் இன்னிக்கி கோவில்ல தலைய குடுத்து ரெண்டு பேர் பேருக்கும் அர்ச்சனை பண்ணிட்டு வந்து இருக்கேன். இதுகிட்ட சொன்னா அவன கண்டிக்கும்-ன்னு பாத்தா இதுவே அவனுக்கு ஐடியா சொல்லி அனுப்பும் போல டி .. எங்க இருந்து தான் வந்து எனக்குன்னு இப்படி வாய்க்குத்துங்களோ? ", மனதில் இருக்கும் குமுறல் வார்த்தை வழியாக வெளியே வந்துக் கொண்டு இருந்தது.

"நான் நல்ல விதமா நினைச்சி தான் சொன்னேன்.. அதுவும் ஃபோன் ல நேர்ல வாங்க பேசலாம்-ன்னு சொல்லிச்சி.. சரி வீட்ல எப்போ வேணா அந்த அண்ணே வரும்ன்னு கோவில்ல பாக்கலாம்-ன்னு சொன்னேன்.. இப்படி ஆகும்ன்னு எனக்கு மட்டும் எப்படி டி தெரியும்?", வினிதா தன் பாக்க நியாயத்தைக் கூறினாள்.

"நேத்து வீட்ல என்ன நடந்தது தெரியுமா?", என நங்கை கண் கலங்கினாள்.

"என்னாச்சி நங்க?", நங்கை கண்கள் கலங்குவதுக் கண்டு வினிதா அவளைத் தனியே அழைத்துச் சென்றாள்.

ராஜன் கூறிய பொய்யான காரணம் கேட்டு ஏகாம்பரம் வர்மன் கடைக்கு சென்று சண்டையிட்டது முதல் கூற ஆரம்பித்தாள்.

"இந்த சனியன தலை முழுகலாம்ன்னு ஒவ்வொரு பிரச்சனையா புதுசு புதுசா கௌம்புது.. அந்த ஜோசியக்காரன் சொன்ன மாறி தான் நடக்குது.. இவள வீட்ல வச்சிட்டு இருக்க இருக்க எனக்கு நெஞ்சுவலி வந்துரும் போல காமாட்சி.. இவள உன் அப்பன் வீட்டுக்கு அனுப்பி விடு.. நம்ம கல்யாணம் எல்லாம் பேசிட்டு தாலி கற்றபோ மண்டபத்துக்கு கூட்டிட்டு போயிக்கலாம்.. இனிமே இவ ஒரு நிமிஷம் கூட இந்த வீட்ல இருக்க கூடாது", என ஏகாம்பரம் வெறி பிடித்தவர் போல கத்த ஆரம்பித்தார்.

"அவ எங்கங்க போவா ? அங்க என் அண்ணன் மகன் இருக்கான்.. குடிகாரன்-ங்க.. குணமும் சரி இல்லாதவன்.. நம்ம பொண்ணுக்கு ஏதாவது ஆகிட்டா என்ன பண்றது.. இன்னும் ரெண்டு மாசம் தான்.. இவளுக்கு தான் ரெண்டு மாசம் முடியரப்போ கல்யாணம் முடிஞ்சி இருக்கும்ன்னு சொல்லி இருக்காங்கல்ல.. கொஞ்சம் பொறுமையா இருங்க", என காமாட்சி அவரிடம் கெஞ்சினார்.

"அப்போ நீயும் உன் மகளோட போ.. எனக்கு என் பையன் போதும்.. தனி வீடு எடுத்து தரேன்.. இனிமே இவ என் கண்ணுல படக்கூடாது "

"நான் எங்கங்க போவேன்?", காமாட்சி பதறினார்.

"எங்கயோ போய் தொலைங்க எல்லாரும்.. பண பிரச்சனைல நான் படர கஷ்டம் என்னனு உங்க ரெண்டு பேருக்கும் தெரியுமா? இதுல ராஜனுக்கு வேற பிரச்சனை வருது. இவ ராசி தான் எங்கள இவ்வளவு படுத்துது.. இனிமே இவ இங்க இருக்க கூடாது"

"உங்க பையன் குடிக்கறது சிகரெட் பிடிக்கறத்துக்கும் நான் தான் காரணம்.. என் நேரம் தான் காரணம் .. அப்படி தானே ப்பா?", நங்கை மனம் தாளாமல் வாய் திறந்தாள்.

"என்ன டி அப்பா கிட்ட எதிர்த்து பேசற.. வாய மூடு.. நீ உள்ள போ", என காமாட்சி அவளை அடக்கினார்.

"அவர் தான் நம்மல வெளிய போக சொல்லிட்டாரே ம்மா .."

"காலேஜ் போய் படிக்கற திமிரு தான் உன்ன என் முன்னாடி பேசவைக்குதா?", ஏகாம்பரம் மகள் அவரின் முன் பேசுவது பிடிக்காமல் இன்னும் கோபம் கொண்டுப் பேச ஆரம்பித்தார்.

"நானும் மனுஷி தான் ப்பா.. எனக்கும் மனசு இருக்கு. வலி இருக்கு.. சின்ன வயசுல இருந்து உங்ககிட்ட பேசணும்ன்னு ரொம்ப ஆசை இருந்தது.. நீங்க என்னை கண்டாலே மூஞ்ச திருப்பிட்டு போயிறுவீங்க.. அன்பு பாசம் எல்லாம் அப்பத்தா இருந்த வரைக்கும் தான் அனுபவிச்சேன். அவங்க போனதுக்கு அப்பறம் வெறும் ஜடம் மாதிரி தான் ப்பா இங்க இருக்கேன்.. ஏன் ப்பா? ஏன் இப்படி பிரிச்சி பாக்கறீங்க? உங்க பையனுக்கு காட்டுற பாசத்துல கொஞ்சம் எனக்கும் காட்டலாம் ல? பொண்ணா பொறந்தது என் தப்பு இல்ல.. ஆனா நான் பொறந்துட்டேன் .. ஒரு மனுஷியா கூட நீங்க என்னை நினைக்க மாட்டீங்களா?"

"பாத்தீங்களா ப்பா.. இவள நம்ம மதிக்கணுமாம்.. இதுக்கு தான் இவள காலேஜ் அனுப்பாதீங்க-ன்னு சொன்னேன்.. உங்களையே எதிர்த்து பேசறா பாருங்க", எனப் பேசியபடி ராஜன் தந்தை அருகில் வந்து தனது போனைக் கொடுத்துவிட்டு நின்றான்.

"நீ வாய மூடு ராஜா.. ஸ்கூல் படிக்கற வயசுல தண்ணி அடிச்சிக்கிட்டு இருக்க நீ.. உன் ரேங்க் கார்ட் எங்க கொண்டு வா.. ஒரு சப்ஜெக்ட் ல கூட இந்த தடவ நீ பாஸ் பண்ணல... தப்பான வழியில நீ போயிக்கிட்டு இருக்க.. உன் வீடியோ பாத்தேன்.. படிக்கற புக் வச்சி சாராயம் வாங்கற அளவுக்கு வந்துட்டல்ல நீ.. ", நங்கை அவனைக் கண்டிக்க ஆரம்பித்ததும் அவன் தந்தையை பார்த்தான்.

"வாய மூடு டி .. அந்த வர்மனுக்கும் உனக்கும் என்ன டி சம்பந்தம்? நீ தானே அவன்கிட்ட சொல்லி இவன அசிங்கப்பட வச்ச?", என ஏகாம்பரம் கேட்டதும் நங்கை ஒன்றும் புரியாமல் நின்றாள்.

“அவனுக்கும் எனக்கும் எந்த சம்பந்தமும் இல்ல ப்பா”

“அப்போ இது என்ன?”, என அன்று வர்மன் அவள் கைப்பிடித்து இழுத்துப் பேசுவது படமாக ஓடியது.

ராஜன் வில்லத்தனமானப் பார்வையுடன் இப்போது நங்கையைப் பார்த்துச் சிரித்தான்.

“இது .. இது ..” என அவள் யோசிகக்கும் நேரத்தில் ஏகாம்பரம் அவள் கன்னத்தில் சில அடிகளை இறக்கி இருந்தார்.

“சொல்லு டி .. நீயும் அவனும் என்ன பண்றீங்க? நடுரோடுன்னு கூட பாக்காம கைய பிடிச்சிட்டு பேசற அளவுக்கு பழக்கம் இருக்கா? அவனோட என்ன டி உறவு உனக்கு?”, என வரம்பு மீறிய வார்த்தைகளால் அவளைக் குத்தினார் ஏகாம்பரம்.

14

“நா எதுவும் பண்ணல ப்பா.. அவன் தான் எப்பவும் போல வந்து வம்பு பேசினான்.. வேற ஒண்ணும் இல்ல”, என நங்கை அவருக்கு புரியவைக்க முயற்சி செய்தாள்.

“எப்பவும் போலவா? அப்ப எத்தன நாளா இது நடக்குது? ஏய் காமாட்சி என்னடி இது? இது தான் நீ பொண்ண வளத்துற லட்சணமா? என்ன கண்றாவி இவ பண்ணிக்கிட்டு இருக்கான்னு கூட தெரியாம நீ எதுக்கு இங்க இருக்க?”, என ஏகாம்பரம் மனைவியிடம் எகிற ஆரம்பித்தார்.

“இல்லைங்க .. அப்படி எல்லாம் அவ பண்ணமாட்டா.. அந்த பையன் சின்னதுல இருந்தே அப்படி தான் இவகிட்ட வம்பு இழுப்பான். மத்தபடி நீங்க நினைக்கற மாதிரி எதுவும் இல்லைங்க”, என அவர் கணவரிடம் அதிர்ச்சியில் இருந்தபடியே பேசினார்.

“சின்ன வயசுல இருந்தா? அப்பா .. பாத்தீங்களா? இவ பண்ணற தப்பு உங்களுக்கு தெரிய கூடாதுன்னு தான் எப்போ பாரு படிக்கறேன் படிக்கறேன்ன்னு அந்த பிள்ளையார் கோவில் போறா போல.. அம்மாவ நல்லா ஏமாத்திட்டு இருக்கா பா அவ..”, என அவன் பங்கிற்கு தந்தையை ஏற்றினான்.

“ராஜா.. இதுக்கு மேல ஒரு வார்த்தை பேசாத..”, என நங்கை அவனிடம் கத்தியதும் ஏகாம்பரம், துணி காய போடுவதற்கு வாங்கிய வயர் கையில் சிக்கிவும் அவளை விளாசிவிட்டார்.

காமாட்சி எவ்வளவு முயன்றும் அவளை அடியில் இருந்து காப்பாற்ற முடியவில்லை. இவள் அடி வாங்குவது கண்டு ராஜன் முகத்தில் புன்னகை அரும்பி வழிந்தது.

நங்கை எந்த எதிர்ப்பும் காட்டவில்லை. வயதிற்கு வரும் முன் தினம் ராஜனாலோ, இல்லை அவருக்கு நாள் அன்று சரியாக செல்லவில்லை என்றால் இவளை அடித்து விட்டு தான் உறங்க செல்வார் ஏகாம்பரம்.

வயதிற்கு வந்த பெண்ணை அடிக்கக் கூடாது என்று அவரின் தாய் தடுத்த காரணத்தினால், சில வருடங்கள் அவள் இந்த அடிகளை வாங்காமல் உறங்கி

இருந்தாள்.

இன்று மீண்டும் உடலில் காயமும், மனதில் வலியும் கொண்டு எதுவும் உண்ணாமல் உறங்க சென்றாள்.

“ஏய் .. நீ பொட்டச்சி தான். எனக்கு முன்ன பொறந்துட்டா நீ பேசறது எல்லாம் நான் கேக்கணுமா? நான் சிகரெட் பிடிப்பேன்.. தண்ணி அடிப்பேன்.. ஏன் அதுக்கு மேல என்ன வேணா பண்ணுவேன் .. உன் பேச்சு இனிமே எடுபடாது.. என் விஷயத்துல இனிமே நீ தலையிட்டா உன் நிலமை தான் மோசமாகும் “, என அவன் பேசி முடிக்கும் முன் நங்கை அவன் கன்னத்தில் இடியென ஒரு அடியை இறக்கி இருந்தாள்.

“என்ன சொன்ன பொட்டச்சியா.. ஆமா டா நான் பொட்டச்சி தான்.. அதுக்கு நீ எந்த தப்பு பண்ணாலும் நான் கம்முன்னு இருக்கணுமா? இப்ப பேசு டா .. ஒழுங்கா வயசுக்கு தகுந்தமாறி மட்டும் நடந்துக்க.. அந்த ஆளுக்கு தான் நானும் பொறந்து இருக்கேன்.. நான் நினைச்சா நீ அவ்வளவு தான்.. போ ..”, என அவனிடம் ரௌத்திர முகம் காட்டினாள்.

“என்னய அடிச்சிட்டல்ல .. இரு டி .. இனிமே நீ நிம்மதியா இருக்கவே முடியாத மாதிரி பண்றேன்.. ரொம்ப நாள் நீ இங்க இருக்க மாட்ட .. எங்க போனாலும் நீ நிம்மதியா வாழ முடியாத மாதிரி பண்றேன் டி”, வன்மம் பொங்கும் விழிகளும் வார்த்தைகளும் மீண்டும் ராஜனிடம் இருந்து வெளி வந்தது.

ராஜன் கோபமாகப் பேசிவிட்டு செல்வது பார்த்து காமாட்சி உள்ளே வந்தார்.

“ஏன்டி புள்ள கோவமா பேசிட்டு போறான்?”

“அவன நீ பெத்தது தான் பெரிய தப்பு .. ஒண்ணு என்னைய நீ கொண்ணு இருக்கணும் இல்லன்னா அவன பெக்காம இருந்து இருக்கணும்.. இந்த வயசுல என்ன என்ன பேசறான் தெரியுமா? நீங்க தலைல தூக்கி வைக்க வைக்க அவன் உங்கள மண்ணுல பொத்தைச்சிட்டு தான் அடங்குவான்”

“என்ன பேச்சு டி பேசற ? அப்பா காதுல விழுந்த மறுபடியும் நீ தான் அடி வாங்கணும்.. வாய மூடு”, என காமாட்சி அவள் வாயை தான் மீண்டும் அடைத்தார்.

“அடிக்கட்டும்.. அடிச்சே என்னை ஒரே அடியா கொன்னுடுங்க.. செத்தாலாவது எனக்கு நிம்மதி கெடைக்குமான்னு பாக்கறேன்..”, எனக் கண்களில் கண்ணீர் வடிந்தபடிப் பேசினாள்.

“இப்போ என்ன நடந்துச்சி-ன்னு இப்படி பேசற.. வெளக்கு வச்ச அப்பறம் பொம்பள புள்ளைங்க அழுதா வீட்டு ஆம்பளைங்களுக்கு ஆகாது.. கண்ண தொட.. வந்து படு”, எனக் காமாட்சி கூறிவிட்டு அவள் அருகில் படுக்கையில் படுத்து விட்டார்.

நங்கை அவரை வெறித்துப் பார்த்தவள், விடிய விடிய அமர்ந்தே இருந்து கல்லூரி கிளம்பிச் சென்றாள்.

நங்கை அனைத்தும் கூறி முடித்ததும், வினிதா கண்கள் கலங்கி அவளை அணைத்துக் கொண்டாள்.

“உங்கப்பனுக்கு அறிவே இல்ல நங்க.. அந்த ஆளுக்கு நீ பொறந்து இருக்கவே வேணாம்.. “

“இத்தன வருஷம் போயிரிச்சி வினி.. இனிமே கொஞ்ச நாள் தானே”, நங்கை விரக்தியாகக் கூறினாள்.

“என்ன நூத்து கெழவி மாதிரி பேசற? இனிமே தான் டி வாழ்க்கையே ஆரம்பிக்கும்”

“எனக்கு நம்பிக்கை இல்ல வினி.. எங்கப்பா ஒரு பக்கம், என்கூட பொறந்தவன் ஒரு பக்கம் அந்த மொரடன் ஒரு பக்கம்.. ஏன் உயிரோட வாழறோம்ன்னு இருக்கு”

“புள்ள”, வினி அதிர்ந்தாள்.

“கவல படாத வினி .. நானா போய் சாகமாட்டேன்.. தற்கொலை பண்றது முட்டாள் தனம்.. அது நான் பண்ணமாட்டேன்.. எனக்கு ஒரே ஆசை தான் வினி.. என் சொந்த கால்ல நான் சாகறத்துக்குள்ள நிக்கணும்.. ஒரு நாளா இருந்தா கூட போதும்.. எனக்கு அதுவே பெரிய சந்தோஷம் தான்”, நங்கையின் பேச்சு வினிதாவை வேறு விதமாக சிந்திக்க வைத்தது.

“கம்முன்னு வீட்ட விட்டு ஓடிறலாமா நங்க ?”

“யார் கூட?”

“யேன் .. அந்த வர்மாண்ணே கூட ஓடு.. நம்ம கூட எவன் ஓடி வருவான்.. நானும் நீயும் தான் ஓடி போலாம்னு சொல்றேன்.. உனக்கு தான் வேலை இருக்கே.. நீ எனக்கு ஒரு வேல சோறு போடமாட்டியா? நானும் சீக்கிரம் ஒரு வேலைய தேடிக்கறேன்.. என்ன சொல்ற?”, என வினி தீவிர முக பாவத்துடன் கேட்டாள்.

“ஹாஹாஹாஹா .. நடக்கறத பேசு வினி.. எனக்கு வீட்ல எல்லாம் இருந்தும் யாரும் இல்ல.. உனக்கு அப்படி இல்ல.. அண்ணன் படிக்கல தான் ஆனா உன்மேல உயிரே வச்சி இருக்காரு. நீ அவர கல்யாணம் செஞ்சிட்டு சந்தோஷமா வாழணும்..”

“நீங்க என்ன பண்ணலாம்ன்னு இருக்கீங்க?”

“தெரியல வினி.. விதி என்னவோ அப்டி நடக்கட்டும்.. என்கூட பொறந்தவன் தான் நான் எங்க போனாலும் நிம்மதியா வாழவிடமாட்டேன்-ன்னு சபதம் போட்டு இருக்கான்ல ... என்ன பண்றான்னு பாக்கலாம்”, எனப் பேசியபடி பஸ் ஏறி

அமர்ந்தனர்.

"ஆனாலும் அவன் பண்றது ஓவரா தான் இருக்கு.. பேசாம அவன ஆள் வச்சி அடிச்சிடலாமா?"

"லூசு மாறி பேசாம இரு வினி.. மொத நாம செமெஸ்டெர் ஒழுங்கா முடிக்கலாம்", என அது இது என பேசியபடி இல்லம் சென்று சேர்ந்தனர்.

நங்கை உள்ளே நுழைந்ததும் ஏகாம்பரம் அவளை முறைத்தபடி வந்து காமாட்சியை அழைத்தார்.

"காமாட்சி.. நாளைக்கு உன் பொண்ணுக்கு நிச்சயம் .. அடுத்த வாரம் கல்யாணம்.. அதுக்கு வேண்டியது பாரு கடைக்கு போயிட்டு வரலாம்", எனக் கூறிவிட்டு அறைக்குள் சென்றார்.

நங்கை இடிந்து போய் நின்றாள். காமாட்சி ஏகாம்பரம் பின்னே விவரம் கேக்கச் சென்றார். அரை மணி நேரம் கழித்து வந்த காமாட்சி நங்கையை அழைத்து அறையில் விட்டு பேச ஆரம்பித்தார்.

"அப்பா சிநேகிதன் வீட்டு பையனாம்.. பக்கத்து ஊரு தான்.. உனக்கு என்ன என்ன கலர்-ல சீலை வேணும் சொல்லு எடுத்துட்டு வரேன்", காமாட்சி புன்னகையுடன் கேட்டார்.

"எனக்கு இப்போ கல்யாணம் வேணாம் மா", நங்கை நடுங்கிய குரலில் கூறினாள்.

"அப்டி எல்லாம் சொல்ல கூடாது டி.. கல்யாணம் பண்ண தானு உனக்கு அவளோ நகை எடுத்தாரு அப்பா.. உன்மேல அவளோ பாசம் இருக்க தான் எழுவது பவுனு போடறாரு"

"அவர் போடறது என்மேல இருக்க பாசத்துனால இல்ல.. அவரோட கௌரவத்த ஊருக்கு காட்ட தான் போடறாரு.. "

"ஆமா .. என் கௌரவத்துக்காக தான் அவ்வளவு போடறேன் .. ஒழுங்கா நாளைக்கு பொடவை கட்டிக்கிட்டு வந்து நில்லு.. நீ படிச்சது போதும்.. மாப்ள பத்தாவது கூட தாண்டல அதனால நீ இனிமே படிக்காத", என ஏகாம்பரம் கூறினார்.

"எனக்கு அடுத்த மாசம் செமெஸ்டெர் ப்பா.. முழுசா இத மட்டும் படிச்சிக்கறேன்.. ", எனக் கெஞ்சினாள்.

"நீ படிச்சி ஒண்ணும் கிழிக்க வேணாம்.. இன்னியோட எல்லாத்தையும் மூட்டை கட்டி தூக்கி போடு.. நாளைக்கு காலைல தயாரா இருக்கணும்.. பத்து மணிக்கு எல்லாம் வந்துடுவாங்க", எனக் கூறிவிட்டு மனைவியை வரச்சொல்லி விட்டு வெளியே சென்றுவிட்டார்.

"அம்மா", என நங்கை தாயிடம் ஆதரவு எதிர்பார்த்தாள்.

“அப்பா உன் நல்லத்துக்கு தான் சொல்வாங்க தமிழு.. நான் அப்பறம் பொறுமையா பேசி நீ பரீட்சை எழுத ஏற்பாடு பண்றேன்.. அதுவரைக்கும் பொறுமையா இரு “, எனக் கூறிவிட்டு கணவனின் பின் சென்றார்.

நங்கை தன் வாழ்வை நினைத்து நொந்துக் கொண்டு அமர்ந்து இருந்தாள்.

“என்ன டி சந்தோஷமா இருக்கியா? நாளைக்கு இன்னும் பெரிய சந்தோஷம் உனக்காக ரெடியா இருக்கு.. இந்த புக் எல்லாம் இனிமே உனக்கு எதுக்கு? எல்லாம் எடுத்து எடைக்கு போட்டா பத்து பீர் வாங்கலாம்.. அப்பறம் இன்னிக்கி உன் காலேஜ்ல இருந்து ஒரு லெட்டர் வந்துச்சி.. உனக்கு வேலை கெடச்சி இருக்காமே ? வேலை கெடச்சி ரெண்டு மாசம் ஆகுது வீட்ல சொல்லவே இல்ல நீ.. நானே இதயும் நேரம் பாத்து சொல்லிடறேன் .. “, ராஜன் நக்கலாகப் பேசிவிட்டுச் சென்றான்.

நங்கை தலையில் கை வைத்து அமர்ந்துக் கொண்டாள். இன்னும் என்ன என்ன இடி அவள் தலையில் இறங்க காத்து இருக்கிறதோ?

15

அடுத்த நாள் காலை வினிதா நங்கை வீட்டிற்கு வந்த போது வீடு பரபரப்பாக இருந்தது. எப்போதும் போல கல்லூரி செல்லத் தயாராகி வந்தவள் அங்கு நடப்பது புரிந்தும் புரியாமல் வாசலில் நின்றாள்.

"ஹே வினிதா.. வா வா .. என்ன இவ்வளவு நேரம்.. வந்து உன் சினேகிதிய ரெடி பண்ணு.. இந்தா இந்த ஜாக்கெட் சரி பண்ணியாச்சி .. கொண்டு போய் அவகிட்ட குடு.. எனக்கு நிறைய வேலை இருக்கு.. அவ கூட நீ இருந்தா எனக்கு கவலை இல்ல .. என்ன மசமசன்னு நிக்கரவ? புடி .. அவங்க அப்பா அங்க கூப்பிடராரு ", என காமாட்சி அவள் கைகளில் ஒரு புத்தம் புதிய ஜாக்-கெட் கொடுத்து விட்டு உள்ளே ஓடினார்.

வினிதா முகத்தில் எதுவும் காட்டிக் கொள்ளாமல் நங்கை இருக்கும் அறைக்கு நடந்தாள்.

"என்ன வினிதா .. ரொம்ப சாதாரணமா வந்து இருக்க .. ஃப்ரெண்ட் நிச்சயம் கலக்கலா வரணும்ல.. ", என ஒரு சொந்தக்காரர் கேட்டார்.

"சும்மா தான் .. கல்யாணத்துல ஜமாய்ச்சிக்கலாம் மாமா .. அத்தை எங்க நீங்க மட்டும் வயசு பிள்ளைங்க நடுவால கோபியர் கொஞ்சும் கிருஷ்ணனாட்டம் ஒக்காந்து இருக்கீங்க?"

"அட ஏன் புள்ள இப்போ அவள கூப்புடுரவ.. நான் சும்மா தோரணம் எல்-லாம் சரியா இருக்கான்னு பாக்க தான் வந்தேன்.. ", என அவசரமாக மனைவி வருகிறாளா எனப் பார்த்தபடி வெளியே ஓடினார்.

"இவன் எல்லாம் பெரிய மனுஷன்.. எல்லாம் இந்த ஊரோட சாபம்.. ", என முணுமுணுத்தபடி நங்கை இருக்கும் அறைக்கு வந்து சேர்ந்தாள்.

நங்கை முகத்தில் எந்த உணர்வும் காட்டாமல் வினிதாவை பார்த்துவிட்டு மீண்-டும் வேறு பக்கம் திரும்பி சுவற்றை வெறிக்க ஆரம்பித்தாள்.

"என்ன நங்க நடக்குது இங்க ?", என அவளை தன் பக்கம் திருப்ப பேச்சை ஆரம்பித்தாள்.

“எனக்கு சவக்குழி தோண்டராங்க வினி .. “, நங்கை பேச்சில் விரக்தி அளவுக்கு மீறி இருந்தது.

“அது எல்லாருக்கும் கல்யாணம்-ங்கற பேர்ல தோண்டிக்கிட்டு தான் இருக்கா-னுங்க.. யாரு மாப்ள?”

“தெரியாது”

“பேர் கூடவா சொல்லல ?”

“நேத்து நான் வந்ததும் இன்னிக்கி காலைல நிச்சயம் இனிமே காலேஜ் போகாத, படிக்காத.. பையன் பத்தாவது கூட முடிக்கல அதனால நீயும் இனிமே படிக்காதன்னு சொல்லிட்டு போயிட்டாங்க”

“அந்த மரமண்டைக்கு படிப்பு ஏறலன்னா நீயும் படிக்க கூடாதா?”, வினிதா கோபம் கொண்டுக் கேட்டாள்.

“உன் மாமன் மாறியே எல்லாரும் யோசிப்பாங்களா வினி? என் விதி இது தான் போல”

“லூசு மாறி பேசாத நங்க.. இதோட ஒண்ணும் முடிஞ்சிடாது.. யாருன்னு மொத பாக்கலாம்.. நீ மனச விடாத.. நீ நினைக்கற மாதிரி நீ கண்டிப்பா வாழ்வ.. அதுக்கு நான் பொறுப்பு”, என நங்கையை ஆசுவாசப்படுத்திவிட்டு அவளைத் தயார் செய்தாள்.

“கைல ஒரு சூலாயுதம் இருந்தா அம்மன் சிலை தான் டி நீ.. என் கண்ணே பட்டுரும் போல”, என அவளுக்கு திருஷ்டி கழித்தாள் வினிதா.

“ஹாஹா.. பொண்ண சாமியா பாக்கறாங்க இல்லைனா சொத்தா பாக்கறாங்க.. மனுஷியா யாருமே பாக்க மாட்டாங்க போல”

“கைல தான் சூலாயுதம் இருக்குல்ல ஒரே குத்து அத்தனை பேரொட கொடல் வயிறுன்னு அத்தனையும் வெளிய எடுத்துரு .. நீ ஏன் அவங்க நினைக்கறாங்-கன்னு அதயே செய்யணும்.. நம்ம மாத்தி செஞ்சா என்ன? “, என வினிதா சிரித்தபடிக் கேட்டாள்.

நங்கை புரியாமல் அவளைப் பார்த்தாள்.

“என்ன பாக்கற எல்லாம் நீ எடுத்த பாடம் தான். கொஞ்சம் செயல்படுத்தி பாக்கலாம்ன்னு சொல்றேன்.. யாரு வாரான்னு மொத பாப்போம் அப்பறம் பேசிக்-கலாம்.. நீ சிரிச்சமேனிக்கு நில்லு ஒரு போட்டோ எடுத்துக்கறேன்”, என வினிதா அவளை வித விதமாக போட்டோ எடுத்து வைத்துக் கொண்டாள்.

வினிதாவின் வரவினாலும் பேச்சினாலும் நங்கையின் மனம் சற்று இறுக்கம் தளர்ந்து இருந்தது.

“ஏய் வினிதா சாப்டியா? “, எனக் கேட்டபடி காமாட்சி அங்கே வந்தார்.

நங்கை முழு அலங்காரத்தில் இருப்பதுக் கண்டு, அவரது கண்ணும் மனமும் குளிர்ந்து தான் போனது.

நங்கை நல்ல உயரம், திடமான உடல்வாகு, ஆனால் நிறம் சற்று குறைவு என்பதாலே அவளைப் பெரிதாக அவர் கண்டு கொண்டதில்லை. ராஜன் சிகப்பு நிறம், வயதிற்கு மீறிய வளர்ச்சி என அவனை மட்டுமே தாய் தந்தை இருவரும் அதிகம் கவனிப்பார்கள்.

தேன் நிறத்தில் இருக்கும் நங்கை அவர்களை பொருத்தவரைக் கருப்பு, அதுவும் பெண் என்பதால் இன்னுமே அவர்களின் மனதில் அவளைக் கீழே தான் இறக்கி வைத்து இருந்தனர்.

அந்த நிற வேறுபாடு நங்கையை சிறுவயதில் அதிகமாகத் தாக்கி இருந்தது. ராஜனின் கறுப்பி, கரிக்கட்டை, இதுபோன்ற அழைப்புகள் அவளைத் தாழ்வுமனப்பான்மைக் கொள்ள வைத்தது.

இன்றும் கூட அவளின் மனதின் ஓரத்தில் அந்த எண்ணம் உண்டு. வளர வளர அப்பத்தாவின் உதவியாலும், படிக்கும் இடத்தில் கிடைத்த தெளிவினாலும் அந்த தாழ்வுமனப்பான்மையில் இருந்து கொஞ்சம் கொஞ்சமாக தன்னைத் தானே வெளியே கொண்டு வந்து இருந்தாள் எனலாம்.

இன்று பருவ வயதில் நிற்கும் நங்கையின் பாந்தமான கம்பீரமான அழகு, காமாட்சியைப் பூரிப்புக் கொள்ள வைத்தது.

“என் கண்ணே பட்டுரும் போல தமிழு.. அம்புட்டு அழகா இருக்க நீ .. “, எனக் கன்னம் வழித்து நெட்டி முறித்தார் காமாட்சி.

“உங்க பொண்ண கொஞ்சினது போதும் டிபன் என்ன? காலைல நான் சாப்பிடவே இல்ல.. இன்னிக்கி நிச்சயமின்னு எனக்கு ராத்திரி ஃபோன்லயாவது சொல்லி இருந்தா, நானும் அதுக்கு தக்கன ரெடி ஆகி வந்து இருப்பேன்ல “, என வினிதா முகத்தைத் திருப்பினாள்.

“எங்களுக்கே நேத்து ராத்திரி தான் டி தெரியும்.. இவ வந்த நேரத்துல தான் அவரும் வந்து சொன்னாரு. அப்போ இருந்து நிக்க நேரம் இல்ல தெரியுமா.. இந்த ராஜன் பையன்கிட்ட சொன்னேன் அவன் வேற வேலைல மறந்து இருப்பான். அதான் வந்துட்டல்ல, இங்க இருக்க பொடாவைய கட்டி ரெண்டு சங்கிலிய கழுத்துல போடு டி”

“உங்க வீட்டு சங்கிலி எனக்கு எதுக்கு.. இருக்கறதே போதும்.. என் அப்பா அம்மாவ கூப்ட்டீங்களா இல்லையா?”

“எல்லாருக்கும் ஃபோன் தான் செஞ்சி சொன்னாரு.. மணி 8 ஆகுது.. சீக்கிரம் சாப்டு நீங்க ரெண்டு பேரும் இங்கயே இருங்க.. கண்ட சிறுக்கி எல்லாம் உள்ள விடாதீங்க”

“அந்த சிறுக்கிங்கள நீங்க ஏன் கூப்பிடறீங்க ? அவங்கள ஒரு பக்கம் கூப்பிட்டு காவலுக்கு வேற நிக்கணுமா?”

“வாய கொற டி.. கற்றவன் பாவம்.. ரெண்டு பேருக்கும் கால பலகாரம் கொடுத்து அனுப்பறேன்.. பத்தரம் .. தமிழு அவளுக்கு ஒரு பொடவ எடுத்து குடுத்து ரெண்டு நகைய கழுத்துல மாட்டி விடு.. மாப்ள வீட்டுகாரங்களுக்கு மதியம் சாப்பாடு ஒரு தரம் சரி பார்த்து சொல்லிட்டு வரேன்.. மொகத்த கொஞ்சம் சிரிச்சமேனி வை”, எனக் கூறிவிட்டுச் சென்றார்.

“நீங்க எல்லாம் வாய தொறக்காம போய் தான் நாங்க இந்த நிலமைல நிக்கறோம் .. அது மட்டும் உங்களுக்கு புரியமாட்டேங்குது.. “, என வினிதா வாய்விட்டே பொலம்பினாள்.

“இந்தா இத கட்டு வினி”, என நங்கை ஒரு புடவை எடுத்துக் கொடுத்தாள்.

“எனக்கு வேணாம் நங்க”

“கட்டு டி.. உன்ன தவிர யாரு கூடவும் எனக்கு இருக்க விருப்பம் இல்ல.. இல்லைனா பொடவ கட்டி சிங்காரிச்சி இருக்கறவள தான் துணைக்கு நிக்க சொல்வாங்க”

“என்கிட்ட தான் டி உன் வீரம் எல்லாம்.. நேத்து ராத்திரி வந்து நிச்சயமின்னு சொல்லிட்டு போறவங்ககிட்ட எதுவும் பேசிடாத.. இளிச்சவாச்சியாட்டம் நான் தானு உனக்கு கெடச்சி இருக்கேன்”

“புரிஞ்சிக்கரவங்ககிட்ட பேசலாம்.. எது சொன்னாலும் புரிஞ்சிக்க மாட்டேன்ன்னு இருக்கரவங்க கிட்ட என்ன பேச சொல்ற? இந்தா கட்டு மொத ..” ,எனத் தானே அவளுக்கு புடவைக் கட்ட ஆரம்பித்தாள்.

“இந்த வீரம் எப்ப என்னை தாண்டி வெளிய வரும் ?”, வினிதா நக்கலாகக் கேட்டாள்.

“இந்த வீட்ட தாண்டினா வரும்”, வெடுக்கென பதில் கொடுத்தாள் நங்கை.

“அப்போ கூட இந்த வீட்ல கடைசி வரைக்கும் வராதுன்னு சொல்ற.. கொஞ்சம் முயற்சி செஞ்சி தான் பாரேன் நங்க”

“என்ன டி என்னய பண்ண சொல்ற?”, நங்கை அலுத்தபடிக் கேட்டாள்.

“உனக்காக கொஞ்சம் பேசுன்னு சொல்றேன் நங்க.. கண்டிப்பா உங்கப்பன் நல்லவன கொண்டு வந்து நிறுத்தமாட்டான். அப்போ என்ன பண்ணுவ?”

“வரப்போ பாத்துக்கலாம் வினி”, என அமைதியாகக் கூறிவிட்டு சாப்பிட அமர்ந்தாள், வினிதாவையும் உடன் அமரவைத்துக் கொண்டாள்.

ஏகாம்பரம் பரபரப்பாக வாசல் நோக்கி மனைவியை அழைத்துக் கொண்டுச் சென்றார்.

இரத்தினம் முதல் காரில் இருந்து இறங்க, அடுத்த காரில் இருந்து பாண்டியும், மருதனும் இறங்கினர்.

அதற்கு அடுத்த வாகனங்களில் இருந்து பெரியவர்கள் முதல் பெண்கள் குழந்தைகள் என ஒரு பெரும் கூட்டமே இறங்கியது.

"நங்க.. இதுங்க மேலூர் கூட்டம் டி.. சும்மாவே இவனுங்க எல்லாம் ஓவரா பேசுவானுங்க. அத்தனையும் ரவுடி பயலுக.. ஒருத்தனுக்கும் மூளை வேலை செய்யாது.. இந்த ஊருலயா உங்கப்பன் போயும் போயும் மாப்ளைய பிடிக்கணும்?", வினிதா அங்கு வந்து இறங்கிய மனிதர்களைப் பார்த்தே அவர்களின் குணம் முதல் பரம்பரை வரை கூறிவிட்டாள்.

"இந்த ஊர்ல இருக்கரவங்க மட்டும் ரொம்ப அறிவோ? எல்லாம் ஒண்ணு தானே"

"அடி இவளே.. நம்ம ஊர்ல பொண்ணுங்கள காலேஜ் வாசல் மிதிக்க உடறானுங்க .. அவனுங்க ஊர்ல பத்தாவது பரீட்சை எழுத கூட விடமாட்டனுங்க டி.. இவனுங்கள வெளக்க புது வார்த்தை தான் கண்டுபிடிக்கணும் அப்படி ஒரு மூளை கெட்ட ஊரு அது.."

" நடக்கறது நடக்கட்டும் பாக்கலாம்", என நங்கைக் கூறிவிட்டு அமைதியாக அமர்ந்து விட்டாள்.

" உங்கப்பன திட்ட கூட எனக்கு புது வார்த்தை தேவை தான் நங்க"

"நீ என்ன திட்டி என்ன ஆகிட போகுது? கம்முன்னு வந்து ஒக்காரு.. "

"இரு டி எந்த மொகரகட்ட மாப்ள-ன்னு பாக்கறேன்"

ஜன்னல் வழியாக வினிதா கண்ட வரை மாப்பிள்ளை என கூறும் தோரணத்துடன் யாரும் இருப்பதாக அவளுக்குத் தெரியவில்லை. சபையில் எப்படியும் தெரிந்து விடும் என அவளும் நங்கை அருகில் சென்று அமர்ந்துப் பேசிக்கொண்டு இருந்தாள்.

"பொண்ணு எந்த ரூமுல இருக்கு ?", எனக் கேட்டபடி நான்கு பெண்கள் அந்த அறைக்கு வந்தனர்.

"இதான் பொண்ணா ? நம்ம ராயன விட நெறம் கம்மி தான்", முதலில் உள்ளே வந்தவர்.

"ஆமாக்கா .. ரொம்ப ஒல்லியா வேற இருக்குது", இன்னொருவர்.

"இதுக்கு நம்ம பானு எம்புட்டு நல்லா இருக்கும். அத விட்டுட்டு இங்க வராங்க .. என்ன தான் எங்க அண்ண அண்ணி நினைப்போ?", என மூன்றாம் பெண்மணிக் கூறினார்.

இவர்கள் பேசும் விதத்திலேயே தெரிந்தது இவர்கள் மாப்பிள்ளையின் அத்தைமார்கள் என்று.

வினிதா அவர்கள் பேச்சைக் கேட்டு பல்லை நரநரவெனக் கடித்துத் தன்னை அடக்கிக் கொண்டு இருந்தாள்.

“ஆமாக்கா.. எல்லாம் அண்ணி வேலையா தான் இருக்கும்.. வேணுமின்னே நம்ம பானுவ எடுக்காம இந்த புள்ளைய எடுக்க வந்து இருக்கு”, என மற்றவர் ஒத்து ஊதினார்.

“உனக்கு என்ன பேரு ?”

“எல்லாம் வாய்ல வர பேரு தான்.. நீங்க எல்லாம் கொஞ்சம் வெளிய இருங்க பொண்ணுக்கு பொடவை சரி பண்ணனும்”, என வினிதா பட்டெனக் கூறினாள்.

“மாப்ள தான் வரலியே அப்பறம் எதுக்கு சிங்காரிக்கணும்? எல்லாம் காலேஜ் படிக்கற திமுருக்கா .. பேரு நங்கையாம்.. காலைல அண்ணி சொல்லிச்சி..”

“படிச்ச பொண்ண எடுத்தா நம்ம பேச்ச எப்புடி மதிக்கும்? இந்த அண்ணனுக்கு அறிவே இல்ல .. “, இரண்டாவதாக வந்த பெண்மணி.

“சொல்றது மதிக்கற மாதிரி இருந்தா மதிக்கலாம்... “, வினிதா வாயிற்குள் முணுமுணுத்தாள்.

“சரி நாங்க போறோம்.. நெறமும் கம்மி, ஒடம்பும் இல்ல.. என்ன பொண்ணோ .. நம்ம ராயன இந்த பொண்ணு எப்டி சமாளிக்கும்? ரொம்ப கஷ்டம்” , என அவர்களுக்குள் பேசுவது போல சத்தமாகப் பேசியபடி வெளியே சென்றனர் நால்வரும்.

“இதுங்க போதும் இந்த கல்யாணத்த நிறுத்த.. நான் என் மாமன்கிட்ட விசாரிக்க சொல்றேன் இரு” , என அவர்கள் வந்த போது எடுத்தப் போட்டோ அனுப்பி அவள் மாமன் வேல்முருகனுக்கு அழைத்தாள்.

“என்ன செல்லம் அதிசயமா கால் எல்லாம் பண்ற?”, என வேல்முருகன் முகம் முழுக்கச் சிரிப்புடன் பேசினான்.

“உன் கொஞ்சல் எல்லாம் அப்பறம் வச்சிக்க.. நான் நங்க வீட்ல இருக்கேன்”

“தெரியும் .. கேள்விபட்டேன்.. “

“மாப்ள யாருன்னு தெரியுமா?”

“தெரியும்”

“ஆளுங்க எப்படி?”

“கஷ்டம்”

“சரி அந்த வகைல பானு யாருன்னு விசாரிச்சி வை .. வந்து பேசறேன்”

“ஹேே கண்ணு .. நீ சொல்றது சரி வருமா?”

“வரும் வரும்.. நான் சொல்றது பண்ணு .. உனக்கு போட்டோ அனுப்பி இருக்கேன்”

“என்ன அதிசயம் நான் கேட்டா கூட போட்டோ அனுப்பமாட்ட, நீயே இப்போ அனுப்பற”, வேல்முருகன் ஆச்சரியமாகக் கேட்டான்.

“எனைய வேற எதுவும் பேசவைக்காத மாமா.. அந்த குடும்ப ஆளுங்க போட்டோ.. அந்த இரத்தினம் மாப்ள வீட்டு ஆளுங்களோட வந்து இருக்காரு “, என வினிதா பொறிந்தாள்.

“சரி நான் பாத்துக்கறேன்.. நீ ஜாக்கரத .. அவனுங்க கண்ணு எல்லாமே ரொம்ப மோசமானது”

“ரொம்ப தான் அக்கறை உனக்கு”

“எனக்கு இல்லாம யாருக்கு டி அக்கறை இருக்கும்?”, என வேல்முருகன் சிரித்தபடிக் கேட்டான்.

“சரி நான் அப்பறம் பேசறேன்”, என வைத்துவிட்டு நங்கை அருகில் வந்து அமர்ந்துக் கொண்டாள்.

16

இங்கே நங்கையின் வீட்டில் நிச்சயம் நடக்கும் செய்தி வர்மனைத் தாமதமாகவே எட்டியது.

அதுவும் மேலூர் சம்பந்தம் என்று தெரிந்ததும் இது யாருடைய வேலையாக இருக்கும் என்று யோசித்தான்.

வேல்முருகன் வர்மனைக் காண வந்தான்.

"மாப்ள.. என் தங்கச்சிய கட்டுவீரு-ன்னு பாத்தா என்ன தான் பண்றீங்க?", என நேரடியாக விஷயத்திற்கு வந்தான்.

"என் தங்கச்சி உங்களுக்கு ஒடனே சரின்னு சொல்லிட்டா.. உங்க தங்கச்சி அப்புடியா? ஒரு பார்வ கூட பாக்க மாட்டேங்கறா..", வர்மன் அவனை அணைத்து அருகில் அமரக் கூறினான்.

"அதுலாம் என் தங்கச்சி மனசுல நீங்க தான் எடம் புடிக்கணும்.."

"துண்டு போட்டு எடம் புடிக்க அது பஸ் சீட் இல்ல பங்காளி.. தமிழு புள்ளைய பத்தி நமக்கு தெரியாதா? எதையும் வெளிய சொல்லாம மனசுல மறுகிட்டு கெடக்கும்.. அந்த இரத்தினம் தான் முன்னாடி நிக்கறான் இந்த சம்பந்தத்துக்கு..", எனப் பேசியபடி வட்டி அங்கே வந்தான்.

"அவனுக்கு அவளோ தைரியம் இல்ல மாப்ள.. இதுக்கு பின்னாடி செங்கல்வராயன் தான் இருக்கணும்..", எனக் கூறி முடிக்கும் முன் இளவேணி அங்கே வந்து நின்றாள்.

"மாமா .. என் சிங்க மாமா .. எப்படி இருக்கீங்க?", எனத் தாவணியைச் சுழற்றியபடி வந்து நின்றுக் கேட்டாள்.

"நான் எப்டி இருந்தா உனக்கென்ன? எதுக்கு இங்க வந்த?", என வர்மன் அவளிடம் கோபமாகக் கேட்டான்.

"உங்க காதலிக்கு அங்க நிச்சயம் நடக்குதே அதான் நீங்க எப்புடி இருக்கீங்கன்னு பாத்துட்டு போலாம்னு வந்தேன்", என நக்கலாகக் கூறினாள்.

"இங்கரு புள்ள .. வயசுக்கு தக்கன பேசி நடந்துக்க இல்ல செவுழு அந்துரும்", என வர்மன் சீறினான்.

"ஹாஹாஹா .. இவ்ளோ நடந்த அப்பறம் கூட என் சிங்க மாமனுக்கு இந்த வீராப்பு போகல .. என் வயசு பதினெட்டு.. எல்லாம் கல்யாணம் பண்ற வயசு தான்.. உங்களுக்கு தான் வயசு கூடிக்கிட்டே போகுது.. காலா காலத்துல கல்யாணம் பண்ணி நாலு புள்ளைய பெத்தா தானே நம்ம ஓடம்புல தெம்பு இருக்கறப்போவே அதுங்களுக்கு ஒரு கல்யாணம் காட்சி பண்ணி பாக்க முடியும்", என பெரிய மனுஷி போல பேசிக் கொண்டு இருந்தாள்.

"இந்தா புள்ள.. கொறைய பேசு", என வேல்முருகனும் அதட்டினான்.

"வேல்முருகன் .. வினிதாவ காட்டிக்க போறவரு.. நீங்க எல்லாம் கூட்டுன்னு எனக்கும் என் அப்பாருக்கும் எப்பவோ தெரியும்... அடுத்து என்ன பண்ண போறீங்க என் சிங்க மாமா?", என இளவேணி புன்னகைத்தபடி வர்மன் முகத்திற்கு நேராக வந்து நின்றுக் கேட்டாள்.

"சந்நியாசம் போனாலும் நீங்க நினைக்கறது நடக்காது .. கெளம்பு", என வீரப்பாகக் கூறிவிட்டு வேறுபக்கம் தள்ளி நின்றான்.

"பாக்கறேன் மாமா .. இன்னும் எத்தன நாளைக்கு இந்த வீராப்புன்னுட்டு.. நானும் இதே ஊர்காரி தான்.. ", என அருகில் வந்து வர்மனை வெறுப்பேற்றிவிட்டுச் சென்றாள்.

"இந்த புள்ளைக்கு ஒரு பாயாசத்த போடணும் மாப்ள.. ", என வேல்முருகன் கூறினான்.

"அப்பனும் மகளும் ஊருக்கு போட்ருவாங்க மச்சான்.. வட்டி .. நான் சொன்னது என்ன ஆச்சி?", என வர்மன் பேச்சை மாற்றினான்.

"ரெடி ஆகிட்டு இருக்கு மச்சான்.. சீக்கிரம் முடிஞ்சிடும்"

"சீக்கிரம்.. வெரசா செய்ய சொல்லு.. நமக்கு நேரம் கம்மியா இருக்கு", எனக் கூறிவிட்டு மேலும் சிலமணி நேரங்கள் பேசிவிட்டு அங்கிருந்து அனைவரும் சென்றனர்.

அவர்கள் அனைவரும் சென்ற பின் அங்கே இளவேணி வந்து ஒரு மரத்தில் இருந்த மைக் எடுத்துக் கொண்டு சென்றாள்.

"கிறுக்கு பசங்க .. இப்படி பொது எடத்துல ஒக்காந்து திட்டம் போட்டா யாருக்கு தான் தெரியாது? இந்த ஆள நம்ப முடியாது. மொரடன் .. ஏதாவது செஞ்சி அந்த கல்யாணத்த நிறுத்தினாலும் நிறுத்துவான். அப்பாகிட்ட வெரசா அந்த கல்யாணத்த முடிக்க சொல்லணும். அங்க சம்பாதிச்ச காசு எல்லாம் இங்க வீணா போகுது.. இதுக்கு எல்லாம் வட்டி போட்டு அந்த கெழவி கிட்ட இருக்க சொத்த புடுங்கிடணும்.. எல்லாம் படிக்காத முண்டங்க ..", எனத் தனக்குத் தானே முணுமுணுத்தபடி அங்கிருந்துச் சென்றாள்.

அங்கே நிச்சய வீட்டில் வினிதா அங்கு நடப்பதை ஒரு வித வெறுப்போடும், அவர்களை எல்லாம் மனித கூட்டமா நீங்கள் என்பது போல பார்த்துக் கொண்டு

இருந்தாள்.

"இந்தா பொண்ணு.. கல்யாண பொண்ண இந்த பக்கம் ஒக்காரவை.. நீ அந்த பக்கம் போய் நில்லு ", என ஒரு உறவுக்கார பெண்மணிக் கூறினார்.

"ஏன் பொண்ணுகிட்ட இப்படியே பேசினா உங்க குடும்ப ரகசியம் எனக்கு தெரிஞ்சிடுமா பெரியம்மா? இப்படியே பேசுங்க.. பொண்ண எல்லாம் தானிய விட-முடியாது.. நம்ம வழக்கம் இதானே .. என்ன மாமா பேசாம பாத்துட்டு இருக்-கீங்க .. சொல்லுங்க..", என அருகில் இருந்த ஒரு மீசையை உசுப்பி விட்டாள் வினிதா.

"ஆமா மா.. கழுத்துல தாலி ஏறினா மாப்ள வீட்ல விடற வரைக்கும், எங்க ஆளுங்க பொண்ணு கூட துணைக்கு இருக்கறது தான் எங்க ஊரு வழக்கம்.. நீங்க எதுவா இருந்தாலும் இப்படியே பேசுங்க. ராசாத்தி வினிதா அப்படியே பொண்ண ஒட்டி ஒக்காருத்தா.. ", என அவர் கூறிவிட்டு சமையல் வேலையைக் கவனிக்கச் சென்றுவிட்டார்.

"கழுத்துல போட்டு இருக்க நகை எல்லாம் நிஜமா தங்கம் தானா இல்ல பித்-தலையா ? ", என ஒரு பெண் நங்கையின் நகைகளை கையில தொட்டுப் பார்த்-துக் கொண்டு கேட்டார்.

"நீங்க போட்டு இருக்கறது தங்கம் இல்லயா ?"., வினிதா சிரித்தபடிக் கேட்-டாள்.

"இதுல்லாம் என் புருஷன் எனக்கு வாங்கி போட்டது .. அவரு வெளிநாட்டுல இருந்து வாங்கிட்டு வந்தாரு .. இங்க இருக்க தங்கத்த விட மச்சு அதிகம் ..", என அவர் பெருமையாகப் பேசிக்கொண்டார்.

"இருக்கட்டும்.. ஆனா கொக்கி மாற்ற எடம் வெளுத்து போய் இருக்கு.. பாருங்க அந்த எடம் மட்டும் பித்தளைல குடுத்துட்டான் போல ", என வினிதா கூறியதும் அந்த பெண்மணி அங்கிருந்து எழுந்துச் சென்றுவிட்டார்.

"ஏன் காமாட்சி .. பொண்ணு கூட இருக்க வேற அமைதியான பொண்ணு யாரும் உனக்கு கிடைக்கலியா ? தொண பொண்ணு இவ்ளோ பேசினா கல்யாண பொண்ணு எவ்ளோ பேசும்-ன்னு ல நினைக்க தோணுது..", என அறைக்குள் வந்த பெண்களில் மூத்தவர் பேசினார்.

"ரெண்டு பேரும் சின்ன வயசுல இருந்து ஒண்ணா தான் இருக்காங்க. அவளும் எங்க பொண்ணு மாதிரி தான். கொஞ்சம் துடுக்கு தனமா பேசுவா ஆனா மனசுல ஒண்ணும் இருக்காது. நீங்க ஒண்ணும் பெருசா எடுத்துக்காதீங்க அக்கா", என நியாயமாகப் பேசிவிட்டு கணவன் அருகில் சென்று அடுத்து ஆய வேண்டிய காரியத்தைத் துவக்கக் கூறினார்.

“சரி நேரம் போயிக்கிட்டு இருக்கு.. தட்டு மாத்திக்கலாமா இரத்தினம்?”, என ஏகாம்பரம் பேச்சைத் தொடங்கினார்.

“இரு ஒரு முக்கியமான ஆளு வரணும். அவரு வராம இந்த விசேஷம் சிறப்பா இருக்காது ஏகாம்பரம். மாப்ளயோட அப்பா உயிரோட இருந்தா எப்டியோ .. அப்டி தான் அவரு இப்போ இந்த குடும்பத்துக்கு.. “, என இரத்தினம் கூறி-விட்டு வாசலைப் பார்த்தபடி அமர்ந்து இருந்தார்.

“மாப்ள வரலியா மச்சான்?”, எனக் கேட்டபடி காமாட்சியின் அண்ணன் வரதன் வந்து அருகில் அமர்ந்துக் கேட்டார்.

“எங்க குடும்ப வழக்கபடி மாப்ள நிச்சயம் பண்றப்போ வரக்கூடாது”, என ஒருவர் கூறினார்.

“அதென்னங்க .. பொண்ணு மாப்ள பாத்துக்க வேணாமா? பொண்ணு பாக்கர விசேஷமும் நடத்தல... இதுக்கு மாப்ள வந்து இருந்தா நாங்களும் எங்க பொண்ண கட்டிக்க போற பையன பாப்போம்ல”, என வரதன் கேட்டார்.

“இன்னொரு நாள் பாத்துக்கலாம்.. இப்போ மாப்ள வரமுடியாது.. இன்னொரு நாள் கோவில்ல வச்சி பொண்ணும் பையனும் பாத்துக்கட்டும்..”, இரத்தினம் கூறி-னார்.

செங்கல்வராயன் தனது வேஷ்டியை ஒரு பக்கம் பிடித்தபடி நங்கையின் வீட்-டிற்குள் வந்தார்.

ஏகாம்பரம் அவரைப் பார்த்துவிட்டு இரத்தினத்தைப் பார்க்க அவர் வேறு பக்-கம் திரும்பியபடி செங்கல்வாராயனை வரவேற்று சபை நடுவே அமர வைத்தார்.

“எல்லாருக்கும் வணக்கம்... நான் தான் மாப்ள அப்பா ஸ்தானத்துல இருந்து இந்த கல்யாணம் நடத்த போறேன்.. ராஜதுரை என்னோட உயிர் நண்பன். அவன் பையன் கல்யாணத்துல அவன் இடத்துல இருந்து நான் இந்த நல்ல காரியம் பண்றது எனக்கு சந்தோஷமா இருக்கு. பத்திரிக்கை படிச்சிட்டு தட்டு மாத்திக்க-லாமா இரத்தினம்?”

“பொண்ணுக்கு எவ்ளோ நகை நாட்டு சீர் செனத்தி எல்லாம் செய்வாங்க ? எதுவுமே பேசாம தட்டு மாத்தினா என்ன அர்த்தம்?”, என தேவராயனின் முதல் அத்தை கேட்டார்.

“அதுலாம் என் பொண்ணுக்கு நான் நிறக்கவே செய்வேன் மா. எழுவது சவரன் போட்டு, கட்டிலு, பீரோ, சமையல் சாமானம்ல இருந்து எல்லாமே திருப்-தியா செஞ்சிடறேன்”, என ஏகாம்பரம் பெருமையாகக் கூறினார்.

“எழுவது சவரனா? ஹாஹா.. என்ன இரத்தினம் எங்க வீட்டு வசதி பத்தி நீ இவங்க கிட்ட சொன்னியா இல்லயா?” , என அவர் சிரித்தபடிக் கேட்டார்.

“மரகதம்.. வசதில என்ன இருக்கு? பொண்ணு குணம் தானே நமக்கு முக்கியம்.. நம்ம வீட்டுக்கு வந்தா நம்மல அனுசரிச்சி நடந்துக்குமா இல்லயான்னு பாத்தா போதாதா?”, என செங்கல்வராயன் கேட்டார்.

“வசதிக்கு தகுந்த வளர்ப்பு தான் அண்ணே இருக்கும். அதான் அத முக்கியமா கேக்கறேன். நம்ம குடும்பத்துல எவ்ளோ வசதி, தொழில் நடக்குது. வந்து பணத்த பாத்து பாதை மாறி போயிட்டா என்ன பண்றது? அதான் இவங்க வசதி பத்தி கேக்கறேன்.. ஒரு சூப்பர்மார்க்கெட் இருக்கு அவளோ தான்.. நம்ம அப்படியா? ஊருல பாதி நம்மலோடது .. இங்க வீடே ஆரம்பிக்கும் முன்ன முடிஞ்சி போச்சி.. நம்ம பையன் எப்டி மாமனார் வீட்ல வந்து இருப்பான்.. ?”

“மரகதம் .. பொண்ணு தங்கமான பொண்ணு..”, என இரத்தினம் ஆரம்பித்தார்.

“தங்கம் என்ன தங்கம்? நெறத்த பாருங்க .. நம்ம பையன் செக்க செவெல்ன்னு இருக்கான்.. உங்களுக்கு இங்க அப்டி என்ன பிடிச்சது ?” , எனத் தனது இளைய சகோதரனிடம் கேட்டார் மரகதம்.

“செங்கல்வராயன் சொன்னா பெரியண்ணன் என்ன சொல்வாரோ அப்டி தான் நானும் இப்போ செஞ்சிட்டு இருக்கேன்.. எங்களுக்கு, தம்பிக்கு பொண்ண ரொம்ப பிடிச்சி இருக்கு.. இதுக்கு மேல யாரும் எதுவும் பேசக்கூடாது “, என மாப்பிள்ளையின் சிற்றப்பா தங்கதுரைக் கறாராகப் பேசிவிட்டுப் பத்திரிக்கை வாசிக்கக் கூறினார்.

இன்னும் நான்கு தினத்தில் திருமணம் என்று பத்திரிக்கைப் படித்த பின் தான் ஏகாம்பரம் கூட அறிந்தார். அவர் இரத்தினத்தைப் பார்க்க அவரும் செங்கல்வராயனைப் பார்த்துவிட்டு அமைதியாக இருக்கும்படிச் செய்கைச் செய்தார்.

காமாட்சி இதுவரை நடந்த பேச்சுக்களில் இருந்து பயந்துக் கொண்டு இருந்தார். மகள் செல்லும் வீடு எப்படி பட்டது என்று இப்போது தான் அவர் யோசிக்க ஆரம்பித்தார்.

17

"என்ன நங்க போற போக்க பார்த்தா அந்த காலம் மாதிரி மாப்ள உடைவாளுக்கு பூ வைக்க சொல்லி கல்யாணம் முடிஞ்சதுன்னு, உன்ன கையோட கூட்டிட்டு போயிடுவாங்க போல ", வினிதா பத்தரிக்கைப் படித்து முடித்ததும் கேட்டாள்.

"அவங்க என்ன வேணா பண்ணட்டும் .. என்ன நடக்குதுன்னு பாப்போம் வினி.. நான் ஒரு முடிவுக்கு வந்து இருக்கேன்", என நங்கை தன் தந்தையைப் பார்த்தபடித் தீவிரமாகக் கூறினாள்.

"என்ன முடிவு நங்க?"

"அப்பறம் சொல்றேன்.. ", என நங்கை அத்துடன் அமைதியாகி விட்டாள்.

'இந்த பாக்கி என்ன முடிவு செஞ்சி இருக்கு? இவளுக்கு திடீர்னு அவளோ தைரியம் எப்டி வரும்?', என வினிதா நங்கைக் கூறியதைப் பற்றி யோசித்துக் கொண்டு இருந்தாள்.

பத்திரிக்கைப் படித்து முடித்ததும் உணவு பந்திக்கு அனைவரும் சென்றனர்.

நங்கையும், வினிதாவும் அறைக்கு செல்லலாம் என மாடி ஏறினர். அப்போது யாரோ வினிதாவை அழைக்கவும், நங்கையை முன்னே செல்லக் கூறிவிட்டு வினிதா கீழே சென்றாள்.

"என்ன இரத்தினம் இது? நாலு நாள்ல கல்யாணம் எப்டி பண்றது? பத்து நாள் தானே முன்ன சொன்னீங்க? என்ன நடக்குது? எதுக்கு இவ்ளோ அவசரப்படணும்?", என ஏகாம்பரம் பேசிக் கொண்டு இருந்தார்.

"எல்லாம் உனக்கே தெரியும் ஏகாம்பரம்.. நம்ம செங்கல்வராயன்கிட்ட பணம் வாங்கறப்போ அவரு போட்ட கண்டிஷன் ஞாபகம் இருக்குல்ல?", எனக் கேட்டுவிட்டு இரத்தினம் ஏகம்பரத்தைப் பார்த்தார்.

"அவரு என்ன சொன்னாரு? அவர் கேக்கறப்போ பணம் முழுசா தந்துடணும் அவ்ளோ தானு ?"

"அவரு இப்போ பணத்த முழுசா கேக்கறாரு.. முப்பது லட்சம் முழுசா வச்சி இருக்கியா?"

"அவளோ பணம் இப்போ நான் பொரட்ட முடியாது தான். ஆனா நெலத்த விலைக்கு விட்டு இருக்கேன்.. அது வித்தா ஓரளவு நல்ல பணம் வரும். அவருக்கு இப்போ கைல காசு இல்லாம இல்லையே இரத்தினம். நான் பணம் வாங்கறப்போ நெலம் வித்து பணம் தரேன்னு சொன்னதுக்கு அவரும் ஒத்துகிட்-டாரே .."

"இப்போ அவசரமா வேணுமுன்னு கேக்கறாரு ஏகாம்பரம்.. நம்ம ஒடனே குடுக்க முடியாது. ஆனா தேவராயன் குடுப்பான். தங்கதுரை நினைச்சா குடுக்க முடியும். அதுக்கு தான் உனக்கு இந்த சம்பந்தம் செங்கல்வராயன் பேசினது"

"இந்த சம்பந்தம் நீ தானே பேசினதா நேத்து சொன்ன இரத்தினம்?"

"எனக்கு முன்ன செங்கல்வராயன் பேசிட்டாரு ஏகாம்பரம்.. பெரிய எடத்துல நம்ம பொண்ண குடுக்க போறோம். பொண்ணு அவங்களோடது ஆகிட்டா உன் கஷ்டம் இனிமே அவங்க கஷ்டம். முப்பது லட்சம் எல்லாம் அவங்களுக்கு தினச்-செலவு மாதிரி.. எதுவும் யோசிக்காத .. நீ பொண்ணுக்கு வாங்க வேண்டியது மட்டும் பாரு மிச்சம் நாங்க பாத்துக்கறோம் .."

"பையனுக்கு தான் இன்னும் கால் குணம் ஆகலியே அது குணமானதும் வச்-சிக்கலாம் ல ?"

"அட என்னப்பா நீ? பத்திரிக்கை குடுத்த அப்பறம் இவ்ளோ பேசிக்கிட்டு இருக்க? உனக்கு எல்லாம் சம்மதம்ன்னு சொன்னதால தானு, நானும் முன்ன நின்னு இத பாக்கறேன்.. உனக்கு பொண்ண சீக்கிரம் கட்டி குடுக்கணும்ன்னு சொன்ன.. அதுக்கு தக்கன நானும் ஒரு எடம் இருக்குன்னு வந்து சொன்னதும் நீயும் சரின்னு சொன்ன அவங்களும் சரின்னு சொல்லிட்டாங்க.. இதுக்கு மேல என்ன? அவசர கல்யாணம் எல்லாம் கொஞ்சம் அப்டி இப்டி தான் இருக்-கும்..வர்மன எதுக்கற ஒரே ஆளு இவங்க தான்.. இவங்கள மீறி வர்மன் வந்து பிரச்சனை பண்ண முடியாது .. அவன் பிரச்சனை பண்ணறத்துக்கு முன்ன வந்து அடுத்து ஆகறத பாரு வா ", என இரத்தினம் ஏகம்பரத்தை அதற்கு மேல் பேச-விடாமல் அங்கிருந்து அழைத்துச் சென்றார்.

வர்மனின் பேச்சு வந்ததும் ஏகாம்பரம் அமைதியாகச் சென்றார்.

நங்கை அங்கு நடந்த அனைத்து பேச்சு வார்த்தைகளும் கேட்டுவிட்டு தனது அறைக்குள் நுழைந்தாள்.

வெகுநேரமாக அமைதியாக இருந்தவள் ஒரு முடிவுடன் தனது சான்றிதல்கள் எல்லாம் ஒரு பையில் எடுத்து வைத்துக் கொண்டாள். செலவிற்கு தனது சேமிப்புப் பணத்தை எடுத்து வைத்துக் கொண்டு, இனி எப்படி நடப்பது என்று யோசிக்க ஆரம்பித்தாள்.

"என்ன முத்தமிழ் நங்கை கல்யாண கனவுகள் ஆ?", எனக் கேட்டபடி இளவேணி அங்கு வந்தாள்.

“நீ எப்டி இங்க ?”, என நங்கை யோசனையுடன் கேட்டாள்.

“என் அப்பா தலைமைல தானே இந்த கல்யாணம் நடக்குது.. நான் வராம இருந்தா எப்டி?”, எனக் கேட்டபடி கால் மேல் கால் போட்டு அமர்ந்தாள்.

“ஓ.. அந்த ஆளு உங்கப்பாவா?”, என நங்கையும் தன்னைத் திடப்படுத்திக் கொண்டு பேச ஆரம்பித்தாள்.

“என் அப்பாவ மரியாதை இல்லாம பேசாத நங்க..”, இளவேணி கோபத்துடன் கூறினாள்.

“இங்க எதுக்கு இப்போ வந்த?”, நங்கை அவளது கோபத்தை அலட்சியப்படுத்திப் பேசினாள்.

“உன் கழுத்துல தாலி கட்டுவேன்-ன்னு சபதம் போட்டவர போய் பாத்தேன். பெருசா எந்த ரியாக்சனும் இல்ல. இங்க நீ உன் சபதத்துல ஜெயிக்க போற சந்தோஷம் இருக்கான்னு பாக்க வந்தேன்”

“ஸ்ஸ் .. உனக்கு ஒரு தடவ சொன்னா புரியாதா ? எனக்கு கல்யாணத்துலயே விருப்பம் இல்ல.. மொத நீ கெளம்பு .. நான் டிரஸ் மாத்தனும்.. “, நங்கை எரிச்சலுடன் பேசினாள்.

“ரொம்ப தான் சலிச்சிக்கர.. நீ கல்யாணம் பண்ண போறது யார தெரியுமா? தேவராயன் .. மேலூர்-ல பாதி அவங்களோடது தான்.. உங்க வசதிக்கு நூறு மடங்கு “

“அவளோ வசதி இருக்கறவங்க எதுக்கு இங்க பொண்ணு எடுக்கணும்? அவங்க வசதிக்கு ஏத்த இடத்துக்கு போகவேண்டியது தானே ?”

“எவ்ளோ வசதி இருந்து என்ன பண்றது ? பையன் கால் ஒடஞ்சி படுத்து இருக்காரு.. ஒடச்சது யாரு தெரியுமா? என் சிங்க மாமா”, என இளவேணி சிரிப்புடன் கூறினாள்.

நங்கை அவளை ஆழ்ந்துப் பார்த்தாள்.

“அவங்க ரெண்டு பேருக்கும் சுத்தமா ஆகாது.. வேற எங்க உன்ன கட்டி குடுக்க நினைச்சாலும் என் மாமா வந்து தடுப்பாரு.. அதான் உன்ன அங்க கட்டி குடுத்துட்டா எனக்கும் பிரச்சனை இல்ல, எங்கப்பாவுக்கும் இல்ல.. அதான் இந்த ஏற்பாடு.. கவல படாத அங்க போய் கூட நீ சந்தோஷமா இருக்கலாம்.. தேவராயனுக்கு எந்த கெட்ட பழக்கமும் இல்ல. ஆனா ஒரே ஒரு பழக்கம் இருக்கு..”, எனக் கூறிவிட்டு இளவேணி அமைதியானாள்.

‘என்ன’, என்பது போல நங்கை அவளைப் பார்த்தாள்.

“அவனுக்கு சொந்தமான பொருளை யாராவது தட்டி பறிக்க நினைச்சா அந்த பொருளை பதுக்கி வச்சிட்டு அவனே காணோம்ன்னு தேடி, யாரு அது மேல ஆசபட்டாங்களோ அவங்கள ஒரு வழி பண்ணிட்டு தான் அடுத்த வேலை”

“உன் மாமன் தானே இதனால கஷ்டப்படுவான்”, நங்கை இடையில் கேள்வி கேட்டாள்.

“ஹாஹாஹா.. என் மாமன் உன் கழுத்துல தாலி ஏறிட்டா திரும்பி கூட பாக்-காது.. தவிர தேவராயன்கிட்ட மறுபடியும் மோதாது.... தங்கதுரை மாமா அதுக்கு தக்கன பஞ்சாயத்து பேசி முடிச்சி இருக்காரு..”

“ஹாஹாஹாஹா.. நான் பொருள் இல்ல இளவேணி.. மனுஷி.. மொதல் நீ இங்க இருந்து வெளிய போ”, நங்கை பல்லைக் கடித்துக்கொண்டுக் கூறினாள்.

“எங்க வீட்டு பிள்ளைய இப்போவே வெளிய போக சொல்ற?”, எனக் கூறி-யபடி மரகதம் உள்ளே வந்தார்.

“நான் ரூம் விட்டு தான் போக சொன்னேன்.. பொடவை மாத்தணும்”

“இப்போவே எதுக்கு மாத்தணும் ? நாங்க எல்லாம் இன்னும் இங்க தாணு இருக்கோம்..” ,என மற்றொரு பெண்மணி கூறினார்.

“பெரியம்மா.. பாவம் பொண்ணு .. நழுங்கு வச்சத்துல அரிசி எல்லாம் பொட-வைக்குள்ள புகுந்து இருக்கும். அவங்க அவுத்துட்டு கட்டட்டும் .. வாங்க நம்ம வெளிய இருக்கலாம்” , என இளவேணி அந்தப் பெண்களை சமாதானம் செய்து அழைத்துச் சென்றாள்.

வினிதா செல்பவர்களைப் பார்த்தபடி நங்கை இருந்த அறைக்குள் வந்து, “அந்த சில்வண்டு என்ன பண்ணுது நங்க?”, எனக் கேட்டாள்.

“அவ அப்பன் தான் அந்த செங்கல்வராயன் .. அவன் தான் இந்த சம்பந்தம் பேசி இருக்கான்...”, என ஆரம்பித்து தான் கேட்ட பேச்சு வார்த்தைகள் முதல் இளவேணி பேசியது வரை கூறி முடித்தாள்.

“எனக்கு வாய்ல நல்லா வருது நங்க.. உங்கப்பனுக்கு அறிவுங்கறது நாலன்னா அளவுக்கு கூட இல்ல”

“அந்த ஆளுக்கு இதுக்கு மேல வந்து மட்டும் என்ன ஆக போகுது.. “, நங்கை எங்கோ வெறித்தபடிப் பார்த்துகொண்டுப் பேசினாள்.

“நாம இப்ப என்ன பண்றது நங்க?”, வினிதா அவளருகில் வந்து கேட்டாள்.

“நாலு நாள்ல கல்யாணம் வச்சிக்கிட்டு நான் மட்டும் என்ன பண்ணுவேன்? எனக்கு ஒண்ணுமே புரியல வினி.. இங்க இருந்து ஓடிபோயிரலாம்ன்னு தான் இருக்கு..”, எனக் கூறியபடித் தலையில் கை வைத்து அமர்ந்துக் கொண்டாள்.

“ஏன் அப்படி பண்ண கூடாது?”, என வினிதாவும் கேட்டாள்.

“எங்க போறது வினி? இன்னும் செம் முடியல.. கிடைச்ச வேலைக்கு போக-ணும்னா கூட டிகிரி முடிச்சா தான் போக முடியும்.. அதுக்கு இன்னும் ரெண்டு மாசம் இருக்கு”

“ஆமால்ல .. வேற என்ன பண்ணலாம்?”

“எனக்கும் ஒண்ணும் புரியல.. ஆனா எனக்கு இந்த கல்யாணம் மட்டும் வேணாம் வினி.. ஏதாவது செஞ்சி இந்த கல்யாணத்த நிறுத்தணும்..”, என நங்கை வினிதாவிடம் பொலம்ப ஆரம்பித்தாள்.

“என்ன பண்றதுன்னு யோசிக்கலாம் நங்க.. அந்த ஊரு ஆளுங்க வேற ஒரு-மாதிரி.. அதுவும் பாக்கணும்..”

“நான் இல்லைனா இன்னொரு பொண்ண கட்டி வைப்பாங்க அவளோ தானே .. “

“உனக்கு தங்கச்சி இருந்தா கட்டுவாங்க உன் தம்பிய யாரு கட்டுவா? அப்டி அது பொண்ணா பொறந்து இருந்தா கூட அந்த குடும்பத்துல தள்ளி விட்டு இருக்கலாம். இதுக்கு மேல உன் தம்பிக்கு ஆபரேஷன் செஞ்சா கூட அதுக்கு வாய்ப்பு இல்ல தானே நங்க?”

“கிறுக்கு தனமா பேசாம ஒழுங்கா ஏதாவது சொல்லு.. அப்பவும் பொண்ணா பொறந்ததால மட்டும் தான் அந்த கஷ்டம் படணுமா? ஆம்பளைங்க எல்லாம் கஷ்டமே படக்கூடாதா?”, நங்கை வினிதா தலையில் கொட்டு வைத்தாள்.

“ஏய் எரும எதுக்கு இப்டி கொட்டுற? வலிக்குது டி.. அந்த ஜென்மம் வேற எப்டி தான் கஷ்ட படுமாம்? ஊருல நடக்கறத தானே நான் சொன்னேன்.. “, தலையைத் தேய்த்துக் கொண்டு பதில் கூறினாள் வினிதா.

“இந்த வழக்கத்த கொண்டு போய் எங்கயாவது ஆத்துல கொட்டு.. நாலாவது நாள் கல்யாணம் .. நம்ம ஊரு வழக்க படி நம்ம தான் கல்யாணம் செய்வோம் .. ஆனா இவங்க வசதி பாத்தா அவங்க ஊர்ல வச்சிக்குவாங்க போல .. நம்ம என்ன பண்றது?”, நங்கை.

“நிஜமா நீ இந்த கல்யாணத்த நிறுத்தணும்னு நினைக்கறியா நங்க?”, வினிதா அவளின் எண்ணத்தைப் புரிந்துக் கொள்வதற்காகக் கேட்டாள்.

“ஆமா வினி.. எனக்கு இவன மட்டும் இல்ல யாரையும் கல்யாணம் பண்-ணிக்க விருப்பம் இல்ல... எப்பிடியாவது இந்த கல்யாணத்த நிறுத்தணும் ஏதாவது வழி சொல்லேன்..”

“இந்த கல்யாணம் ஓடனே நிக்க ஒரே வழி நீ ஓடி போறது தான்.. ஆனா நீ எங்க போவ? ஏதாவது காதல் கீதல் இருந்தா கூட அந்த நாய் ஏதாவது செய்யும் .. உனக்கு தான் அப்டி யாரும் இல்லயே .. தனியா ஓடி போய் என்ன செய்வ?”

“காதல் கீதல் இருந்தா தான் ஓடணுமா ? கல்யாணம் பிடிக்கலன்னா ஓட மாட்டாங்களா?”

“நான் வழக்கத்த தானே டி சொல்றேன்.. எங்க தங்குவ? எப்டி வாழ்க்கைய ஆரம்பிப்ப? படிச்சி முடிச்சி இருந்தா கூட பரவால.. இந்த மூளை கெட்ட ஜென்-மங்க செம் எழுதறதுக்கு முன்ன இந்த கல்யாணம் வச்சி சாவடிக்கறாங்க.. உன்ன

அனுப்பி வச்சிட்டு நான் எப்டி நிம்மதியா இருக்க முடியும்?"

"அப்போ வேற என்ன தான் வழி வினி"

"யோசிக்கலாம்.. ஏதாவது வழி கிடைக்கும்.. இல்லைனா நானே உன் கூட ஓடி வரேன்.. நான் சொன்ன மாதிரி ஆளுக்கு ஒரு வேலை தேடிக்கலாம்.. வீட்ல இருக்க பணத்த செலவுக்கு எடுத்துக்கலாம் ", என வினிதா கூறியதும் நங்கை கலகலவென்று சிரிக்க ஆரம்பித்தாள்.

நங்கையின் சிரிப்பு சத்தம் வெளியே கேட்கவும் நிறைய பேர் மனதில் நிறைய எண்ணங்கள் தோன்றின.

அவரவர் எண்ணம் அவரவர் வாழ்வை நிர்ணயிக்கும் அல்லவா??

18

“டேய் வட்டி .. எங்க இருக்க?”, நீலா ஆச்சி போனில் பேசிக் கொண்டு இருந்-தார்.

“இங்க நம்ம கடைல தான் ஆச்சி.. இன்னும் பத்து நாலு தானே இருக்கு திறப்பு விழாவுக்கு..”

“இன்னும் அஞ்சி நிமிஷத்துல நீ இங்க வரல .. “

“எதுக்கு நீ இவ்ளோ டென்ஷன் ஆகற? இரு வந்துடறேன் ..”, எனக் கூறி வட்டி ஆச்சியைப் பார்க்கப் புறப்பட்டான்.

“எங்க டா போற? வேலை பாதில நிக்குது ..”, வர்மன் அவசரமாகச் செல்பவனை நிறுத்திக் கேட்டான்.

“உன் அப்பத்தா தான் ஒடனே வரசொல்லுது .. நான் போய் என்னனு பாத்-துட்டு வரேன் மச்சான்“

“வேலை இருக்க சமயத்துல தான் கூப்பிடுமா? “, என வர்மன் எரிந்து விழுந்-தான்.

“என்னய கேட்டா? போகலன்னா எத கொண்டு அடிக்கும்ன்னு தெரியாது மச்-சான்.. போயிட்டு ஒடனே வந்துடறேன் ..”

“இரு நானும் வரேன்.. என் அம்மா நகைய எடுத்து கொடுக்க சொல்லு ..”, என அவன் வண்டியை முறுக்கினான்.

“இன்னிக்கி ஓலக்கையா அம்மி கல்லா தெரியல .. மொத்ததுல மத்தளம் தான் நானு”, என வட்டி புலம்பியபடி வர்மன் பின்னால் அமர்ந்தான்.

மார்க்கெட் வீதி விட்டு ஊருக்குள் செல்லும் பாதையில் ராஜன் அவர்களை வழி மறைத்தான்.

“என்ன டா லிப்ட் வேணுமா?”, என வர்மன் கேட்டான்.

“உன்கிட்ட யாரு லிப்ட் கேக்கறா?”, என ராஜன் திமிராகப் பதில் கூறினான்.

“அப்பறம் என்ன ***துக்கு வண்டிய நிறுத்தற டா என் ஆசை மாப்ள ?”, வர்மன் நக்கலாகச் சிரித்தபடிக் கேட்டான்.

“என்ன பண்ணாலும் நீ எங்க வீட்டு மாப்ள ஆகமுடியாது .. அவளுக்கு தேவராயன் மாமா கூட கல்யாணம் பேசி முடிச்சாச்சி தெரியும் ல”, ராஜனது பேச்சில் திமிரும், எள்ளலும் அளவிற்கு அதிகமாக இருந்தது.

“வண்டிய விட்டு வந்தேன் வை வாய்ல ஒரு பள்ளு இருக்காது.. உங்கப்பன் கிட்ட போய் சொல்லு அவருக்கு நான் தான் மாப்ள. உன் அக்காகாரிகிட்டயும் போய் சொல்லு சவால்ல நான் தான் ஜெயிப்பேன்.. மேலூர்காரன்னா நாங்க பயந்-துருவோமா? தேவராயன்-ன்னு சொன்னியே .. போய் அவன மொத பாரு. நான் ஒடச்சி விட்ட காலு இன்னும் கூடல.. மறுபடியும் நீங்க அவன் மூக்க உடைக்க போறீங்க .. ஒதுங்கி நில்லு .. உனக்கு என் எதிர்ல நிக்க இன்னும் வயசு வரணும் .. “

“வயசுக்கு வந்து உன்கூட ஜோடி போடவா நான் நிக்கறேன்? நீ நினைக்கற எதுவும் நடக்காது. நீங்க எந்த திட்டம் போட்டாலும் அடுத்த பத்து நிமிஷத்துல எங்க காதுக்கு வந்துடும்.. எப்டி எப்டி ? என் அக்காவ கடத்திட்டு போய் தாலி கட்டுவியா ? ஹாஹாஹா .. எப்டி கடத்தி எங்க வச்சி தாலி கட்டுவன்னு நானும் பாக்கறேன்.. அந்த பொட்டச்சியும் சரி, நீயும் சரி நிம்மதியா வாழ முடியாத மாதிரி செய்யாம விடமாட்டேன்..”, என சொல்லி முடிக்கும்முன் ராஜன் கன்னம் தீ பற்றியது போல எரியத் தொடங்கியது.

“என்ன டா? என்ன சொன்ன? பொட்டச்சியா? உனக்கு அவ அக்கா.. எனக்கு பொண்டாட்டி.. அவள இன்னொரு தடவ மரியாதை இல்லாம பேசி பாரு கழுத்த திருகி கைல குடுக்கறேன்.. சின்ன பையன்னு பாத்தா ரொம்ப வாய் பேசுற நீ.. இன்னொரு மொற இப்டி வந்து நின்னா அடிச்சி தூக்கி போட்டுட்டு போயிட்டே இருப்பேன்.. தள்ளுடா ..” , எனச் சொல்லியபடி இன்னும் சில அடி-களை வழங்கிவிட்டே வர்மன் அங்கிருந்துச் சென்றான்.

அடி வாங்காமல் இதுவரை வளர்ந்தவன் நடுரோட்டில் வர்மனிடம் அடி வாங்-கியதும் வன்மம் தான் நெஞ்சில் தங்கியது. அளவுக்கு மீறிய கண்டிப்பில்லாத அன்பினால், வயதிற்கு மீறிய பேச்சும், செயலும் கொண்டுத் தவறானப் பாதையில் அடிவைக்கத் தொடங்கினான்.

முதல் கண்டிப்பு அவனைத் தவறான ஆறுதலைத் தேட வைத்தது. அதன் விளைவு தனது பள்ளி வளாகத்தை ஒட்டிய கடையில், போதை மருந்தை வாங்கி உபயோகப் படுத்த ஆரம்பித்தான்.

முதல் போதை அவனை வேறு உலகிற்கு அழைத்துச் சென்றது. மென்மேலும் அந்த போதையினை முழுதாக அனுபவிக்க, ஊருக்கு ஒதுக்கு புறமான இடத்தில் அலங்கோலமாகக் கிடந்தான் ஏகாம்பரத்தின் தவ புதல்வன் ராஜன்.

அவன் அணிந்து இருந்த தங்க நகைகள் எல்லாம் அன்றைய திருடனுக்கு பெரும் அதிர்ஷ்டமாகக் கிடைத்தது.

“டேய் வர்மா .. உன்ன விடமாட்டேன்.. என்ன இதுவர யாருமே அடிச்சது இல்ல .. நீ.. நீ என்ன அடிச்சிட்ட ல .. உன்ன.. உன்ன .. அவள . அவள .. விடமாட்டேன் .. அப்பா .. அப்பா .. அவள அடிங்க.. அவள .. வர்மன .. “, என ஏதேதோ ஓளரியபடி தரையில் கிடந்தான்.

“இவனுக்கு எவ்ளோ கொழுப்பு பாத்தியா மச்சான் ? அந்த ஏகாம்பரத்த எடுத்து முழுங்கிடுவான் போல..”, வட்டி ராஜனது பேச்சைப் பற்றிப் பேச ஆரம்பித்தான்.

“எல்லாம் அந்த ஆளு பேசற லட்சணம் அப்புடி .. வயசுக்கு மீறின பேச்சு.. கண்டிப்பு சுத்தமா இல்ல .. அந்த புள்ளைய அந்த அடி அடிச்சி வளத்தறாங்க இவன ஒரு அடி கூட அடிக்க மாட்டாங்க போல மாப்ள .. பொட்டச்சியாம்ல .. வந்த கோவத்துக்கு வாய ஒடச்சி விட்டு இருக்கணும்.. நாளைக்கு மாமனுக்கு கால் கழுவனுமே-ன்னு விட்டுட்டு வந்தேன்”, திருமணத்தில் பெண்ணின் சகோதரன் மாப்பிள்ளை கால் கழுவும் நிகழ்வை மனதில் வைத்துப் பேசினான் வர்மன்.

“ஆசை தான் மச்சான் உனக்கு.. கல்யாணம் மொத எங்க எப்டி நடத்தபோறோம்ன்னு தெரியல இதுல உங்களுக்கு மாப்ள மரியாதை செய்ய அவன் வாய ஒடைக்காம வர்றதா வேற சொல்றீங்க..”

“நம்ம திட்டம் போல தான் மாப்ள .. அதுல உனக்கு என்ன சந்தேகம் ?”

“அந்த சில்வண்டு மொத என்ன சொன்னான்னு யோசிங்க ?”

“என்ன சொன்னான்?”

“நம்ம அவன் அக்காவ கடத்தி கொண்டு போய் கல்யாணம் பண்ண திட்டம் போட்டு இருக்கோம்ன்னு சொன்னான்..”

“அன்னிக்கி போட்ட திட்டம் தான் அப்போவே அந்த இம்சை புடிச்ச செங்கல் பொண்ணு வந்து மைக் வச்சி கேட்டுட்டு போயிட்டாளே ..”, வர்மன் வீட்டிற்கு செல்லும் பாதையில் வண்டி ஓட்டியபடிக் கூறினான்.

“அப்போ அது உங்களுக்கு முன்னயே தெரியுமா ? அப்பறம் ஏன் அன்னிக்கி அவளோ வெவரமா பேசினீங்க ?”

“அப்போ தான் மாப்ள வாழ்க்கைல ஒரு த்ரில் இருக்கும்.. இப்போ நம்ம பேசினது வச்சி அவன் நாலு நாள்ல கல்யாணம் வச்சது நமக்கு தானே வசதி பண்ணி இருக்கு “, என வர்மன் கேட்டதும், வட்டி அவனைப் பின்னால் இருந்துக் கட்டிப் பிடித்துக் கன்னத்தில் முத்தம் கொடுத்தான்.

“டேய் .. சீ .. எரும மாடே .. என் கன்னத்த ஏன்டா எச்சி பண்ற ?”, என வர்மன் அவனைப் பின்னால் தள்ளினான்.

“மச்சான் வண்டிய ஆட்டாத .. அப்பறம் கீழ விழுந்தா சேதாரம் அதிகமா போயிடும்..”, என வட்டி வர்மனின் இடுப்பைப் பிடித்துக் கொண்டான்.

"டேய் கருமம் பிடிச்சவனே .. கூசுது டா.. கைய எட்றா மொத .. ", என வர்மன் வண்டியை நிறுத்தியபடிக் கத்தினான்.

இருவரும் சிரித்து சண்டைப் போட்டுக் கொண்டு வருவதைப் பார்த்த நீலா ஆச்சி, வாசலில் கிடந்தக் கூடையை வட்டியின் மேல் எறிந்தார்.

அதை லாவகமாகப் பிடித்தபடி,"என்ன ஆச்சி ? எதுக்கு ஒடனே வர சொன்ன?", வட்டி வீட்டிற்கு உள்ளே வந்துக் கேட்டான்.

"அந்த எடுபட்டபய என்னடா பண்றான்? பெருசா சவால் விட்டு கிழிக்கற மாதிரி மீசைய முறுக்கிக்கிட்டு திரிஞ்சா போதுமா? அந்த புள்ளைய எப்ப இவன் கட்டுவானாம்?", என வர்மனைப் பார்த்துவிட்டுக் கேட்டார்.

"எனக்குன்னு யாரு இருக்காங்கலாம் பொண்ணு கேக்க சொல்ல.. இருக்கறவன் போய் கேக்கறான்.. நான் என்ன பண்றதாம் ?", வர்மன் ஒன்றும் தெரியாதப் பிள்ளை போல முகத்தை வைத்துக்கொண்டுப் பேச ஆரம்பித்தான்.

"எடு செருப்ப நாயே.. குத்துக்கல்லாட்டம் நான் இருக்கறது துரைக்கு தெரியலியா? இல்ல நான் செத்து போயிட்டனா ?", என ஆச்சி கேட்டதும் வர்மன் வந்து ஆச்சியை அணைத்துக் கொண்டான்.

"நீயும் என்னைய விட்டு போகலாம்னு பாக்கறியா ? அப்பறம் என் புள்ளைங்கள யாரு வளப்பா ? பேச்சுக்கு கூட இனிமே இந்த வார்த்தைய சொல்லாத அப்பத்தா", என இறுக்கமாகக் கட்டிக் கொண்டே பேசினான்.

"டேய் எடுபட்ட பயலே .. விட்றா என்னய.. இறுக்கியே கொன்றுவான் போல .. மூச்சே வரல ..அப்புடியே தாத்தன் கொணம்.. ", என வர்மனை விலக்கிவிட்டு முணுமுணுத்தபடி தன்னை ஆசுவாசப்படுத்திக் கொண்டார்.

"ஏன் ஆச்சி தாத்தா அப்புடியா இறுக்கி கட்டுவாரு ?", வட்டி சிரிப்புடன் வம்பு பேசினான்.

"அந்த ஆளுக்கு ஏது புத்தி ? பொறுமைங்கறது எள்ளு அளவுக்கு கூட இருக்காது.."

"நான் எவ்ளோ பொறுமையா இருக்கேன் .. என்னையும் தாத்தா கூட சேர்த்து வச்சி தான் நீ திட்ற அப்பத்தா ..", வர்மன் சிறுக்குழந்தைப் போல ஆச்சியின் மடியில் சென்றுப் படுத்துக் கொண்டான்.

"அப்பாடா .. ஒரு வழியா உங்க சண்டை முடிஞ்சது.. ஆனாலும் ஆச்சி நீ பயங்கரமான ஆளு தான். கடைசில என் மச்சான் தான் எறங்கி வந்து இருக்கான். நீ புடிச்ச புடியில தான் நிக்கற.. எதுக்கு உனக்கு இவ்ளோ பிடிவாதம்?", என வட்டி கேட்டதும் நீலா ஆச்சி அவனை அடித்தார்.

"என் பேச்ச மீறி போனவன்கிட்ட நான் எதுக்கு டா பேசணும்? வாழ வேண்டிய வயசுல ஜெயிலுக்கு அப்டி போகணும்னு என்ன இருக்கு? அடுத்த நாள்

தானா சாவரவன இவன் போய் கொல்லனுமா ? அறிவு வேணும் .. மொரட்டு தனத்த வச்சிக்கிட்டு ஒரு ஆணியும் புடுங்க முடியாது “, என ஆச்சி கூறியதுக் கேட்டு வட்டியும், வர்மனும் குழப்பமாகப் பார்த்தனர்.

“என்ன பாக்கறீங்க? அடுத்த நாள் லாரில அடிபட்டு சாக வேண்டியவன தான் இவன் கொன்னது.. ஒரு வருஷம் ஜெயில் வாழ்க்கை வேற.. அந்த வயசுல ஒழுங்கா படிக்காம இப்போ சண்டியர் கணக்கா சுத்திக்கிட்டு திரியறது .. உருபடு-வியா நீ?”, என வர்மனை நேரடியாகத் திட்டினார்.

“ஆச்சி அப்படின்னா?”, என வட்டி எதையோ யோசித்து கேட்டான்.

“அதே தான்.. அத விடு இப்போ விஷயத்துக்கு வரலாம்.. அந்த செங்கல்-வராயன் மேலூர் ராஜதுரை பையன அந்த பொண்ணுக்கு பேசிட்டான். இன்னும் நாலு நாள்-ல கல்யாணம்.. நீ என்ன பண்ண போற சிம்மா?”, என ஆச்சி கேட்-டதும் வர்மன் கண்களில் நீர் சுரந்தது.

இந்த அழைப்பிற்காக தானே இத்தனை ஆண்டுகளாகக் காத்து இருந்தான். முழுதாக ஐந்து ஆண்டுகள் ஓடி விட்டன. தாயும் தந்தையும் இறந்த பின்னர் முழுதாக அப்பத்தாவின் மடி தான் அவனுக்கு அனைத்துமாக மாறியது.

வர்மனுக்கு மூன்று வயதாக இருக்கும் போது, ஒரு விபத்தில் தாய் தந்தையை இழந்தான். விதி வசத்தால் இவனுக்கு அடி பெரிதாக எதுவும் படவில்லை. தாயும் தந்தையும் அவனைப் பாதுகாப்பாக நடுவில் வைத்துக் கொண்டதில், விபத்து நடந்தும் அவனுக்கு பெரிய காயம் ஏற்படவில்லை.

விஷயம் அறிந்து நீலா ஆச்சியும், அவரது கணவரும் மருத்துவமனை செல்-லும் போது பேரனை மட்டுமே முழுதாகப் பார்க்க முடிந்தது. மகனும், மருமகளும் உயிரற்ற ஜடமாகவே அவர்களிடம் ஒப்படைக்கப் பட்டனர்.

ஊர்களுக்கு நடுவே இருந்த பிரச்சனை அப்போது பெரிதாக இருந்தது. யார் பெரியவன் என்கிற போட்டியும், தொழில் சந்தையில் யார் அதிகமாக வணிகம் செய்வது என்கிற போட்டியும் அளவிற்கு அதிகமாக இருந்தது . அதனால் வயல் வெளிகளை கொளுத்துவதும், பயிர்களை நாசம் செய்வதும் வழக்கமாக அந்த மூன்று ஊர்காரர்களும் செய்துக் கொண்டு இருந்தனர்.

வடக்கூர், கிழக்குபுரி, மேலூர் மூன்று ஊரின் பெரிய மனிதர்களுக்குள் தான் அத்தனை போட்டி பொறாமையும் இருந்தது. மற்ற ஊர்களை போல இதில் சாதாரண ஆட்கள் பலியாகக் கூடாது என்கிற பஞ்சாயத்து முடிவினால், பெரிய தலைகள் நேரடியாக இது போன்ற விபத்து ஏற்பாடுகள், வயல்களை நாசம் செய்-வது, வணிகம் செய்ய கொண்டு போகும் லாரிகளை பிடித்துக் கொள்வது, போன்ற பல கீழ்தரமான வேலைகளைச் செய்துக் கொண்டு இருந்தனர்.

கிழக்குபுரியில் நீலாயதாட்சி ஆச்சி வந்ததும் அந்த ஊரில் நிறைய கட்டுப்பா-டுகளை விதித்து, அடிமட்ட கூலிகளின் பிழைப்புக் கெடாத வண்ணம் அனைத்து

வேலைகளையும் செய்ய வைத்தார். அவர் வந்த பின் தான் கூட்டம் சேர்த்துக் கொண்டு, எந்த தனிமனிதனின் பகைக்காகவும், மற்ற ஊர் ஆட்கள் வரக்கூடாது என்று மூன்று ஊர் பஞ்சாயத்து ஆட்களிடம் பேசி தீர்மானம் கொண்டு வர வைத்-தார்.

கிழக்குபுரியில் வர்மனின் தாத்தா சிங்காரவேலன், தனது காதல் மனைவியின் சொல்லுக்குக் கட்டுப்பட்டு அனைத்தும் நிறைவேற்றினார்.

இந்த பெரிய மனிதர்களின் சண்டையில் பொறுக்கி தின்னும் கூட்டம் இதனால் வறுமைக்குத் தள்ளப்பட்டது. அதில் இந்த செங்கல்வராயன் குடும்பமும் ஒன்று.

பெரிய தலைமுறை ஆட்கள் சற்று விலகி, அடுத்தத் தலைமுறைக்குப் பொறுப்பை ஒப்படைத்ததும், இந்த நரி கூட்டம் மீண்டும் பழைய பகைகளைப் புகைப்போட்டு பற்ற வைத்து பல குடும்பங்களை அநாதை ஆக்கினர்.

நீலாயதாட்சியின் மகன் தாயின் சொல் தட்டாமல் அவரை விட இரண்டு மடங்கு அதிகமாகச் சட்ட ரீதியாக அணுகி, தனி குடும்ப பிரச்சனைகளில் கூலி ஆட்களை ஏவக்கூடாது என்னும் கட்டுப்பாட்டை தீவிரமாக நிறைவேற்றப் பாடு-பட்டார்.

அந்த போராட்டத்தில் தான் உயிரும் விட்டார் என்று கூட கூறலாம். இன்று வரை அந்த விபத்து யாரால் நடந்தது என்று யாராலும் அறிய முடியவில்லை.

அதற்கு பின் சிங்காரவேலன் மற்ற ஊர் பெரிய மனிதர்களிடம் பல விதங்களில் பேசி, இனி யாரும் யாரின் வழியிலும் குறுக்கிடக் கூடாது என்று ஒப்பந்தம் போட்-டுக் கொண்டனர்.

இப்படியாக முழுதாக ஆச்சியின் மடியில் வளர்ந்தவன் கோபத்தில் தன்னிலை மறந்து, புத்திக் கெட்டு சரியான நேரத்தில் வாழ்வைக் கெடுத்துக் கொண்டதில் ஆச்சி கோபம் கொள்வது தவறல்லவே ..

அந்தக் கோபத்தை எல்லாம் விட்டு, நங்கைக்காக ஆச்சி பேசியது அவனுக்கு ஒருபக்கம் மகிழ்ச்சி என்றாலும், தன்னிடம் தனக்காக பேசவில்லை என்கிற நினைப்பும் உடன் எழுந்தது.

19

நிச்சயம் முடிந்து அனைவரும் சென்ற பின் வினிதா காமாட்சியிடம் வந்தாள்.

"அம்மா .."

"என்ன வினிதா ? டீ போட்டு தரவா ? வேற ஏதாவது வேணுமா?". என அடுப்படியை ஆட்கள் ஒழுங்குப்படுத்துவதைக் கவனித்தபடிக் கேட்டார்.

"அதுலாம் வேணாம்.. நான் வீட்டுக்கு கௌம்பரேன் மா "

"ஏன் அதுக்குள்ள போற? இரு சாயந்திரம் பலகாரம் போடறாங்க .. அதுக்கு அப்புறம் போவியாம்"

"அதுலாம் சாப்டற மாதிரியா இப்போ நெலம இருக்கு? ", வினிதா அலுத்த-படிப் பேசினாள்.

"வீட்ல நல்ல காரியம் தானே டி நடக்குது.. இப்போ பலகாரம் செய்யாம வேற எப்போ செஞ்சி தர்றதாம் ?", எனக் காமாட்சி அவளைப் பார்த்துக் கேட்டார்.

"ஓ.. இனிக்கி நடந்ததுக்கு பேரு நல்ல காரியமா ? ", என வினிதா இப்போது நேரடியாகக் கேட்டாள்.

"என்ன டி பேச்சு இது அபசகுணமா ? வாய்ல போடு", எனக் கண்டித்தார்.

"என் வாய்ல இல்ல .. நங்க தலைல நீங்க தான் மண்ண போடறீங்க ம்மா .."

"ஏன் டி ? கல்யாணம் நல்ல விஷயம் தானே ? நம்மல விட அந்தஸ்தான ஆளுங்க. அவருக்கு சிநேகிதன் பையனாம்.."

"அதுலாம் சரி.. பையன் பொண்ணு பாக்கமாயே 4 நாள்ல கல்யாணம் வைக்-கறது எல்லாம் இந்த ஊர்ல தான் நடக்கும்.."

"அதான் பையன் வேலை விஷயமா வெளியூரு போயிட்டாராம்.. 2 நாள்ல வந்துருவாரு-ன்னு நங்க அப்பா சொன்னாரு டி"

"பையன் குணம், மாப்ள வீட்டு ஆளுங்க குணம் எல்லாம் விசாரிச்சீங்களா ? பையன் போட்டோ கூடவா உங்களுக்கு காட்ட கூடாது? கட்டிக்க போறவளுக்கு கூட நீங்க இன்னும் எதுவும் காட்டல.. சொல்லல.. ஏன்ம்மா நீங்களும் இப்டி

இருக்கீங்க?", வினிதாவின் குரலில் கோபமும் ஆதங்கமும் கலந்து ஒலித்தது.

"நான் என்ன டி பண்ணுவேன்? அவங்க அப்பா தான் எல்லாமே முடிவு எடுப்பாரு.. மறுத்து பேசி எனக்கு பழக்கம் இல்ல.. வீட்டு ஆம்பளைங்க எப்பவும் நமக்கு நல்லது தானே நினைப்பாங்க? எல்லாம் அந்த நம்பிக்கை தான்.. நம்ம வீட்டுக்குள்ளயே இருக்கோம். நமக்கு வெளி வெவரம் பத்தாது ல?"

"உங்கள யாரும் இப்போ நாட்டு நெலவரம் தெரிஞ்சி வச்சி கலெக்டர் வேலைக்கு போக சொல்லல.. நீங்க பெத்த பொண்ணு வாழ்க்கை நல்லா இருக்குமா இல்லயான்னு கூட யோசிக்க மாட்டீங்களா? அவங்க பாட்டுக்கு பத்து நாள்ல கல்யாணம்-ன்னு சொல்லிட்டு இப்போ நாலு நாள்ல கல்யாணம்-ன்னு சொல்றாங்க.. எல்லாமே அவங்க இஷ்டம் தானா? நங்கை ஒண்ணும் பொம்மை இல்ல இங்க இருந்து தூக்கி வேற வீட்டு அலமாரில வைக்கறதுக்கு .. அவ மனச பத்தி யோசிச்சீங்களா ?"

"அது நாள் கொஞ்சம் சுருக்கம் தான்.. அவகிட்ட தனியா என்ன கேக்கணும் டி? பெத்தவங்களுக்கு தெரியாதா பிள்ளைக்கு எது நல்லது ? எது கெட்டதுன்னு ? "

"பையன் மகா குடிகாரன்.. அது தெரியுமா? ஏற்கனவே 2 கொலை செஞ்சி இருக்கான் அது தெரியுமா ?", வினிதா தான் அறிந்த விஷயங்களை காமாட்சியிடம் கேள்விக் கேட்பது போலக் கூறினாள்.

"என்ன டி சொல்ற?", காமாட்சி அதிர்ந்துப் போய் கேட்டார்.

"ஒரு சண்டைல ஓடஞ்ச காலு இன்னும் கூடல.. கட்டு போட்டுட்டு நடக்க முடியாம தான் இருக்காரு நீங்க பாத்த மாப்பிள்ளை .."

"இதுலாம் எனக்கு தெரியாது டி .. அவரு சிநேகிதன் பைய்யன்னு மட்டும் தான் சொன்னாரு.. அவர மாதிரி தானே அவரு கூட பழகறவங்களும் இருப்பாங்கன்னு நான் நினைச்சிக்கிட்டேன் .. ", காமாட்சிக்கு பதற்றம் வந்தது.

'இந்த ஆளே மூளை கெட்டவன் இவன் கூட பழகறவனும் அப்டி இருந்தா உலகம் அடுத்த மாசமே அழிஞ்சி போயிடும்', என மனதிற்குள் பேசிக்கொண்டு காமாட்சியின் முக பாவனைகளைக் கவனித்துக் கொண்டு இருந்தாள்.

"என்ன டி கம்முன்னு நிக்கற.. ஏதாவது பேசு டி", என வினிதாவை அழைத்தார்.

"நான் என்ன பேசறது ? நீங்க மாப்ள பாத்தா அழகு அப்டி இருக்கு.. இதுக்கு மேல என்ன பேசி என்ன ஆகிட போகுது.. நீங்களே அண்டாவுல பலகாரம் போட்டு திண்ணுங்க .. நான் கெளம்பறேன் .. அவ கல்யாணம் முடிஞ்ச அப்றம் அவ பரீட்சை எழுதறதுக்காவது ஏற்பாடு பண்ணுங்க.. இந்த ஒரு நல்ல விஷயமாவது அவளுக்கு கிடைக்கட்டும்.. இன்னொரு ஜென்மம் இருந்தா இந்த ஊர்ல

மட்டும் பொண்ணா பொறக்கவே கூடாது..”, எனக் கூறிவிட்டு வினிதா தன் இல்லம் நோக்கி நடந்தாள்.

காமாட்சி தீவிர சிந்தனையுடன் நங்கை இருக்கும் அறைக்கு வந்தார். இருளில் அமர்ந்து விட்டத்தை வெறித்தபடி அமர்ந்து இருக்கும் மகளின் நிலை முதல் முறையாக தாயின் கவனத்தை ஈர்த்தது.

ஒவ்வொரு முறையும் ஏகாம்பரமோ, காமாட்சியோ அடித்து விட்டால் இப்படி தான் அன்று இரவு முழுக்க விட்டத்தை வெறித்தபடி அமர்ந்து இருப்பாள்.

அப்போது எல்லாம் அவளின் பிடிவாதமாகத் தெரிந்த செயல், இப்போது முதல் முறையாக வேறு கோணத்தை யோசிக்க வைத்தது.

மனம் நோகும் பொழுது எல்லாம் தான் அவள் இப்படி அமர்ந்திருக்கிறாள் என்பது காலம் கடந்த பின் அவளைப் பெற்ற தாயிற்குப் புரிந்தது.

“என்ன நங்க .. இருட்டுல ஒக்காந்து இருக்க?”, எனக் கூறியபடி விளக்கைப் போட்டார்.

“வாழ்க்கையே இருட்டுல தான் இருக்கு.. கொஞ்ச நேரம் இருட்டுல ஒக்காந்தா ஒண்ணும் ஆகிட மாட்டேன்..”, எனக் கூறிவிட்டு கண்களைத் துடைத்துக்கொண்டு வேறு உடை மாற்ற எழுந்தாள்.

“ஏன்டி இப்டி பேசற? உனக்கு தானே கல்யாணம் நிச்சயம் பண்ணி இருக்கு .. சந்தோஷமா இரு “

“சந்தோஷமா? என் வாழ்க்கைல அதுலாம் இல்லம்மா.. இருக்கவும் கூடாதுன்னு தானே இப்டி ஒரு பையனுக்கு கட்டி வைக்கறீங்க .. “, வினிதா கூறியது அனைத்தும் இவளும் கேட்டு இருந்தாள்.

“அது .. வினிதா சின்ன பொண்ணு அவளுக்கு வெவரம் பத்தாது.. உன் அப்பா எல்லாம் விசாரிச்சி தான் பண்ணுவாரு.. நீ அமைதியா இரு”, எனச் சப்பைக் கட்டுக்கட்டினார்.

“நீ பையன நேர்ல பாத்து இருக்கியாம்மா?”, இப்போதும் கணவனை விட்டு கொடுக்காமல் பேசும் தாயைப் பார்த்துக் கேட்டாள்.

“இல்ல..”

“அவங்க வீட்டுக்கு போய் இருக்கியா?”

“இல்ல”

“அவங்க வசதி எவ்ளோன்னு தெரியுமா?”

“நம்மல விட அதிகமுன்னு அப்பா சொன்னாரு டி”

“நம்மல விட பல மடங்கு வசதி அதிகம். அப்டி பட்டவங்க என்னய ஏன் அவங்க வீட்டு மருமக ஆக்கணும்? அவங்க அத்தை பொண்ணுங்க எத்தன இருக்கு .. இல்ல அவங்க வசதிக்கு வேற பொண்ணா கிடைக்காது?”

“இது நம்ம அதிர்ஷ்டம் டி”

“எதும்மா அதிர்ஷ்டம்ன்னு சொல்ற? இப்போ வந்து நாளைக்கு கல்யாணம்ன்னு சொன்னாலும் நான் கழுத்த நீட்டனும்.. இல்ல அவனோட சீப்புக்கு பொட்டு வச்சி, பூ வச்சா கல்யாணம் முடிஞ்சதுன்னு அவங்க சொன்னாலும், கல்யாணம் முடிஞ்சதுன்னு நீங்க வீட்ட விட்டு தொறத்தி விற்றுவீங்க.. அப்றம் என் நெலம என்ன ? என்னய அவங்க கொண்ணு போட்டாலும் எனக்காக நீங்க யாரும் வர போறது இல்ல. கல்யாணம் செஞ்சி அனுப்பினா போதும் உங்க கடமை முடிஞ்சது.. போங்க போய் உங்க கடமைய பாருங்க “, எனக் கோபம் கொண்டுக் கத்திவிட்டுக் குளியலறையில் நுழைந்துக் கொண்டாள் நங்கை.

உள்ளே அவள் வாய் மூடி அழும் சத்தம் இவருக்கும் கேட்டது. கணவரிடம் பல விஷயங்களைப் பற்றிக் கேட்டு அறிந்துக் கொள்ள வேண்டும் என்று மனதில் தீர்மானித்து விட்டு வேலையைத் தொடரச் சென்றார்.

ஏகாம்பரம் மாப்பிள்ளை வீட்டு ஆட்கள் சென்றதும், இரத்தினத்தை அழைத்துக் கொண்டு வெளியே சென்றவர், இன்னும் இல்லம் திரும்பவில்லை.

காமாட்சி வாசலில் ஒரு பார்வையும், பணி செய்பவர்களிடம் ஒரு பார்வையும் என அமர்ந்து இருந்தார்.

அப்போது அவர்களின் சொந்தக்கார பெண்மணி வீட்டிற்கு வந்தார், காமாட்சிக்கு தங்கை முறை கொண்டவர், பெயர் வாணி.

“என்ன காமாட்சிக்கா .. பொண்ணுக்கு கல்யாணம் முடிவாகிடிச்சி.. ரொம்ப சந்தோஷம்.. பையன் எப்டி? என்ன படிச்சி இருக்காரு?”, என அவர் உள்ளே வந்ததும் கேட்டார்.

“நம்ம மேலூர் ராஜதுரை மகன் தேவராயன் தான் பையன்..”, என காமாட்சி பொதுவாகக் கூற ஆரம்பித்தார்.

“மேலூர் ராஜதுரையா.. எனக்கு தெரியலக்கா.. ரொம்ப வருஷம் கழிச்சி ஊருக்குள்ள வந்ததால சட்டுன்னு ஞாபகம் வரல.. அப்பாவ கேட்டா தெரியும்.. சரி பையன் என்ன வேலை பண்றான்?”, என அவரும் அடுத்தக் கேள்விக்குச் சென்றுவிட்டார்.

“விவசாயம் தான்.. 2 மில்லு ஓடுது.. தோட்டம் தொரவுன்னு பெரிய பண்ணயம் பண்றாங்க “

“அப்படியா ரொம்ப நல்லது.. பொண்ணுக்கு புடிச்சி இருக்கா? பொண்ணு என்ன சொல்றா?”

“அவ சொல்றதுக்கு என்ன இருக்கு? இது அவங்க அப்பா பாத்து பண்றாரு ..”

“என்னக்கா நீ? நம்ம புள்ள படிச்ச புள்ள.. அதுக்கு நாலு விஷயம் தெரியும். அதுக்கும் மனசுல ஆசை இருக்கும் ல.. அது மனசுக்கு சரின்னு பட்டா தாணு

அது வாழ்க்கை நல்லா இருக்கும்.. "

"நமக்கு அப்டியா டி செஞ்சாங்க?", காமாட்சி எதிர்கேள்விக் கேட்டார்.

"என்னக்கா பேசற நீ ? நம்ம காலம் வேற இந்த காலம் வேற.. கொஞ்சம் எல்லாரும் மாறுங்கக்கா.. பொட்ட புள்ள வாழ்க்கைய நிதானமா யோசிச்சி முடிவு பண்ணுங்க.. "

"எங்க இருக்கு நேரம் யோசிக்க? இன்னும் 4 நாள்ல கல்யாணம்ல.. ", எனக் கூறியபடி காமாட்சியின் அம்மா அங்கே வந்தார்.

"என்ன பெரியம்மா சொல்ற ?"

"ஆமா டி வாத்தியார் மவளே.. பையனும் பாக்கல ஒண்ணும் பாக்கல.. வந்தாங்க நிச்சயம் பண்ணாங்க .. நாலு நாள்ல கல்யாணம்-ன்னு சொல்லிட்டு போயிட்டாங்க.. இதுல எங்க இருந்து யோசிக்கறது? புள்ள மனச கேக்கறது?", என வருத்தம் தொணிக்கப் பேசினார் காமாட்சியின் அம்மா வேம்பு.

"எதுக்கு பெரியம்மா இவ்ளோ அவசரமா கல்யாணம் வைக்கணும்? யாருக்கு என்ன கொற ?"

"போய் கேக்கணும் இவ புருஷன.. தாய் மாமன் சீர் பண்ணவாது நேரம் ஒதுக்குவீங்களா இல்லயா?", என மகளிடம் கேட்டார்.

"தாய்மாமன் நழுங்கு வச்சா தான் ம்மா எல்லாம் நடக்கும்..", காமாட்சியின் குரல் உள்ளே சென்றுவிட்டு இருந்தது.

"இன்னிக்கி எது தாய்மாமன் சம்மதம் கேட்டு நடந்துச்சி?", என அவர் கேட்டதும் காமாட்சி பதில் பேச முடியாமல் அமைதியாக இருந்தார்.

"விடு பெரியம்மா.. மாமா எல்லாத்தையும் முடிவு பண்ணிட்டு தானே இவங்ககிட்ட சொல்லி இருக்காரு.. அக்கா மட்டும் என்ன பண்ணும்?", என வாணி அக்கா முகம் வாடுவதைப் பார்த்துவிட்டுப் பதில் கொடுத்தார்.

"பொட்டச்சி நான் என்ன பண்றது? எல்லாம் ஆம்பளைங்க தான் பாத்து பண்ணுவாங்க ", என காமாட்சி தன்னிலை விளக்கம் கொடுத்தார்.

"பொட்டச்சின்னா என்ன அர்த்தமுன்னு தெரியாமயே உன் வாழ்க்கை முடிஞ்சது.. வாழ்க்கைன்னா என்னனு தெரியாம என் பேத்தி வாழ்க்கைய முடிக்க போறீங்களா டி?"

"அம்மா..", என குரல் உயர்த்தினார் காமாட்சி.

"என்ன டி அம்மா? ஒரு அம்மாவா நீ உன் பொண்ணுக்கு எப்ப தான் நடப்ப? உன் புருஷனுக்கு பத்தினியா இருக்கறது ஒரு பக்கம் இருக்கட்டும். நீ பெத்த புள்ளைக்கு உன்னால எப்ப தான் நியாயம் செய்ய முடியுமுன்னு சொல்லு .."

"அவரு எல்லாமே பாத்து தான் பண்றாரு.. பொண்ணுக்கு அப்பா அவருக்கு தெரியாதது எனக்கு என்ன தெரிய போகுது? அவர மீறி நான் என்ன பண்றது?"

“போடி அறிவு கெட்டவளே.. ஒரு வீடுன்னா என்ன? ஒரு குடும்பம்ன்னா என்ன- ன்னு மொத புரிஞ்சிக்க.. நான் ஒண்ணும் கிறுக்கி இல்ல டி.. உன் அப்பத்தாகாரி அந்த பட்டம் கட்டி என்னைய வீட்ட விட்டு ஒதுக்கி வச்சா, நான் பைத்தியம் ஆகிடுவேணா? ஆம்பள பொம்பள ரெண்டும் ஒண்ணா சரியான அளவுல கைக்கோர்த்து நின்னா தான் குடும்பம் உருவாகும். ஒருத்தர் மேல ஒருத்-தர் கீழ இருந்தா அடிமைத்தனம் தான் உருவாகும். உனக்கு சொல்றதுல ஒரு பிரயோஜனமும் இல்ல.. நகரு.. என் பேத்திய பாக்க போறேன்..”, எனத் திட்டி விட்டு உள்ளே சென்றார்.

“என்னக்கா கண் கலங்கி நிக்கற?”, வாணி ஆதரவாகக் கேட்டார்.

“அம்மா இன்னும் அப்டியே தான் பேசுது.. அப்பா ரெண்டாவது கல்யாணம் செஞ்சி வீட்ட விட்டு ஒதுக்கி வச்சப்ப கூட என்னைய பாத்துக்கிட்டது எல்லாம் வேம்பு அம்மா தான்.. என்ன பெத்தவங்க எங்க அப்பாவுக்கு சேவகம் பண்ணவே நேரம் சரியா இருக்கும்.. கடைசில நோய் வந்து அவங்க எறந்த அப்பறம் கூட வேம்பு அம்மா இல்லாம அந்த குடும்பம் இப்பிடி இருந்து இருக்க முடியுமா-ன்னு தெரியாது.. நம்ம ஊர்ல புரட்சி பேசினா யாருக்கு தான் புடிக்கும்? ஆனா இவங்க இன்னும் இப்டியே தான் இருக்காங்க.. யாருக்காகவும் மாறல.. அப்பாவுக்காக கூட மாறல.. என் அப்பத்தா இவங்கள மாறி இருக்க கூடாதுன்னு சொல்லி சொல்லி தான் என்னைய வளத்துச்சி.. அவங்க சொல்படி தான் நான் இப்போ வரை இருக்கேன்.. அதான் என் பொண்ணு மனசும் எனக்கு புரியவே இல்ல போல”, எனக் கூறிக் கண்ணீரைத் துடைத்தார்.

“நம்ம புள்ளைக்கு எல்லாம் நல்லதா தான் நடக்கும்.. நீ கவலப்படாத.. வா உள்ள போய் வேலைய கவனிக்கலாம்.. நானும் இங்கயே தங்க தான் பைய தூக்-கிட்டு வந்தேன்.. என் புருஷன் வழக்கம் போல வெளி ஊருக்கு போயிட்டாரு.. “ என இருவரும் பேசியபடி உள்ளே சென்று, அடுத்து ஆக வேண்டிய வேலை-களைக் கவனித்தனர்.

“அம்மாடி முத்து .. “, என அழைத்தபடி வேம்பு பாட்டி அவள் அறைக்குள் சென்றார்.

“அம்மம்மா ..” என நங்கையும் அவரைக் கட்டிக் கொண்டாள்.

“எப்டி டி இருக்க? ஏன் மொகம் இப்டி வாடி போய் கெடக்கு? இன்னும் உன் அப்பன் புத்தி மாறவே இல்லயா ?”, என நேரடியாக விஷயத்திற்கு வந்தார்.

“என்ன சொல்றது அம்மம்மா ? அப்பத்தா இருந்த வரைக்கும் தான் நான் இங்க மனுஷி அவங்க போன அப்பறம் நீங்களும் இங்க வரது இல்ல .. நான் வெறும் ஜடம் தான் அம்மம்மா இவங்களுக்கு.. “, என இத்தனை ஆண்டு காலப்-பிரிவை அவரைக் கட்டிகொண்டுப் போக்க முயற்சித்தாள்.

“என்ன செய்ய டி .. என் நெலம உன் மாமனுங்கள கரை சேக்கறத்துலயே இத்தன வருஷம் போயிடிச்சி.. உன் அப்பனுக்கு அந்த மாமன கண்டா ஆவாது..”, என அவளை சமாதானம் செய்தார்.

“மொத்தத்துல என்னைய எல்லாரும் தனியா தவிக்க விட்டுட்டீங்க போங்க “

“ஆமா டி ராசாத்தி.. உன் அப்பத்தா இருந்த தைரியத்துல தான் நான் இங்க வராம இருந்துட்டேன். அவளும் போன அப்பறம் நீ இந்த அளவுக்கு கஷ்டப்படுவன்னு நான் யோசிக்காம விட்டுட்டேன்.. என்னைய மன்னிச்சிடு டி தங்கம் “, என அவளைத் தன் மடியில் படுக்க வைத்துப் பேச ஆரம்பித்தார்.

“பரவால அம்மம்மா.. உங்க ரெண்டு பேரால தான் நான் இன்னிக்கி இந்த மட்டுமாவது இருக்கேன்.. உனக்கு ஒரு விஷயம் சொல்லவா?” ,என எழுந்து அவரின் காதில் தனக்கு வேலைக் கிடைத்த விஷயத்தைக் கூறினாள்.

“அப்புடியா? அடி என் தங்க முத்து.. கெட்டிக்காரி டி நீ.. நான் தான் சொன்னேன் ல அப்போவே நீ சொந்த கால்ல நிப்பன்னு..”, என அவளைக் கட்டிக்கொண்டு சந்தோஷத்தை வெளிப்படுத்தினார்.

“எங்க நின்னேன் ? பரிட்சை முடிஞ்சா தான் வேலைக்கு போக முடியும். இவங்க நாலு நாள்ல கல்யாணம் வச்சி இருக்காங்க.. “, என நங்கை அலுத்தபடிக் கூறினாள்.

“நீ ஏன் அதுக்குள்ள அவளோ தான்-ன்னு நினைக்கற ? நம்ம கைல எதுவும் இல்ல தான்.. அதே மாதிரி தான் உங்கப்பன் கைலயும் எதுவும் இல்ல.. அவங்க நெனைக்கறது எல்லாம் நடந்துடுமா என்ன? எப்பவும் மனச தளர விடக்கூடாது. நமக்கு ஒரு வாய்ப்பு வரும் அப்போ கப்பு-ன்னு அத புடிச்சிக்கணும்.. புரியுதா?”, என பெரியவராக அவளைத் தேற்றினார்.

“அதான் அப்பத்தா நானும் நினைச்சேன்.. அப்டி நினைச்சி தான் ஒரு பைத்தியக்கார தனமான யோசனை கூட பண்ணேன்.. ஆனா அப்டி பண்றதால ஒரு பிரயோஜனமும் இருக்காதுன்னு விட்டுட்டேன்”, எனக் கூறிவிட்டு அவள் வீட்டை விட்டு செல்லலாம் என்று நினைத்ததைக் கூறினாள்.

“அசட்டு தனமா எதுவும் செய்யாத.. உங்கப்பன் இவ்வளவு அவசர பட என்ன காரணம்ன்னு மொத சொல்லு”, எனக் கேட்டார் வேம்பு பாட்டி.

20

"ஜோசியரே.. இது என் பேரன் ஜாதகம் .. இது பேத்தி ஜாதகம் .. ரெண்டு பேருக்கும் எந்த நேரத்துல கல்யாணம் பண்ணா நல்லதுன்னு சொல்லுங்க", எனக் கேட்டபடி நீலா ஆச்சி நமது ஜோசியரிடம் வர்மன் நங்கை ஜாதகத்தை எடுத்துக் கொடுத்துக் கேட்டார்.

"அம்மா .. இவங்க ரெண்டு பேருக்கும் கல்யாணமா? ஏகாம்பரம் வரலியா ?", என ஆவலுடன் கேட்டார்.

"அவரு வேற வேலையா இருக்காரு.. இன்னிக்கி மூணாம் நாள் கல்யாணம். நேரம் மட்டும் நீங்க குறிச்சி குடுங்க", எனச் சிரித்தபடிக் கேட்டார்.

"என்னம்மா சொல்றீங்க? நாளு நட்சத்திரம் எல்லாம் பாத்து தானே சொல்ல முடியும். நேத்து இரத்தினம் ஒரு முகூர்த்தம் குறிச்சிட்டு போனாரே .. அது யாருக்கு?", எனக் குழப்பத்துடன் கேட்டார்.

"யாரோ யாருக்கோ குறிச்சிட்டு போனத பத்தி இப்போ ஏன் பேசணும்? என் பேரனுக்கு இப்போ பாருங்க. நேரம் கம்மியா இருக்கு. நான் இனிமே தான் தாலி செய்ய சொல்ல போகணும்.. ", என அவரை வேறு எதுவும் பேச விடாமல் அவசரப்படுத்தினார்.

"இருங்க மா.. பாத்துடறேன்.. ஏகாம்பரம் ஒரு வார்த்தை சொல்லல பாருங்க .. அவரு பொண்ணுக்கு நானும் தான் வரன் தேடிட்டு இருக்கேன்", என மீண்டும் அதே புரணத்தைப் பாட ஆரம்பித்தார்.

"ஜோசியரே.. அவரு கல்யாண வேலைல பிசி.. அதான் நாங்க வந்துட்டோம்ல .. நீங்க சீக்கிரம் முகூர்த்தம் பாருங்க", என வட்டி ஒரு பக்கம் பேசினான்.

"ரெண்டு ஜாதாகமும் அம்சமா பொருந்தி இருக்கு.. காலைல பத்து மணிக்கு மேல நேரம் நல்லா இருக்கு மா.. எங்க கல்யாணம் வச்சி இருக்கீங்க?", என நேரத்தைக் கூறிவிட்டுக் கேட்டார்.

"நம்ம கோவில்ல தான். மறக்காம வந்துடுங்க .. பந்தல் போட்டு பெருசா எல்லா ஏற்பாடும் பண்ணிட்டு இருக்கோம் ... நாங்க விருந்துக்கு தான் எல்லா-

ரையும் கூப்பிட போறோம்.. அப்போ வந்து மொறையா அழைக்கறேன் ஜோசியரே .. “, எனக் கூறிவிட்டுத் தட்சணையை அள்ளி வைத்துவிட்டுச் சென்றார் ஆச்சி.

“ஏன் ஆச்சி அந்த ஆள பாட்டுக்கு கல்யாணத்துக்கு வா-ன்னு சொல்லிட்டு வர.. நமக்கே கல்யாணம் எங்க எப்டி நடக்கும்னு தெரியாது.. இதுல இந்த நேரம் பாக்கறது எல்லாம் தேவையா?”, என வட்டி கேட்டான்.

“எல்லாமே நேரம் காலம் பாத்து தான் டா நடக்கணும். நான் சொல்ற நேரத்-துல பொண்ண கொண்டு வந்து மணமேடைல ஒக்கார வைக்க வேண்டியது உங்க வேலை.. நம்ம வீட்டு பொண்ண ரொம்ப தவிக்க விடக்கூடாது.. “, என ஆச்சி கூறிவிட்டு நகைக்கடைக்குச் சென்றார்.

“ம்க்கும் .. நீயும் உன் பேரனும் பண்ற அழிச்சாட்டியம் இருக்கு பாரு.. அந்த ராஜதுரை பையன் என்ன ஆக போறானோ? “, என அவனை நினைத்துக் கவலைக் கொண்டான் வட்டி.

“எந்திரிச்சே நிக்க முடியாதவனுக்கு இப்ப எதுக்கு டா கல்யாணம் ? ஊர்ல வேற பொண்ணா இல்ல? அந்த எடுபட்டபய சொல்றான்னு இந்த தங்கதுரை ஏன் கூட சேர்ந்து ஆடறான்?”, ஆச்சி அவர்களை வறுத்தார்.

“யாருக்கு தெரியும்? ஏதோ டீலிங் ஓடுது ஆச்சி.. “

“ஆமா டா .. காலம் காலமா உங்களுக்கு நடுவுல நடக்கற டீலிங்குக்கு நாங்க பலி ஆகணுமோ ?”, என வெறுப்புடன் கேட்டார் ஆச்சி.

“நீங்க தானே ஆம்பள தான் ஒசத்தி ஒசத்தின்னு தலைல தூக்கி வச்சி வளத்-தறீங்க.. அதான் பூரா பயலும் உங்கள பொருளாக்கி வேடிக்க பாக்கறான்..”

“அது என்னமோ உண்ம தான் டா.. யாரு அப்புடி ஒரு வழக்கத்த ஏற்ப-டுத்தினாங்கன்னு இப்ப வரைக்கும் புரிபடல.. இந்த காமாட்சி மாதிரி ஏகாம்பரம் பொண்டாட்டி கணக்கா, யாராவது அப்ப இருந்து இருப்பாங்க போல எல்லா ஜன கூட்டத்துளையும்.. அதான் அந்த வழக்கம் எல்லா ஊருலையும் இருக்கு .. சரி நம்ம கதைக்கு வருவோம்.. என் மருமக நகை எல்லாம் பாலிஷ் போட்டாலும் சரி அழிச்சிட்டு புதுசா பண்ணாலும் சரி.. பரம்பர நகைய மட்டும் மாத்தாம மிச்சம் எல்லாம் அவன் இஷ்டத்துக்கு பண்ணிக்க சொல்லு.. இந்த பொட்டில தான் எல்-லாம் இருக்கு. நான் தாலி செய்ய குடுத்துட்டு பொடவை எடுக்க போறேன்.. வந்து என்னைய தொந்தரவு செஞ்சா கொன்றுவேன் பாத்துக்க .. “, என ஒரு பழங்கால பெரிய மரப்பெட்டியைக் கொடுத்தார். உடன் வேறு ஒரு பெட்டியும் இருந்தது.

“நீ மட்டுமா சேலை எடுக்க போற?”, அவற்றை எல்லாம் சரிப்பார்த்துக் கொண்டுக் கேட்டான்.

“ஆமா டா.. வினிதா புள்ள வாறேன்னு சொல்லி இருக்கு”

“சரி .. அந்த புள்ளைக்கும் ரெண்டு பொடவ எடுத்து குடு..”

“எனக்கு தெரியும் டா பேராண்டி.. என் வீட்டு ஜீவன வீட்டுக்கு கூட்டிட்டு வர்ற புள்ள அது.. அத சும்மா வெறுங்கையோட விடுவனா? அந்த புள்ள கல்யாணத்துல அப்பன் வீட்டு சீரூ எல்லாமே நம்ம தான் பண்ண போறோம். நேத்தே சிம்மன் சொல்லிட்டான்..” , என முகம் முழுக்க விகசித்தப் புன்னகையுடன் கூறினார் ஆச்சி.

“நேத்து தான் அப்பத்தாவும் பேரனும் ஒண்ணு சேந்தீங்க அதுக்குள்ள இவ்வளவு பேசியாச்சா ?”, என வட்டி கிண்டல் செய்தான்.

“கண்ணு வைக்காத டா .. கடை வந்துரிச்சி நிப்பாட்டு வண்டிய “

“வாங்க மா.. காலைலயே வந்து இருக்கீங்க.. என்ன வேணும் சொல்லுங்கம்மா?”, கடை முதலாளி பவ்வியமாக நின்றுக் கேட்டார்.

“தாலி செய்யணும்.. நம்ம குடும்ப முறை தெரியும்ல?”

“தெரியும் மா.. யாருக்கு கல்யாணம்? நம்ம வர்மன் தம்பிக்கா ?”, என அவரும் அடுத்தக் கேள்விக் கேட்டார்.

“இவனுங்கள.. வேலை சொன்னா அத செய்யாம நம்மலையே கேள்வி மேலே கேள்வி கேக்கறாங்க.. இப்போ என்ன சொல்றது ஆச்சி?”, வட்டி அவரின் காதைக் கடித்தான்.

“ஆமா பா .. என் பேரனுக்கு தான்.. நாளைக்கு வேணும்.. கொஞ்சம் அவசரம் தான். யாருக்கும் சொல்லல.. ஊர் விருந்துல தான் எல்லாருக்கும் சொல்லணும். கொஞ்ச நேரத்துல என் பேரன் வருவான். அவன் இஷ்டபடி நகை எடுக்கட்டும். பரம்பர நகைக்கு மட்டும் மொளாம் பூசணும்.. அவங்கிட்ட எதுவும் கேக்கவேணாம் .. பொறுமையா நான் இன்னொரு நாள் வரேன் .. சரியா?”, என ஆச்சி அவர்கள் அடுத்து எதுவும் பேசமுடியாதபடிப் பேசி முடித்தார்.

“சரிங்க மா .. இப்போ நல்ல நேரம் தான். ஒடனே நான் ஆசாரிகிட்ட சொல்லி செய்ய சொல்றேன். நாளைக்கு விடி காலைல தயாரா இருக்கும். எத்தன பவுனு மா கொடிக்கு போடலாம்?”, என தன் வேலைக்கான விவரங்களைக் கேட்டார்.

“நல்ல புது டிசைனா செய்ங்க.. பேரன் கொடி டிசைன் பாத்து சொல்வான். ரொம்ப பெருசா கழுத்துல தெரிய வேணாம். கணமா இருந்தாலும் சுத்தளவு சின்னதா இருக்கட்டும்... என் பேரன் விருப்பம் தான் அதுவும்”, எனக் கூறிவிட்டு அங்கிருந்துச் சென்றார்.

வர்மன் சில நிமிடங்களில் அங்கே வந்தவன் அனைத்தையும் அலசி ஆராய்ந்து விட்டு, நங்கைக்கு எது பொருந்தும்? எது பொருந்தாது என யோசித்து அவளுக்கு தேவையான அனைத்தும் வாங்கினான்.

“மச்சான் .. கடைய எழுதி வாங்கிடுவீங்க போலவே ?”, வட்டி கேலி செய்-தான்.

“உன் தங்கச்சி மட்டும் என்னய ஏத்துகிட்டா சொரங்கம் கூட தோண்ட நான் ரெடி மாப்ள ..”, என வர்மன் லேசாக நகைத்தபடிக் கூறினான்.

“சரிதான்.. இங்கயும் இனி மீனாட்சி ஆட்சி தான்”, என இருவரும் கேலி செய்தபடி அனைத்தும் வாங்கி முடித்து அங்கிருந்துக் கிளம்பினர்.

“பாட்டி.. இந்த நெறம் அவளுக்கு நல்லா இருக்கும்.. இது அவளுக்கு பிடிக்-கும்.. இது அவளுக்கு பிடிக்காது.. இப்டி இருந்தா அவ கட்டுவாளான்னு தெரி-யாது..”, என வினிதா ஆச்சியை ஒரு வழி செய்துக் கொண்டு இருந்தாள்.

“எல்லாத்தயும் அவ ஒரே நாள்ல கட்ட போறது இல்ல டி .. முகூர்த்தத்துக்கு மட்டும் நீ இப்ப பாரு.. அதுலாம் அவள கூட்டிட்டு வந்து பாத்துக்கலாம்”, எனக் கலைத்துப் போய் அமர்ந்துக் கூறினார் ஆச்சி.

“அவள கூட்டிட்டு வந்து எப்ப எடுப்பீங்க? வாய தொறந்து எதையும் கேக்-கமாட்டா பாட்டி அவ.. எல்லாத்தயும் மனசுல வச்சி மருகி மருகி ஒடம்பு தான் எளைக்கும்.. அதுவும் இந்த கூத்துல நானும் இருக்கேன்னு தெரிஞ்சா என்ன பண்ணுவாளோன்னு பயமா இருக்கு பாட்டி..”, எனக் கடைசி வரிகளை மட்டும் அவரின் அருகில் வந்து மெல்லக் கூறினாள்.

“அதுலாம் நான் பாத்துக்கறேன் .. நீ இப்ப ஒரு இருவது பட்டு, அப்பறம் அந்த பேன்சி பொடவ ஒரு இருவது, அப்பறம் தினம் போட சுடிதாரு, சாதா பொடவ எல்லாம் கொஞ்சம் எடு.. மிச்சம் அப்பறம் பாத்துக்கலாம்..”. என அவளை வேறுபக்கம் அனுப்பி விட்டு முகூர்த்தப் புடவை அவரே எடுத்தார்.

“அப்பா .. ஈஸ்வரா.. நல்லபடியா என் பேர புள்ளைங்களுக்கு இந்த கல்யா-ணம் நடந்து ரெண்டு பேரும் சந்தோஷமா நிறைஞ்சி வாழணும்”, என மனதிற்குள் வேண்டியபடி அவரும் அடுத்த வேலையைத் தொடர்ந்தார்.

வர்மனிடம் அடிவாங்கிய கோபத்தில் போதை மருந்து உட்கொண்டுக் கிடந்த ராஜனை, அவர்கள் கடையில் வேலைப் பார்க்கும் ஒருவன் வந்து வீட்டில் கொண்டு வந்து விட்டான்.

“அம்மா.. ஐயா ..”, என வெளியில் ராஜனை திண்ணையில் படுக்க வைத்-துவிட்டு உள்ளே குரல் கொடுத்தான்.

“யாருப்பா?”, எனக் கேட்டபடி வேணி வெளியே வந்தார்.

“அம்மா இல்லைங்களா ?”, எனத் தயக்கத்துடன் கேட்டான்.

“என்ன பச்ச.. இந்த நேரத்துல வந்து இருக்க?”, எனக் கேட்டபடி காமாட்சி வெளியே வந்தார்.

“நம்ம தம்பி ..” என ஆரம்பித்து அதற்கு மேல் எப்டி கூறுவது எனத் தெரியாமல் தயங்கி ராஜன் படுத்து இருக்கும் திண்ணையைக் கைக்காட்டினான்.

“அய்யோ .. என் புள்ளைக்கு என்ன ஆச்சி? என்ன இப்டி அடிபட்டு இருக்கு? ஏன் கண்ணு எல்லாம் மேல சொருகி இருக்கு?”, எனப் பதற்றமாகக் கேட்டார்.

“கள்ளிகாட்டுக்கு பக்கத்துல தம்பி விழுந்து கெடந்துச்சிம்மா .. எவ்ளோ எழுப்பியும் கண்ண தொறக்கல.. எனக்கு பயமா போச்சி அதான் வீட்டுக்கு தூக்கி வந்தேன். ஆஸ்பத்திரிக்கு கொண்டு போங்க மா.. தம்பி இப்டி இருக்கறது பாத்தா பயமா இருக்கு”, என அவன் மனதில் பட்டத்தைக் கூறினான்.

இதற்கு இடையில் வாணி தண்ணீர் கொண்டுத் தெளித்து அவன் வாயில் புகட்ட முயன்றும் எதுவும் பயனளிக்கவில்லை. வேம்பு பாட்டியும் காமாட்சியின் சத்தம் கேட்டு வெளியே வந்துப் பார்த்தார்.

அங்கிருந்த ஆட்களை வைத்து வாணி தான் அவனை மருத்துவமனைத் தூக்கிக் கொண்டுச் சென்றார். நங்கையும் உடன் சென்று மருத்துவரிடம் விவரம் கேட்க வெளியே நின்றாள்.

சிகிச்சை முடிந்து வெளியே வந்த மருத்துவர், “பையன் கைல நெறைய பணம் குடுப்பீங்களாம்மா?”, எனக் கேட்டார்.

“அவன் செலவுக்கு கேக்கறப்ப குடுக்கறது தான்.. இப்போ அவன் எப்டி இருக்கான் ? “, எனக் காமாட்சி தவிப்புடன் கேட்டார்.

“கொஞ்ச நேரத்துல கண்ணு முழிச்சிடுவான்.. “, என அவர் கூறிவிட்டு நங்கையை வரும்படி அழைத்தார்.

“டாக்டர்..”, என நங்கை ஆரம்பிக்கும் முன், “இங்க பாருங்கம்மா.. பதினாறு வயசு பையன் கைல தேவைக்கு அதிகமா பணம் குடுத்தா இப்டி தான் ஆவாங்க.. ஹை ஆல்கஹால் டிரக் கன்ஸ்யூம் செஞ்சி இருக்கான். போலீஸ் கேஸ் தான் குடுக்கணும். இது இவனுக்கு எங்க கெடச்சதுன்னு தெரியல”, என டாக்டர் பொறியத் தொடங்கினார்.

“டாக்டர்.. அவனுக்கு யாராவது தெரியாம குடுத்து இருக்கவும் வாய்ப்பு இருக்கு. போலீஸ் வரைக்கும் இப்ப போகவேணாம்.. “, என வாணி முந்திக்கொண்டுப் பேசினார்.

“சரி.. ரெண்டு மணிநேரம் கழிச்சி கூட்டிட்டு போகலாம்.. இன்னொரு முறை இப்டி வந்தா நானே போலீஸ்க்கு கால் பண்ணுவேன்”, என எச்சரித்து அனுப்பி வைத்தார்.

அங்கே காமாட்சி கண்ணீருடன் மகன் அருகில் அமர்ந்துத் தலைகோதிக் கொண்டு இருந்தார்.

“இவன் எந்த ஸ்கூல் படிக்கறான் தமிழு?”, வாணி கேட்டார்.

“நம்ம ஊர்ல தான் சித்தி.. ************* ஸ்கூல்”

“சரி .. அம்மாக்கு இதுலாம் தெரிய வேணாம்.. உங்கப்பா எங்க இன்னும் காணோம்?”, எனக் கேட்டார்.

“தெர்ல சித்தி..”, எனக் கூறிவிட்டு அமர்ந்தாள்.

“தமிழு உன் ஃபோன் குடு.. சித்தப்பாக்கு ஃபோன் பண்ணனும் ..”

“என்கிட்ட ஃபோன் இல்ல சித்தி.. வீட்ல லேண்ட்லைன் தான் இருக்கு.. ராஜன் கிட்ட ஃபோன் இருக்கும் .. அவன் பேண்ட்ல இருக்கா பாக்கறேன்” , என எழுந்து உள்ளே சென்று அவன் தொலைபேசி இருக்கிறதா என்றுப் பார்த்-தாள்.

அவனின் எந்த பொருளும் அவனிடம் இல்லையென அப்போது தான் அவனின் தாயும் கவனித்தார். யாரோ நகைகளுக்காக அவனை போதை பொருள் எடுக்க வைத்துத் திருடியதாக அவர்களே ஒரு முடிவுக்கு வந்தனர்.

“யாரோ களவாணி பய என் மகனுக்கு என்னமோ குடுத்து எல்லாத்தயும் திருடிட்டான் போலவே.. என் புள்ளைக்கு எதுவும் ஆகக்கூடாது ஆத்தா”, என காமாட்சி மீண்டும் ஒப்பாரி வைத்தார்.

“அக்கா.. சும்மா ஏன் அழுவுற? அதான் டாக்டர் அவனுக்கு ஒண்ணும் இல்-லன்னு சொல்லிட்டாரே .. அமைதியா இரு.. பையன் தூங்கட்டும்.. வா வந்து வெளிய ஒக்காரு”, என வாணி அவரை அமைதிபடுத்தி வெளியே அழைத்துச் சென்றார்.

“நிஜமா திருட தான் இப்டி நடத்து இருக்குமா?”, என நங்கையும் தனக்குள் யோசித்தபடி ஹாஸ்பிடல் போனில் இருந்து வினிதாவிற்கு அழைத்தாள்.

“ஹலோ .. யாரு ?”, வினிதா.

“வினி.. நான் தான் டி நங்கை.. நான் ************* ஹாஸ்பிடல்ல இருந்து பேசறேன்”, என நங்கை கூறியதும், ”ஓடி போக ஏன் ஹாஸ்பிடல் போற நங்க? பஸ் ஸ்டாண்ட் போக வேண்டியது தானே?”, என வினிதா கேட்டாள்.

“எருமா மாடே.. வாய மூடு. நான் சும்மா சொன்னா நீ நிஜமா என்னய பஸ் ஏத்தி அனுப்பிடுவ போல? இந்த ராஜன இங்க சேத்தி இருக்கு”, என அவளைத் திட்டிவிட்டு விவரம் கூறினாள்.

“அவன யாரு போதை மருந்து குடுத்து தூக்கிட்டு போக போறா? மிஞ்சி போனா 5 பவுன்.. அதுக்கு அந்த திருடன் இவ்ளோ செலவு செஞ்சி இவன தூக்-கிட்டு கள்ளிக்காடு வரைக்கும் வேற போவானா ? இந்த எருமையே தான் ஏதா-வது குடிச்சிட்டு அங்க போய் விழுந்து இருக்கும். போதைல இருக்கறவன்கிட்ட எவனோ ஆட்டைய போட்டு இருக்கான்..”, என வினிதா தனக்குத் தோன்றியத்-

தைக் கூறினாள்.

"நானும் அப்டி தான் நினைச்சேன் வினி.. ஆனா அம்மா இப்டி பொலம்பிச்சா அதன் இப்பிடியும் நடக்க வாய்ப்பு இருக்குன்னு நினைச்சேன்"

"அவன் சாராய பாட்டில்ல சாராயம் குடிச்சா கூட உங்கம்மா அவன் பச்ச தண்ணி தான் குடிக்கறான்னு சூடம் அனச்சி சத்தியம் பண்ணும்-ன்னு உனக்கு தெரியாதா?"

"சரி என்னமோ இருக்கட்டும். என் அப்பாவுக்கு ஃபோன் பண்ணி விஷயத்த சொல்லி இங்க வர சொல்லு..", என நங்கை அடுத்தப் பேசிச்சிற்கு சென்றாள்.

"வீட்டுக்கு போய் நீங்க யாரும் இல்லைன்னா அங்க வந்து சேருவாரு.. என்னையெல்லாம் உங்கப்பனுக்கு ஃபோன் பண்ண சொல்லாத... நான் கடுப்புல ஏதாவது சொல்லிடுவேன்"

"சும்மா ஸீன் போடாம ஃபோன் பண்ணு டி.. என்னமோ எங்கப்பாவுக்கு தெரியாம எனக்கு நீ நல்ல வாழ்க்கை அமச்சி குடுத்துருவ? வாய் பேசாம சொல்றத பண்ணு.. நான் வீட்டுக்கு வந்துட்டு கால் பண்றேன்.. பை", என நங்கை ஃபோன் கட் செய்து விட்டு சித்தியிடம் சென்றாள்.

"சித்தி.. "

"வா தமிழு. உங்க அப்பாகிட்ட பேசிட்டியா?", எனக் கேட்டார் வாணி.

"இல்ல சித்தி அவருக்கு லைன் கிடைக்கல. என் ஃப்ரெண்ட்க்கு ஃபோன் பண்ணி விஷயம் சொல்லிட்டேன். அவ அப்பாகிட்ட சொல்லிடுவா..", எனக் கூறியபடி இருவரும் மருந்துக்கடை வந்து நின்றனர்.

டாக்டர் எழுதி கொடுத்த மருந்து மாத்திரை வாங்கிக் கொண்டு, ராஜன் இருக்கும் அறை இருக்கும் பக்கம் நடக்க ஆரம்பித்தனர்.

"ஏன் தமிழு உனக்கு இந்த கல்யாணத்துல சம்மதமா?", என வாணி மெதுவாக நடந்தபடிக் கேட்டார்.

"இப்போ கேட்டு என்ன ஆக போகுது சித்தி? எல்லாம் விதிப்படி தானே நடக்கும். இந்த ஊர்ல பொண்ணா பொறந்ததுக்கு நான் எதுவும் ஆச படக்கூடாது.. எதுவும் என் விருப்பபடியும் நடக்காது", என விரக்தியுடன் கூறினாள்.

"ஏன் தமிழு இப்டி பேசற?", வாணி அவளின் குரலில் இருக்கும் வலியும் விரக்தியும் கண்டுக் கேட்டார்.

"நீங்க வெளி ஊர்ல இருக்கீங்க சித்தி. அதனால உங்களுக்கு இந்த ஊரு ஆளுங்கள பத்தி தெரியாது. எங்கப்பாவ பத்தியும் தெரியாது. விடுங்க.. என் நிலைமை மாற போறது இல்ல. நீங்க இப்ப எந்த ஊர்ல இருக்கீங்க சித்தி?", என வேறு பேச்சை ஆரம்பித்தாள்.

“உன் சித்தப்பா எப்பவும் ஊரு ஊரா சுத்திக்கிட்டு தான் இருப்பாரு. ஒண்ணும் சொல்லவும் முடியாது. அரசாங்க உத்தியோகம். அவன் இங்க போ.. அங்க போன்னு சொன்னா போய் தான் ஆகணும் ..”

“என்ன வேலைல இருக்காரு சித்தப்பா? நான் சின்ன பொண்ணா இருந்-தப்போ பாத்தது. உங்களையும் இப்ப தான் உங்க கல்யாணத்துக்கு அப்பறம் பாக்-கறேன்”

“ஹாஹாஹா.. என்ன செய்ய தமிழு.. கல்யாணம் முடிஞ்ச கையோட வடநாட்டு பக்கம் மாற்றல் வந்துச்சி.. இப்போ தான் ஒரு ஆறு மாசமா இந்த பக்கம் வந்து இருக்கோம். எப்ப வேணா பொட்டிய தூக்க சொல்லிட்டு வருவாரு. நானும் எல்லாத்தயும் தயாரா வச்சி இருக்கணும்”, என பெருமூச்சு விட்டபடிக் கூறினார் வாணி.

“இப்போ என் கல்யாணத்துக்கு வருவாரா சித்தி சித்தப்பா?”

“தெரியல தமிழு.. முன்ன போ நான் அப்றம் வரேன்னு தான் என்னைய அனுப்பி வச்சாரு.. வருவாருன்னு தான் நெனைக்கறேன்.. நீ இங்க அம்மாவ கெளம்ப ரெடி ஆக சொல்லு.. நான் டாக்டர ஒரு தடவ பாத்துட்டு வந்துடறேன் ..”, எனக் கூறிவிட்டு டாக்டர் அறைக்கு நடந்தார் வாணி.

21

மருத்துவமனையில் இருந்து அவர்கள் வீட்டிற்கு வந்த பின்னே தான் ஏகாம்பரம் வந்தார். வந்தவர் நேராக மகன் இருக்கும் அறைக்குள் நுழைந்து அவன் சிகைக்கோதி மனைவியைப் பார்த்தார்.

“யாரோ நம்ம பையன்கிட்ட இருக்க நகைய திருட தான் என்னமோ குடுத்து இருக்காங்க .. டாக்டர் ரெண்டு நாள் நல்லா தூங்க சொல்லி இருக்காரு.. நல்ல வேல வேற எதுவும் தப்பா நடக்கல.. நம்ம பையன அந்த கோலத்துல பாத்ததும் எனக்கு கை கால் ஓடலங்க .. நம்ம பச்ச இல்ல.. அவன் தான் புள்ளைய கள்ளிக்காட்டுல இருந்து தூக்கிட்டு வந்தேன்னு சொன்னான்.. அவனுக்கு பாத்து ஏதாவது செய்ங்க..”, என அழுத்தபடியே அனைத்தும் கூறி முடித்தார்.

“இவன் எதுக்கு கள்ளிக்காட்டுக்கு போனான்னு யோசி டி ? படிக்கற பையனுக்கு அங்க என்ன வேல? வடக்கூர்ல எந்த திருடன் உள்ளாற வர முடியும்? கண்டிக்க வேண்டிய வயசுல சரியா கண்டிக்கணும் டி”, என வேம்பு பாட்டி வெளியே இருந்துப் பேசினார்.

“என் பையன பத்தி எனக்கு தெரியும்.. யாரும் அவனபத்தி எதுவும் பேசவேணாம்.. “, என ஏகாம்பரம் மகனுக்காகப் பேசினார்.

“நான் ஏன் பேசறேன்.. அதான் ஊரே நாலு நாளைக்கு முன்ன படம் பாத்துச்சாம் ல .. “, என ஏகம்பரத்தை மடக்கினார் வேம்பு பாட்டி.

“காமாட்சி.. உங்க பெரியம்மா இப்ப எதுக்கு இங்க வந்து தேவை இல்லாதது எல்லாம் பேசிக்கிட்டு இருக்காங்க?”, என மனைவிடம் எகிறினார்.

“என் பேத்தி கல்யாணம் நான் இல்லாம எப்டி நடக்கும்? நாலு நாள்ல கல்யாணம் வைக்கற அளவுக்கு என்ன அவசரம் மாப்ள? பையன பாக்கல, அவங்க வீடு பழக்க வழக்கம் எதுவும் விசாரிக்கல.. எதுக்கு இப்டி அவசரமா கல்யாணம் பண்றீங்க?”, என நேரடியாக விஷயத்திற்கு வந்தார்.

“யாரு சொன்னாங்க எதுவும் விசாரிக்கலன்னு ? எல்லாம் விசாரிச்சி தான் பண்றேன்.. என் பொண்ணுக்கு எப்டி கல்யாணம் பண்ணனும்-ன்னு யாரும் எனக்கு சொல்ல தேவ இல்ல.. எனக்கே தெரியும்.. கல்யாணத்துக்கு வந்தோமா

போனோமா-ன்னு இருந்தா எல்லாருக்கும் நல்லது.. காமாட்சி நாளைக்கு சீக்கிரம் தயாராகு குலதெய்வம் கோவிலுக்கு போய் பத்திரிக்க வச்சிட்டு எல்லாரையும் அழைச்சிட்டு வந்துடலாம்", என ஏகாம்பரம் மாமியாருக்கு பதில் கூறி மனைவிடம் முடித்தார்.

"எப்டி விசாரிச்சீங்க ? பையன் கால் ஓடஞ்சி ரெண்டு மூணு மாசமா நடக்க முடியாம இருக்கான் அது தெரியுமா? இல்ல ஏற்கனவே 2 கொல பண்ணவன்னு தெரியுமா? அந்த பையனுக்கும் அவன் பெரியத்த பொண்ணு பானுவுக்கும் நெருக்கம் அதிகம் அது தெரியுமா? திடீருன்னு இங்க வந்து நாலு நாள்ல கல்யாணம்-ன்னு அவங்க ஏன் முடிவு பண்ணனும்? பையன பாக்காம, வீட்ட பத்தி எதுவும் தெரியாம என் பேத்திய நான் மணவரைல ஒக்கார விடமாட்டேன் .. நாளைக்கு மாப்ள வீடு பாக்க போகனும்.. காமாட்சி உன் புருஷன்கிட்ட சொல்லு .. இது ஒன்னும் மளிகை கடைல பொட்டணம் போட்டு விக்கற வேல இல்ல.. பொட்ட புள்ள கண் காலங்காம இருந்தா தான் குடும்பம் நல்லா இருக்கும். வம்சம் தழைக்கும் ..", என வேம்பு பாட்டியும் தான் எதற்கும் சளைத்தவள் இல்லை என்பது போல பேசிவிட்டு உள்ளே சென்றார்.

"இப்போவே உங்கம்மா எதுக்கு இங்க வந்து இருக்கு? என் உயிர இன்னும் எத்தன பேரு தான் எடுப்பீங்க? ஒழுங்கா போய் உன் அம்மாவ ஊருக்கு அனுப்பி வை.. அது இல்லன்னா கல்யாணம் நடக்காதா? வீணா எதுக்கு பிரச்சனைய கௌப்பிக்கிட்டு இருக்கு இப்போ?", என மனைவியிடம் காய்ந்தார் ஏகாம்பரம்.

"கல்யாணத்துக்கு வந்தவங்கள எப்டிங்க ஊருக்கு போன்னு சொல்ல முடியும்? அவங்க நம்ம பொண்ணு மேல இருக்க பாசத்துல இப்டி பேசிட்டாங்க.. நான் பேசிக்கறேன்.. நீங்க இங்கயே தூங்குங்க.. நாம நாளைக்கு நீங்க சொன்னபடி செஞ்சிக்கலாம்.. ", என காமாட்சி அவரை சமாதானம் செய்துவிட்டு அம்மாவிடம் சென்றார்.

"அம்மா..", என வேகமாக ஆரம்பித்தவர் தாயின் பார்வையில் குரல் மெலிந்து பேச ஆரம்பித்தார்.

"என்ன டி ?"

"ஏன்-ம்மா எப்போ பாரு அவருகிட்ட சண்டை போடற?"

"உன் புருஷனுக்கு வக்காளத்து வாங்க தான் நீ இப்பவும் வந்து இருக்க.. உன் பொண்ண கட்டி குடுக்க போற எடம் பத்தி உனக்கு கவலை எல்லாம் இல்லல்ல ? ", என ஊசியாகக் குத்தினார் வேம்பு பாட்டி.

"ஆமா மா.. எனக்கு என் புருஷன் தான் முக்கியம்.. அவரு எது செஞ்சாலும் எங்க நல்லத்துக்கு மட்டும் தான் இருக்கும்.. இனிமே அவர்கிட்ட இப்படி பேசாத ம்மா...", என அழுகையுடன் கூறிவிட்டுச் சென்று விட்டார்.

“கொஞ்சம் கூட புத்தியும் இல்ல, தைரியமும் இல்ல.. இவள வளத்த அந்த கெழவிய சொல்லணும்.. நீ கவல படாத கண்ணு.. நான் இருக்கறவரை உன் வாழ்க்கைய கெட விடமாட்டேன் ..” என நங்கையிடம் தைரியம் கூறினார்.

“நீங்க ஏன் அம்மம்மா வீணா எனக்காக அப்பா கிட்ட சண்டை போடணும்? என்ன நடக்கணும்ன்னு இருக்கோ அது தானே நடக்கும்.. விடுங்க.. இந்த மூணு நாள் உங்க மடில நான் இருந்தாலே போதும்.. அப்பத்தாவும் என்கூட இருக்க மாதிரி இருக்கும்”, என அமைதியாகக் கூறிவிட்டு அவரின் மடியில் படுத்துவிட்-டாள்.

‘இப்படி பட்ட புள்ளைக்கு ஒரு நல்ல வாழ்க்கை அமையணும் டா அப்பா முருகா.. நீ தான் துணை ‘, என மனதிற்குள் இஷ்ட தெய்வத்தை வேண்டிக்-கொண்டு அவள் தலைக் கோதிவிட்டார்.

விடியற்காலையில் ஏகாம்பரமும், காமாட்சியும் வாணியிடம் அன்று செய்ய வேண்டிய வேலைகளின் பட்டியலைக் கொடுத்துவிட்டு, குலதெய்வம் கோவிலுக்குச் சென்றனர்.

அங்கு அவர்களுக்கு முன் இரத்தினமும், செங்கல்வராயனும், தங்கதுரை மற்-றும் அவரது மனைவி வந்து இருந்தனர்.

“வணக்கம் சம்பந்தி.. எப்ப வந்தீங்க ?”, எனக் கேட்டபடி ஏகாம்பரம் முதலில் தங்கத்துரையை வரவேற்று விசாரித்தார்.

“இப்ப தான் சம்பந்தி .. வாங்க பூஜைய ஆரம்பிக்கலாம்..”, என இருவரும் உள்ளே செல்ல, மற்றவர்களிடமும் ஓரிரு வார்த்தை பேசியபடி முன்னே சென்றனர்.

“இரத்தினம்.. நீ இங்க வா. உன்னால தான் இது நடக்குது..” , என ஏகாம்-பரம் அவரை முன்னாள் அழைத்தார்.

“இதுக்கு முக்கிய காரணம் செங்கல்வராயன் ஐயா தான். அவரு முன்ன நிக்-கறது தான் முறை..”, எனக் கூறி அவனை முன்னே விட்டு பின்னால் நின்றுக் கொண்டார் இரத்தினம்.

“நீங்க ரெண்டு பேருமே தான் முக்கியம்.. ரெண்டு பேருமே முன்ன நில்லுங்க.. பூசாரி .. ஆரம்பிங்க ..”, எனத் தங்கதுரைக் கூறிவிட்டுப் பத்தரிக்கை எடுத்துக் கொடுத்தார்.

முறையான பூஜைகள் முடிந்த பின் ஏகாம்பரத்திற்கு அவர் கேட்ட அளவு பத்-திரிக்கைக் கொடுக்கப்பட்டது.

“இந்தாங்க.. இதுல ஆயிரம் பத்திரிக்கை இருக்கு.. நாங்க தாலி எடுக்க போறோம்.. பொண்ணுக்கு தேவையான நகை எடுக்கறதா இருந்தா நீங்களும் கூட வரலாம்..”, என தங்கதுரை கூறினார்.

“இல்ல சம்பந்தி.. இன்னிக்கி அழைப்பு வச்சிட்டா அடுத்த வேலை பாக்-கலாம்ன்னு இருக்கோம் .. நீங்க உங்க மனசுக்கு திருப்தியா பாருங்க.. நாங்க

இப்போ கௌம்பினா தான் இன்னிக்கி ஐநூறு வீட்டுக்கு வைக்க முடியும்.."

"ஆமா தங்கதுரை .. அவங்க ஒரு பக்கம் வேலை பாக்கட்டும் நம்ம ஒரு பக்கம் பாக்கலாம்.. வேலை சீக்கிரம் முடிக்கணும். 2 நாள் தான் இருக்கு.. நகை எல்லாம் எப்ப வேணா அவங்க எடுக்கலாம்.. நீங்க மொத தாலி வாங்குங்க.. என்ன இரத்தினம் நான் சொல்றது சரி தானே?", என செங்கல்வராயன் மீசையை முறுக்கியபடிக் கேட்டான்.

"நீங்க சொல்றது ரொம்ப சரி.. அப்போ நாங்க கௌம்பறோம் .. "", என இரத்தினம் ஏகாம்பரத்துடன் கிளம்ப நினைத்தான்.

"நீ இரு இரத்தினம்.. நம்ம அப்பறம் போலாம். நீங்க கௌம்புங்க.. நாங்க மாப்ள வீட்டுக்கு போய்ட்டு அப்பறம் வரோம் ", என செங்கல்வராயன் இரத்தி-னத்தைத் தன்னுடன் நிறுத்திக் கொண்டான்.

"சரிங்க.. நாங்க வரோம்", என அனைவரும் கூறிக்கொண்டுக் கிளம்பினர்.

அங்கிருந்த அத்தனை நேரமும் தங்கத்துரையின் மனைவி ஒரு வார்த்தைக் கூட காமாட்சியிடம் பேசவில்லை. முகமனாக தலை அசைத்ததோடு சரி, அதற்கு பின் எதுவும் கண்டுக் கொள்ளவில்லை.

காமாட்சி அதைக் கவனித்தபடியே கணவருடன் கிளம்பினார்.

"சரி நாமளும் கௌம்பலாம் ", என தங்கதுரை கூற அவர்களை முன்னே செல்ல கூறிவிட்டு செங்கல்வராயனும், இரத்தினமும் அங்கேயே நின்றனர்.

"இப்ப எதுக்குங்க ஐயா என்னைய இருக்க சொன்னீங்க?", என இரத்தினம் பவ்யமாகக் கேட்டார்.

"பாட்டியும் பேரனும் ஒண்ணு சேந்துட்டாங்கலாம் .. அங்க என்ன நடக்கு-துன்னு எனக்கு தெரியணும்.. நீ அவங்க வீட்டுக்கு போய் என்ன நெலவரம்-ன்னு பாத்துட்டு வா இரத்தினம்", என வர்மனின் இல்லம் செல்லக் கூறினான். .

"ஐயா.. நான் எப்டிங்க போக முடியும்? நான் உங்க ஆளுன்னு அவங்களுக்கு நல்லாவே தெரியும்.. நம்ம வேற யாரையாவது அனுப்பலாமே "

"என்ன இரத்தினம் வர்மன் மேல அவளோ பயமா?"

"அவன் மேல இருக்கறது விட ஆச்சி மேல அதிகம் இருக்குங்க.. வர்மன் மொரடன்.. ஆனா ஆச்சி அப்டி இல்லங்களே .. சிரிச்சிக்கிட்டே காரியம் சாதிப்-பாங்க.."

"அத இன்னும் முடிச்சிகட்ட முடியல.. அது இல்லாம இருந்திருந்தா என் ராஜாங்கம் எப்பவோ அங்க ஆரம்பிச்சி இருக்கும்.. சரி யார அனுப்பலாம் நீயே சொல்லு", என இறங்கி வந்தான்.

"உங்க பொண்ணவே அனுப்பலாம்ங்க ஐயா"

"அவளயா ?"

“ஆமாங்க.. அது சின்ன புள்ள ஒண்ணும் பண்ணாதுன்னு தான் வர்மன் இன்னும் அந்த புள்ளைய தடுக்காம தோப்புல சுத்த விட்டுட்டு இருக்கான். நான் போனாலும் சரி, புதுசா வேற யாராவது போனாலும் சரி சந்தேகம் வரும்.. உங்க பொண்ணே போனா வராதுங்க .. வழக்கம் போல நெனைச்சிப்பாங்க ..”

“சரி அவள இன்னிக்கி வேற வேலைக்கு அனுப்பி இருக்கேன். அது முடிஞ்சி வந்ததும் அனுப்பறேன்..ஆனாலும் நம்ம ஆளுங்க அங்க இருந்து நமக்கு எப்பவும் தகவல் குடுத்துட்டே இருக்கணும். அத பாத்துக்க.. நீ இப்ப எங்க போற?”, எனக் கேட்டான்.

“தகவல் எல்லாம் ஒடனே வரும்ங்க.. மாப்ள தம்பிய பாக்க போகணும். காலு எந்த அளவுக்கு இருக்குனு பாத்துட்டு தான் மணவரை எந்த மாதிரி பண்றதுன்னு பாக்கணும்ங்க ஐயா”

“இவன் வேற கால ஒடச்சிக்கிட்டு வந்து படுத்து இருக்கான். ஏகாம்பரம் பையன பாத்தானா ?”

“நேத்து கூட்டிட்டு போய் வீடு, தோட்டம், மில்லு எல்லாம் சுத்தி கட்டிட்டு தான் கடைசியா பையன காட்டினேன். அவங்களும் நீங்க சொன்னமாதிரி கட்டு வெளிய தெரியாத அளவுக்கு தான் துணி போட்டு ஒக்கார வச்சி இருந்தாங்க.. அதனால பெருசா மறுப்பு எதுவும் ஏகாம்பரம் சொல்லலைங்க ஐயா”

“சரியான ஆளு தான் யா நீ.. சொத்த எல்லாம் காட்டிட்டு கடைசில பையன காட்டி இருக்க.. தங்கதுரை நேத்து என்ன சொன்னான்?”, என முகத்தை தீவிரமாக வைத்தபடிக் கேட்டான்.

“ஏற்பாடு ஆரம்பிச்சாச்சி-ன்னு சொன்னாருங்க.. அப்பறம் அந்த ஸ்கூல் விஷயம்..”, என மெதுவாகத் தலையைச் சொறிந்தார் இரத்தினம்.

“அது சரியா நடக்கும்ன்னு போய் சொல்லு.. அதுக்கு தான் என் பொண்ண அனுப்பி வச்சேன்.. அவ அத சரியா முடிச்சிடுவா.. சரி நீ கெளம்பு.. நானும் கெளம்பறேன்..”, எனக் கூறிவிட்டு செங்கல்வராயன் அங்கிருந்துக் கிளம்பினான்.

“ஆண்டவா.. இந்த ஆளுகிட்ட இருந்து நான் தப்பிக்க வழி காட்டுப்பா”, என வேண்டியபடி கோவில் விட்டு வெளியே வந்தான்.

அங்கே தேவராயன் இல்லத்தில், மருதனும் பாண்டியனும் அவனுக்கு உடை மாற்ற உதவிக்கொண்டு இருந்தனர்.

“என்னடா இது.. பேண்ட் பத்தவே இல்ல.. வேற எடு டா”, என தேவராயன் மருதனை அதட்டினான்.

“அண்ணே.. இது தான் கடைசி பேண்ட்.. நீ குண்டாகிட்ட அண்ணே .. வேஷ்டி கட்டிக்க அதான் எல்லாத்துக்கும் பரவால ..”, என மருதன் அவனுக்கு சமாதானம் கூறிக்கொண்டு இருந்தான்.

"வேஷ்டி கஷ்டம் டா.. டேய் பாண்டி.. நீ அந்த பீரோ தொறந்து வேற பேண்ட் இருக்கா பாரு"

"எல்லாமே பாத்தாச்சி-ண்ணே.. இந்த ஒட்டிகோ கட்டிகோ வேஷ்டி இருக்கு. இதுல பாக்கெட்டும் இருக்கு. உனக்கு வசதியா தான் இருக்கும் ", என பாண்டி ஒரு வேஷ்டியைப் பிரித்துக் காட்டிவிட்டு அவனுக்கு கட்ட உதவினான்.

"சரி வாங்க போலாம்.. இன்னிக்கி கட்டு பிரிச்சா மறுபடியும் கல்யாணம் முடிஞ்சி கட்டு கட்டிக்கலாம்..", என மருதன்.

"இப்ப இந்த கல்யாணம் அவசியம் தானா டா? எதுக்கு சித்தப்பா இவ்வளவு அவசரப்படராரு?", என தேவராயன் ஆயிரத்துப் பதினெட்டாவது முறையாக மீண்டும் கேட்டான்.

"உனக்கு இப்ப நேரம் சரி இல்லையாம் ண்ணே .. அந்த பொண்ண கட்டினா உங்களுக்கு வர கஷ்டத்துல இருந்து தப்பிச்சிடலாம்-ன்னு ஜோசியக்காரன் சொன்-னான்.. அதுக்கு தான்..", மருதன்.

"அதுக்கு ஏண்டா வேற யாரோட பொண்ணையோ கட்டணும் ? நம்ம அத்-தைங்க வீட்ல பொண்ணா இல்ல?"

"உங்க அத்த பொண்ணுங்க எல்லாம் உங்கள காப்பாத்தாதுன்னு தான் எங்க இருந்தோ ஒரு பொண்ண கட்டி வைக்கறாங்க..", பாண்டி.

"உனக்கு குசும்பு அதிகமாகிடிச்சி டா.. வச்சிக்கறேன் இரு", என தேவராயன் பாண்டியை மிரட்டிவிட்டு உடன் நடந்தான்.

இரண்டு மாதங்கள் கழித்து வண்டியில் அமர்ந்து செல்வதே தேவராயன் மனதிற்கு மகிழ்ச்சியாக இருந்தது. சிறிது நேரத்தில் எதிரில் பெரிய அத்தை மகள் பானு ஸ்கூட்டியில் வந்தாள்.

தேவராயனும் அவளும் சிறுவயதில் இருந்தே ஒருவருக்கு ஒருவர் என்று வாழ ஆரம்பித்தார்கள். இப்போது திடீரென வேறொரு பெண்ணை மணக்க இவனுக்கு விருப்பம் இல்லை.. இவனது இந்த விருப்பம் மட்டும் வீட்டில் ஏற்றுக் கொள்ளப்-படவில்லை என்று தான் கூற வேண்டும்.

"டேய் வண்டிய நிறுத்து டா ", என தேவராயன் அவளைக் கண்டதும் வண்-டியை நிறுத்தச்சொல்லி இறங்கினான்.

"மாமா மெல்ல .. ", என பானு அவனுக்கு முன் அவனுக்காகப் பார்த்தாள்.

தேவராயன் அவள் முகத்தைப் பார்த்துவிட்டு, "டேய்.. ரெண்டு பேரும் கொஞ்ச நேரம் அந்த பக்கம் இருங்க", என அவர்களை அனுப்பினான்.

"ஏண்டா அண்ணே இன்னும் இவங்கள தான் நெனைச்சிட்டு இருக்காறா?", என பாண்டி அவர்கள் இருவரையும் பார்த்தபடிக் கேட்டான்.

“ஆமா டா.. சின்ன வயசுல இருந்து அண்ணே பொறுமையா இருக்கறது இவங்ககிட்ட மட்டும் தான். பெரியம்மா படுக்கைல விழுந்த அப்பறம் யாருக்கும் அடங்காம இருந்தாரு.. பானு அத்தாச்சி சொன்னா மட்டும் அப்புடியே கேப்பாரு “, மருதனும் பழைய ஞாபகங்களை நினைவுக் கூர்ந்தபடிப் பேசினான்.

“அப்பறம் ஏண்டா வேற பொண்ண இப்போ பாக்கணும்? இவங்களுக்கே கல்யாணம் செஞ்சி வச்சிட்டா பிரச்சனையே இல்லயே .. இப்போ உங்க அத்தைங்க அத்தன பேரும் பிரச்சனை பண்ணிக்கிட்டு இருக்கற வேலையும் இல்ல, உங்களுக்கும் வேற எந்த பிரச்சனையும் இல்ல..”, பாண்டி எதார்த்தமான யோசனையுடன் கேள்விகளைக் கேட்டான்.

“எல்லாம் பேசியாச்சி.. அப்பா யார் சொல்றதும் காதுல வாங்க மாட்டேங்கறாரு .. அந்த செங்கல்வராயன் சொல்றது தான்-ன்னு இருக்காரு.. அம்மாவுக்கும் இதுல ரொம்ப வருத்தம் தான்”

“அந்த ஆளு அப்டி என்னடா சொன்னான் அப்பாகிட்ட?”

“தெர்ல பாண்டி .. அவன் சொன்னா அப்பா அப்புடியே கேக்கறாரு..”

“அண்ணனுக்கு கல்யாணம் ஆகிட்டா உங்க அத்தாச்சி என்னடா பண்ணுவாங்க?”

“தெர்ல பாண்டி... என்னமோ எல்லாம் மர்மமா இருக்கு”, மருதனுக்கும் பானுவைத் தவிர தன் அத்தாச்சியாக யாரும் வருவதுப் பிடிக்கவில்லை.

“சரி கடவுள் விட்ட வழி.. அண்ணே கூப்பிடறாரு டா .. வா போலாம்”, எனப் பாண்டி அவனை அழைத்துக் கொண்டு தேவராயனிடம் வந்தான்.

“நீ மனசுல எதுவும் வச்சிக்காம போ.. நான் பாத்துக்கறேன் “, என பானுவிற்கு தைரியம் சொல்லி அனுப்பி வைத்துக் கொண்டு இருந்தான்.

காரில் ஏறியதும் தேவராயன் கிழக்குபுரி செல்லும் பாதையில் வண்டியை விட சொன்னான்.

“எதுக்கு ண்ணே இப்போ அந்த ஊருக்கு போகணும்?”, மருதன் கேட்டான்.

“முடிக்க வேண்டிய கணக்கு ஒண்ணு பாக்கி இருக்கு .. நான் சொல்றத மட்டும் செய்”, என உருமினான் தேவராயன்.

22

"அண்ணே .. இப்ப எதுக்கு ண்ணே இங்க போகணும்? நம்ம ஆஸ்பத்திரி போக நேரம் ஆச்சிண்ணே ..", எனப் பாண்டி தேவராயனிடம் கெஞ்சிக்கொண்டு வந்தான்.

ஊருக்குள் நுழையும் முன்பே எதிரில் வர்மன் வந்தான். புல்லெட்டில் வந்தவன் முன்பு காரை இடிப்பது போல கொண்டுப் போய் நிறுத்தச் சொன்னான் தேவராயன்.

"அண்ணே", என மருதன் ஓர் நொடித் தயங்கினான்.

"சொல்றத செய் இல்லைன்னா நகரு..",என அடம் பிடித்தான்.

"அண்ணே அண்ணே.. வீணா பிரச்சனை வேணாம் ண்ணே.. டேய் மருது வேணாம் டா", என பாண்டி இருவரிடமும் கெஞ்சினான்.

"வாய மூடு இல்லையா வண்டில இருந்து வெளிய குதிச்சிடு ", என தேவராயன் கூறியதும் பாண்டி வாயை இறுக மூடிக்கொண்டான்.

தேவராயன் கூறியது போல வர்மனை இடிப்பதுப் போல கொண்டுப் போய் நிறுத்தினான் மருதன்.

வர்மன் சற்று நிலைத் தடுமாறிச் சட்டென சுதாரித்து, நகர்ந்துச் சென்று வண்டியை நிறுத்திவிட்டுச் சத்தம் கொடுத்தான்.

"ஏய்.. யாரு டா அவன்? எதிர்ல வண்டி வர்றது கண்ணு தெர்லியா?", எனக் கேட்டான்.

பொறுமையாக வேஷ்டியைப் பிடித்துக் கொண்டு, தானே இறங்கி நின்று வர்மனைப் பார்த்து நக்கலாகச் சிரித்தான் தேவராயன்.

"அட.. புது மாப்ள.. என்ன டா சௌக்கியமா? காலு எப்டி இருக்கு? இன்னும் ஊணி தான் நடக்கறியா? ", என அவனது காலைப் பார்த்தபடி வர்மன் நக்கலாகக் கேட்டான்.

"நீ மாப்ள ஆக வேண்டிய பொண்ணுக்கு நான் மாப்ள ஆகறது தெரிஞ்சி கூட உனக்கு எதுவும் உறைக்கல போல? சவால் விட்டா அதுல ஜெயிக்க உரம் இருக்கணும்.. அது இல்லாதவன் எதுக்கு சவால் விடணும்? அதுவும் ஒரு பொண்-

ணுகிட்ட தோக்கணும்?"

"எனக்கு சவால் விட்டா ஜெயிச்சி மட்டும் தான் பழக்கம்.. நீ இன்னும் அந்த பொண்ணு கழுத்துல தாலி கட்டல தானே ? அந்த நெனைப்பு கூட வச்சிக்காத அப்பறம் ஏமாந்து நிப்ப.."

"ஏமாந்து நிக்கறது நீயா நானா-ன்னு பாக்கலாமா?"

"நான் தாலிகட்ட வேண்டிய பொண்ணு கழுத்துல நீ தாலி கட்டுனா அப்பறம் பானு வயித்துல இருக்க கொழந்தைக்கு யார அப்பன்னு சொல்லுவ?", எனக் கேட்டுவிட்டு வர்மன் முறைத்தான்.

"அதுக்கு அப்பன் நான் தான்.. ஆனா நீ கட்ட வேண்டிய பொண்ண நான் கட்டுனா ஏமாந்து நிக்கறது நீ தான். எனக்கு ரெண்டு பொண்ண கட்றதுக்கு தெம்பு இருக்கு.. உன் நெலமை ?", என ஒரு புருவம் உயர்த்திக் கேலியாகக் கேட்டான்.

"மொத கட்டினா தானே.. பகல் கனவு காணாம போய் கால சரி பண்ணு.. பொம்பள புள்ளைங்க வாழ்க்கைய கெடுத்து வீணா போகாத .." ,எனக் கூறிவிட்டு நகர்ந்தான் வர்மன்.

"அப்ப அந்த செங்கல்வராயன் பொண்ண நீ கட்ட தயாரா தான் இருக்க போல?"

"அதயும் நீயே கட்டிக்க.. உன் சித்தப்பன் குடுமிய தான் அவன் கைல குடுத்து வச்சி இருக்கியே..", என வர்மன் அதை மட்டும் மெதுவாக அருகில் வந்து தேவ-ராயன் காதில் கூறிவிட்டுச் சென்றான்.

சித்தப்பாவின் குடுமி என்றதும் தேவராயன் முகத்தில் புன்னகை அரும்பியது.

வர்மனை பார்த்துச் சிரித்தபடி, "முடிஞ்சா உன் சவால்ல ஜெயிச்சி காட்டு டா.. அப்ப ஒத்துக்கறேன் உனக்கு வச்ச பேருக்கு உனக்கு தகுதி இருக்குன்னு.."

"மொத உனக்கு வச்ச பேர நீ காப்பாத்திக்க பாரு டா .. வந்துட்டான் பெருசா வேஷ்டிய கைல புடிச்சிக்கிட்டு..", என அவனும் நக்கலாகக் கூறிச் சிரித்தபடிச் சென்றான்.

"வண்டிய எடு", எனக் கூறிவிட்டு அமைதியாக காரில் அமர்ந்துக் கொண்-டான் தேவராயன்.

வர்மனும் மெல்லிய முறுவலுடன் நகைக்கடைச் சென்றவன், அவனுக்குப் பிடித்த அனைத்தும் வாங்கி விட்டு அப்பாத்தாவைத் தேடி வந்தான்.

"அப்பத்தா.. எத்தன பொடவ எடுத்தீங்க?", எனக் கேட்டபடி அருகில் அமர்ந்தான்.

"முகூர்த்தத்துக்கு இது எல்லாம் எடுத்து வச்சி இருக்கேன்.. நல்லா இருக்கா? இதுல ஒண்ணு எடு டா.. ", என அருகில் இருந்த 5 புடவைகளைக் காட்டிக் கேட்டார்.

"என்ன அப்பத்தா நீ? இது எப்டி பத்தும்?", என முகத்தை சுருக்கிக் கொண்டுப் புடவை இருந்த ரேக்குகளைப் பார்வையிட்டான்.

தக்காளி நிறத்தில் உடலும், அரக்கு நிற பார்டரும் வைத்த பெரிய பூ புட்டா போட்ட புடவையை எடுக்கக் கூறினான்.

"இத பாருங்க.. என் முத்துக்கு அம்சமா இருக்கும்", என எடுத்து விரித்துக் காட்டினான்.

"சரி தான்.. பேராண்டி கண்ணுக்கு தான் அப்டிபட்ட நெறம் எல்லாம் தெரியுது. இவ்ளோ நேரம் கெழவி கண்ணுக்கு ஒண்ணும் தெரியல தான் ப்பா..", என ஆச்சி வக்கணைத்துக் கொண்டார்.

"அட.. என்ன அப்பத்தா நீ? இது நல்லா இருக்கும்-ன்னு தானே சொல்றேன்.. நீ எடுத்த எல்லா பொடவையும் எடுத்துக்க.. உனக்கு பொடவை எடுத்தியா இல்லயா ?", என அப்பத்தாக் கட்டுவது போல எந்த புடவையும் அங்கே இல்லாததுக் கண்டுக் கேட்டான்.

"இல்ல ராசா.. எனக்கு வீட்ல ஏகபட்ட பொடவ இருக்கு யா ", எனச் சிரித்தபடி மறுத்தார்.

"நீ எதுவும் பேசாத .. உனக்கு நான் பொடவ எடுக்கறேன் ", எனக் கூறிவிட்டு அவருக்கும் பெரிய ஜரிகை புட்டா போட்ட புடவைகளை எடுத்தான்.

"டேய் டேய் .. அவளோ பெரிய ஜரிகை இருக்கறது எல்லாம் வேணாம் டா.. மெல்லிசா இருக்கறது எடு ", என அவனைத் திட்டிக்கொண்டு இருந்தார்.

அவன் காதில் அது எல்லாம் விழுந்தால் தானே ? அவன் மனதிற்குப் பிடித்த அத்தனை புடவையும் பில் போட அனுப்பி வைத்தான்.

வினிதாவும் அவர்களுடன் வந்து சேர்ந்துக் கொண்டு, தான் எடுத்த புடவை விவரங்களைக் கூறிவிட்டு மற்றொரு இருக்கையில் அமர்ந்தாள்.

"ஏன்டி உனக்கு ஃபேன்சி பொடவ எடுக்கலியா ?", என ஆச்சி அங்கிருந்தப் புடவைகளைக் கவனித்துவிட்டுக் கேட்டார்.

"நான் என்ன பொடவையா கட்டறேன் ? வேணாம் ஆச்சி.."

"யாரு டி இவ.. சிம்மா .. போய் அவளுக்கு நாலு பொடவ எடுத்துட்டு வாய்யா .."

"அதுலாம் வேணாம் ண்ணே .. எனக்கு வேணும்னா நானே கேக்கறேன் .. ", என வினிதா மறுத்து விட்டாள்.

"இன்னிக்கி விடறேன்.. ஆனா உனக்கு இந்த பட்டு பொடவ எடுத்து இருக்கேன். என் கல்யாணத்துக்கு இதான் நீ கட்டணும்.. மாப்ளைக்கும் எடுத்துட்டேன்..", என வர்மன் கூறிவிட்டு இரண்டுப் பெரியக் கட்டைப்பைகளை அவள் கைகளில் கொடுத்தான்.

“எதுக்கு ண்ணே இவ்ளோ செலவு பண்ணிக்கிட்டு ?”, என வினிதா மறுத்துப் பேச ஆரம்பிக்க, வர்மன் முறைத்ததும் வாயை கப்பென்று மூடிக் கொண்டாள்.

“சரி பாட்டியும் பேரனும் எல்லாம் வாங்கிட்டிங்க இத எப்டி அவகிட்ட குடுக்கறது?”, வட்டிக் கேட்டான்.

“அதுக்கு தான் நான் இருக்கேன்ல.. ஆனா அவங்க எடுக்கற முகூர்த்த பொடவ இதே கலர்ல இருந்துட்டா பிரச்சனை இல்ல.. இல்லைனா ஆயிரம் கேள்வி வரும்.. அதுவும் அவங்க அம்மம்மா வேற வந்துட்டாங்க.. நங்க கூட இனிமே தனியா பேசறதே கஷ்டம் தான்”

“யாரு அவங்க அம்மம்மா ? அதான் காமாட்சி அம்மா எப்பவோ காலமாகிட்டதா சொன்னாங்களே ..”, என ஆச்சிக் கேட்டார்.

“நங்கை தாத்தாவுக்கு பெரிய பொண்டாட்டி.. அந்த காலத்துலயே புரட்சி பேசினதால அவங்க தாத்தா வீட்ட விட்டு ஒதுக்கி வச்சிட்டாங்களாம் .. அவங்க புருஷனும், ரெண்டாவது பொண்டாட்டியும் செத்த அப்பறம் அவங்க பசங்க இவங்க பேச்சு கேட்டு தான் இப்போ உருபட்டு இருக்காங்க-ன்னு நங்க சொல்வா .. அவ அப்பத்தாக்கு அப்பறம் அவமேல அக்கறை இருக்கறவங்க அவங்க தான்.. “, வினிதா தனக்குத் தெரிந்த விவரங்களைக் கூறினாள்.

“அவங்க பேரு என்ன?”, ஆச்சி.

“ஏதோ வித்தியாசமான பேரு தான். வே .. .ன்னு என்னவோ சொல்லுவாளே.. ஹான் .. வேம்பு அம்மம்மா ன்னு அவ சொல்வா ஆச்சி”

“வேம்பு ..”, எனத் தனக்குள் சிலமுறைச் சொல்லிக்கொண்டு யோசனைச் செய்தார்.

அங்கிருந்து எடுத்த எல்லா துணிகளுக்கும் பில் போட்டு, பணம் கொடுத்துவிட்டுக் கிளம்பினர்.

செங்கல்வராயனின் கையாள் ஒருவன் அவர்கள் கடையில் இருந்து வெளியே வருவதுக் கண்டு அவர்களைப் பின் தொடர்ந்தான்.

அதைக் கண்ட வட்டி , “மச்சான்”

“மாப்ள .. “

“எங்க கொண்டு வரட்டும்?”

“வீட்டுக்கு தான்”

“இப்போ ஜெயில் எல்லாம் வீட்ல தானா?”, என வட்டி சிரித்தபடிக் கேட்டான்.

“இந்த ஒரு விஷயத்துக்கு மட்டும் மாப்ள”, என வர்மன் கூறிவிட்டு வினிதாவையும், ஆச்சியையும் காரில் அனுப்பிவிட்டு வேறு ஒரு கடை பக்கம் சென்று நின்றார்கள்.

"ஒரு ஆடு தான் மச்சான் வருது.. எத்தன ஆட நாம வெட்டறது ?"

"வந்த வரை வெட்டி கசாப்பு கடைல குடுத்தறலாம் மாப்ள .. ", எனப் பேசியபடி அவன் செல்லும் பக்கம் இவர்கள் வேறு வண்டியில் பின் தொடர்ந்தனர்.

அவனோ சிம்மனை பின் தொடராமல் ஆச்சி செல்லும் வண்டியைப் பின் தொடர்ந்துச் சென்றான்.

ஆச்சி அன்று நங்கையைச் சந்தித்த சிவன் கோவிலுக்குள் சென்றார். பரம்பரை நகையுடன் முகூர்த்த புடவை எல்லாம் ஸ்வாமியிடம் வைத்து, அர்ச்சனைச் செய்துக் கொண்டுப் பிரகாரம் சுற்ற வந்தார்.

வேல்முருகன் அந்த சமயம் அங்கு வந்ததால் இருவரையும் ஒன்றாக நிற்க வைத்து, தாங்கள் எடுத்தப் புதுத் துணியைக் கொடுத்து விட்டு ஒரு இடத்தில் அமர்ந்தார்.

"என்ன ஆச்சி இவ்ளோ நேரம் கலகலன்னு இருந்தீங்க.. இப்போ ஏன் டல் ஆகிட்டீங்க ?", என வினிதா கேட்டாள்.

"ஒண்ணும் இல்ல டி.. ஒரு வேகத்துல இன்னிக்கி எல்லாம் பண்ணிட்டேன். நாளைக்கு கல்யாணம் கூட முடிஞ்சிடும் .. ஆனா அதுக்கு அப்பறம் அவங்க வாழ்க்கைய நெனைச்சா தான் மனசு சுணங்குது .. ", எனப் பெருமூச்சு விட்டபடிக் கூறினார்.

"அது நெனைச்சா எனக்கும் பயமா தான் ஆச்சி இருக்கு.. வர்மாண்ணே அதுலாம் நான் சமாளிச்சிக்கறேன்னு சொல்லுது.. இவரும் அதே தா சொல்றாரு.. இந்த நங்கை என்ன பண்ணுவாளோ-ன்னு எனக்கு தான் திக்கு திக்குன்னு இருக்கு .. ", என வினிதா தன் மனதில் இருப்பதையும் கூறினாள்.

"ரெண்டு பேரும் வீணா ஏன் கவலப்படறீங்க ? என் மச்சான் அதுலாம் என் தங்கச்சிய கண்ணுக்குள்ள வச்சி பாத்துக்குவாரு... ரெண்டு பேரும் அவங்க மனசு போல நல்லா இருப்பாங்க ஆச்சி .. நீங்க தைரியமா இருங்க..", என வேல்முருகன் இருவருக்கும் சமாதானம் கூறினான்.

"நீங்க நினைக்கற மாதிரி வாழ்க்க ஒண்ணும் வெளயாட்டு இல்ல டா பேராண்டி.. பெரியவங்க சொல்வாங்க.. முதல் கோணல் முற்றும் கோணல்-ன்னு.. நம்ம இப்போ பண்ண போற கல்யாணம் எவ்ளோ திருட்டு தனம் செஞ்சி செய்ய போறோம் .. அதுல அவங்க வாழ்க்க தளச்சிட்டா பிரச்சனை இல்ல.. இதுவே காரணமா வச்சி ரெண்டு பேரும் சண்டை போட்டுகிட்டே இருந்தா வாழ்க்கை வீணா போயிரும்யா.. அதுக்கு தான் நான் பயபடறேன் ..", மனதில் இருக்கும் பாரத்தைப் பகிர்ந்துக் கொண்டார்.

"அது நல்ல பொண்ணு ஆச்சி.. மொத கொஞ்சம் கோவப்பட்டாலும் போக போக புரிஞ்சிக்கும்.. நீங்க காட்டற பாசம் பாத்து மனசு மாறும்.. மனசுல எதுவும் போட்டு கொழப்பிக்காம அடுத்து என்ன செய்யணும்-ன்னு சொல்லுங்க.. ", என

வேல்முருகன் தான் வந்த வேலைப் பற்றி நினைவுப் படுத்தினான்.

சுமார் ஒரு மணிநேரம் மூவரும் பேசிவிட்டு அங்கிருந்து நகர்ந்தனர். அவர்கள் பேசிய அனைத்தும், இன்னும் இரண்டு பேர் அவர்களுக்குத் தெரியாமல் கேட்டுக்-கொண்டு இருந்தனர்.

அந்த இரண்டு பேரும் கோவில் விட்டு வெளியே வந்து ஆளுக்கு ஒரு திசை-யில் சென்றனர்.

23

"காமாட்சி .. காமாட்சி .. ", என அழைத்தபடி அவரது அண்ணன் வரதன் உள்ளே வந்தார்.

"வாங்கண்ணே .. வாங்கண்ணி ..", என இருவரையும் வரவேற்று அமரக் கூறினார்.

"வாங்க மச்சான்", என ஏகாம்பரமும் வரவேற்றார்.

"இப்போ தான் நீங்களும் வீட்டுக்கு வந்தீங்களா?", எனப் பொதுவாகப் பேச்சைத் தொடங்கினார் வரதன்.

"ஆமா மச்சான்.. இன்னும் கொஞ்ச வீடு தான் பாக்கி இருக்கு. அதுக்கு எல்லாம் நான் மட்டும் நாளைக்கு போனா போதும்.."

"நல்லது.. ராக்கெட் வேகத்துல வேலை நடக்குது..", எனச் சிரித்தபடிக் கூறினார் வரதன்.

"நாளான்னிக்கி கல்யாணம் ஆச்சே மச்சான்.. அதான் இவ்ளோ வேகம்.. எனக்கும் பாரம் கொறையும் பாருங்க சீக்கிரம் கல்யாணம் முடிச்சிட்டா..", என நங்கையைப் பார்த்தபடிக் கூறினார் ஏகாம்பரம்.

"பெத்த புள்ளைய பாரமா நினைச்சா எங்க இருந்து மனசுல நிம்மதி சந்தோஷம் வரும்? புள்ளைங்களா மட்டும் தான் நினைக்கணும்.. வரதா .. உன் தம்பியும் தாய் மாமன் சீர் பண்ண வாறேன்னு சொல்றான்.. நீங்க ரெண்டு பேரும் கலந்து பேசி நாளைக்கு நழுங்கு வச்சிடுங்க.. அப்பறம் நாளைக்கே மாப்ள வீட்டுக்காரங்க தாலி கட்டறதும் வச்சிட்டா நம்ம சீர் பண்ண முடியாது.. அப்பறம் அதுக்கும் நம்மல தான் கொற சொல்வாங்க ஒண்ணுக்கு ரெண்டு தாய் மாமனுங்க இருந்தும் யாரும் பொண்ணுக்கு நழுங்கு வைக்கல.. சீர் குடுக்கலன்னு.. நமக்கு எதுக்கு அந்த ஏச்சும் பேச்சும்.. சின்னவன் கொஞ்ச நேரத்துல வீட்டுக்கு வந்துருவான் டா..", என வேம்பு பாட்டி ஏகாம்பரத்திற்கு ஒரு கொட்டு வைத்துவிட்டு, தன் மகனிடம் அடுத்துச் செய்ய வேண்டிய காரியங்களைப் பற்றிக் கூறினார்.

"மச்சான்.. எனக்கு நீங்க மட்டும் சீர் செஞ்சி நழுங்கு வச்சா போதும்.. வேற யாரும் செய்ய வேணாம்", என ஏகாம்பரம் இப்போது கொடிப் பிடிக்க ஆரம்பித்-

தார்.

காமாட்சியும், வரதனும் ஒருவருக்கொருவர் முகம் பார்த்துவிட்டுத் தாயைப் பார்த்தனர்.

“தாய் மாமனுங்க ரெண்டு பேரும் தான் சீர் செய்வானுங்க.. இந்த பாட்டி சீரும் தனியா செய்வேன்.. இத யாரும் தடுக்க முடியாது வரதா.. அவங்க பொண்ணு மேல அவங்களுக்கு எவ்ளோ உரிமை இருக்கோ அதே உரிமை நமக்-கும் இருக்கு”, என வேம்பு பாட்டி கனீரெனக் கூறினார்.

ஏகாம்பரம் மீண்டும் வாய் திறக்கும்முன் இரத்தினம் அங்கே வந்தார்.

“என்ன எல்லாரும் கார சாரமா பேசிட்டு இருக்கீங்க .. கல்யாண வேலை எல்லாம் எப்புடி போகுது ஏகாம்பரம்?”, எனக் கேட்டபடி வந்து அமர்ந்தார்.

அனைவரும் அவரை முகமனாக வரவேற்று உபசரித்தனர்.

“எல்லாம் பொண்ணுக்கு தாய் மாமன் சீர் பண்றது பத்தி தான் பேசிட்டு இருந்-தோம் ரத்தனம் .. நீயே சொல்லு ரெண்டு தாய் மாமனுங்களும் சேர்ந்து தானே எல்லாம் பண்ணனும்..” ,என வேம்பு பாட்டி அவரிடமே நியாயத்தைக் கேட்டார்.

“ஆமா.. எத்தன பேர் தாய் மாமனுங்க இருந்தாலும் எல்லாரும் சேர்ந்து தான் நழுங்கு வச்சி சீர் செய்யணும். அதானே நம்ம ஊரு வழக்கம் .. என்ன ஏகாம்பரம் நான் சொல்றது சரி தானே?”, எனச் சிரித்தபடி இரத்தினம் கேக்கவும் ஏகாம்பரம் முறைத்தார்.

“அப்புடி சொல்லு ரத்தனம் .. பெரியவனே .. சின்னவன் தான் ஃபோன் பண்-றான். இந்தா போய் பேசு.. நம்ம குடும்ப வழக்கபடி எல்லாத்தையும் நிறைவா என் பேத்திக்கு செய்யணும். எந்த கொறையும் யாரும் சொல்லிட கூடாது.. அம்மாடி வாணி.. நீ உன் அண்ணே கூட போய் கொஞ்சம் கூட மாட ஒத்தாசையா இரு.. நான் சின்னவன் வந்த அப்பறம் வீட்டுக்கு வரேன்.. “, என வாணியை அங்கி-ருந்துக் கிளப்பினார்.

“அம்மா.. வாணி இங்க இருந்தா தான் எனக்கு பரவால்ல.. அவள அங்க அனுப்பிட்டா நான் ஒத்தை ஆளா அலையணும். ஜாமானமெல்லாம் வாங்க-ணும்..”, எனக் காமாட்சி கூறினார்.

“உனக்கு தொணைக்கு எத்தன பேரு டி வேணும்? நான் வரேன்.. கூட உன் பையன கூப்டுக்கலாம் .. ஜாமான வீட்ல கொண்டு வைக்க ஆகும்.. அப்பறம் அவன் உன்ன வீட்ல கொண்டு வந்து விடட்டும்.. நான் அப்டியே வரதன் வீட்-டுக்கு போயிட்டு ராத்திரி இங்க வந்தடறேன் ..”, என அதற்கும் ஒரு வழியைக் கூறினார்.

“என் பையன் நல்லா தூங்கி எந்திரிக்கணும்ன்னு டாக்டர் சொல்லி இருக்காரு. அவன எல்லாம் அலச்சல் படுத்த முடியாது..”, என முந்திக்கொண்டு மகனுக்கு

வக்காளத்து வாங்கினார் காமாட்சி.

"ஆம்பள பையன்னு எதுக்கு அவன் இருக்கான்? அக்கா கல்யாணத்துல ஒரு வேலை பண்ண மாட்டானா? என்ன வளக்கறியோ போ ..", என மகளுக்கும் ஒரு கொட்டு வைத்தார்.

"அவனுக்கு தான் ஒடம்பு சுகமில்லைல .. அவன யாரும் தொந்தரவு பண்ண வேணாம்", என ஏகாம்பரமும் கூறினார்.

"ஏன் நேத்து கூட பையன் நல்லா தானே இருந்தான் .. ", என இரத்தினம் கேட்டார்.

"கொஞ்சம் ஜூரம் அடிக்குது ண்ணே .. அதான் நேத்து ராத்திரி ஆஸ்பத்திரி போயிட்டு வந்தோம்", எனக் காமாட்சி அனைவருக்கும் முன் முந்திக் கொண்டுப் பதில் கூறினார்.

"சரி சரி.. அப்ப பையன் அலச்சல் பட வேணாம்"

"சரி கௌம்பலாம்", என வரதன் கூறியதும், "எல்லாரும் வெளிய போயிட்டா நங்கை கூட யாரு இருக்கறது?", என வாணி கேட்டார்.

"அவ சினேகிதிய வர சொல்லுங்க மாப்ள.. கல்யாணம் முடியறவரை அந்த புள்ள கூட இருக்கட்டும்.. வாணி வரதா கௌம்புங்க.. ஆர அமர ஒக்காந்து பேச நமக்கு யாரும் நேரம் குடுக்கல.. எல்லாமே அவசரகதில நடக்குது.. என்ன ரத்தனம் இப்டி ஒரு எடத்த கொண்டு வந்து இப்டி எங்கள அல்லல் படுத்தற? என்னவோ என் பேத்தி வாழ்க்கை நல்லா இருந்தா சரி.. ", என இரத்தினத்திற்கும் ஒரு கொட்டு வைத்துவிட்டு அங்கிருந்து அனைவரையும் கிளப்பிவிட்டார்.

ஏகாம்பரம் பெரிய மாமியாரின் ஆட்டகாசங்களைப் பொறுக்கப் பல்லைக் கடித்தபடி அமர்ந்து இருந்தார்.

"ஏகாம்பரம்.. உன் மாமனார் இருந்தப்போ இந்த அத்த என்ன என்ன பேசி இருக்குமோ?", என இரத்தினம் வழிந்த வேர்வையைத் துடைத்தபடிக் காது கடித்தார்.

"அந்த ஆளு தான் வேற கல்யாணம் பண்ணிக்கிட்டானே ரத்தனம்.. எதுவா இருந்தாலும் என்கிட்டயே கேளு நானே பதில் சொல்றேன்..", எனச் சிரித்தபடி வேம்பு பாட்டி அங்கே வந்து நின்றார்.

"அய்யோ.. நான் ஒண்ணும் சொல்லல அத்த.. நீங்க ஏன் தனியா போகணும் ? ஏகாம்பரம் கடைல வேலை பாக்கற பசங்கள கல்யாணம் முடியறவரை இங்க வர சொல்லு. பாவம் அவங்க எவ்ளோ தூக்கிட்டு அலைய முடியும்..", என அவருக்குப் பரிந்துப் பேசினார்.

“வர சொல்றேன்.. கார்ல போயிட்டு சீக்கிரம் வாங்க.. அந்த பொண்ணு வினிதா நம்பர் போட்டு வர சொல்ல சொல்லு உன் பொண்ணுகிட்ட.. “, என உருமிவிட்டு அங்கிருந்து நகர்ந்தார்.

வேம்பு பாட்டி மகனையும், மருமகளையும் தனியாக அழைத்துச் சென்று சில விஷயங்கள் பேசி அனுப்பி வைத்தார். காமாட்சி தனியாக வாத்தியாரிடம் மாட்டிக்கொண்ட சிறுமி போல முகத்தை வைத்துக் கொண்டு தாயுடன் வெளியே கிளம்பினார்.

“எப்பா.. இந்த கெழவிங்க எல்லாமே பயங்கரமான ஆளுங்களா இருக்குங்கப்பா.. எப்டி தான் இவங்கள எல்லாம் அந்த மகராசனுங்க கட்டி மேச்சாங்களோ ?”, என இரத்தினம் வாயிற்குள் முனகியபடி ஏகாம்பரத்தைப் பார்த்தார்.

“என்ன ஏகாம்பரம் முகம் ஏன் ஒரு மாதிரி இருக்கு?”

“எல்லாம் அந்த கெழவி தான் இரத்தினம்.. என் உயிர வாங்கறத்துக்குன்னே வந்து இருக்கு.. சீக்கிரம் எல்லா பீடையையும் இந்த வீட்டவிட்டு ஒழிக்கணும் ..” ,எனப் பொறிந்து விட்டு வெளியே கிளம்பத் தயாராகச் சென்றார்.

“ஏய்..”, என அழைத்ததும் நங்கை வந்து நின்றாள்.

“ராஜாவுக்கு வேளைக்கு ஜூஸ் சாப்பாடு எல்லாம் குடுக்கணும். அந்த புள்ள கூட சும்மா ஒக்காந்து கதை பேசிட்டு இருக்காத.. நான் வெளிய போறேன்.. வீட்ட பூட்டிக்க.. உன் சினேகிதி வந்ததும் எனக்கு ஃபோன் பண்ண சொல்லு..”, என அவளிடம் கடுகுப் போல காய்ந்துவிட்டு வெளியே சென்றார்.

இரத்தினம் நங்கையை ஒரு பார்வைப் பார்த்துவிட்டு வெளியே சென்றார். மாலை நேரத்தில் அனைவரும் ஆளுக்கு ஒரு பக்கம் என்று சென்று விட, நங்கை இப்போது தான் கொஞ்சம் ஆசுவாசமாக மூச்சு விட்டாள்.

“இந்த வினி எருமைய இன்னும் காணோம்?”, என ஹாலில் அமர்ந்தபடி அங்கிருந்தச் செய்தித்தாளைப் படித்துக்கொண்டு இருந்தாள்.

நேரம் போவது கண்டு அவளுக்கு மீண்டும் ஃபோன் செய்தாள்,

“வினி .. எப்ப வர?” , நங்கை போனில் கேட்டாள்.

“கொஞ்ச நேரம் ஆகும் டி.. வெளிய வந்து இருக்கேன்.. நேர்ல பேசிக்கலாம் வச்சிடறேன்” , எனக் கூறிவிட்டு வினிதா அழைப்பைத் துண்டித்தாள்.

ஒரு மணி நேரம் கழித்து ரூமில் ராஜன் எழும் அரவம் கேட்டது. மெதுவாக கண்விழித்து வெளியே வந்தவன் நங்கையைப் பார்த்துவிட்டு, தாயைத் தேடினான்.

எல்லா இடமும் தேடிவிட்டு நங்கையிடம் வந்து, “அம்மா எங்க ?”, எனக் கேட்டான்.

“கடைக்கு போய் இருக்காங்க .. “, என அவள் அசிரத்தையாகக் கூறினாள்.

“ச்சே .. எனக்கு ஜூஸ் போட்டு குடு”, என அதிகாரமாகக் கூறினான்.

“நேத்து என்ன பண்ண?”, என நங்கை அவன் முகம் பார்க்காமல் கேட்டாள்.

“நான் என்ன பண்ணா உனக்கு என்ன? போய் ஜூஸ் போட்டு கொண்டு வா போ.. எனக்கு பசிக்குது..”, என அதட்டினான்.

“நேத்து எங்க போன? என்ன பண்ணன்னு சொல்லு.. “, என மீண்டும் பொறுமையாகக் கேட்டாள்.

“உனக்கு அதுலாம் சொல்ல வேண்டிய அவசியம் இல்ல.. கேள்வி கேக்கக்காம சொல்றத மட்டும் பண்ணு.. ஒரு பொட்டச்சி இவ்ளோ பேச கூடாது”, என அவன் சொல்லி முடிக்கும்முன் அவனை அறைந்து இருந்தாள் நங்கை.

“என்ன போதை பொருள் வாங்கின? எங்க வாங்கின? யாரு குடுத்தா? சொல்லு இல்லைன்னா நானே போலீஸ்க்கு ஃபோன் பண்ணி சொல்லுவேன் “, என மிரட்டினாள்.

அவள் அடித்தத்தில் கீழே விழுந்தவன், எழ முயன்று முடியாமல் மீண்டும் கீழே விழுந்தான்.

“ஏய்.. உன்ன சும்மா விடமாட்டேன் டி.. அப்பா .. அப்பா “, எனக் கத்தினான்.

“எவ்ளோ வேணா கத்து.. யாரும் இங்க இல்ல.. சொல்லு எங்க கெடச்சது அது? “, என மீண்டும் கேட்டாள்.

மறந்து சென்ற பொருளை எடுக்க வந்த ஏகாம்பரம், மகன் கீழே விழுந்து கிடப்பது கண்டு ஆவேசமாக வந்து நங்கையை அறைந்தார்.

“ஆம்பள பையன் மேல கை வைக்கற அளவுக்கு திமிர் ஆகிடிச்சா உனக்கு? “ , என மீண்டும் சில அடிகளைக் கொடுத்தார்.

“உங்க பையன் நேத்து போதை மருந்த சாப்டு இருக்கான்.. அவனுக்கு அது எங்க கெடச்சதுன்னு மொத கேளுங்க “, என அவரின் கையைத் தடுத்துக்கொண்டுப் பேசினாள்.

“பாருங்க ப்பா .. உங்க கைய பிடிக்கற அளவுக்கு வந்துட்டா.. எல்லாம் அந்த வர்மன் சொல்லி குடுத்து தான் இவ பண்றா .. இவளுக்கு இவ்ளோ தைரியம் எல்லாம் இல்லப்பா.. சீக்கிரம் இவள இங்க இருந்து கல்யாணம் செஞ்சி அனுப்பணும் இல்லைன்னா நம்ம மானத்த வாங்கிடுவா ப்பா “, என அழுதபடியே கூறினான் ராஜன்.

“என் பையன் மேல இன்னொரு தடவ கை வச்ச.. உயிரோட விடமாட்டேன்.. அவன் எந்த தப்பும் பண்ணமாட்டான்.. அவன் எந்த போத பொருளும் எடுக்கல.. வீணா அடிவாங்கி சாவாத.. ரெண்டு நாள்ல ஒழுங்கா வீட்டவிட்டு போற வழிய மட்டும் பாரு”, என அவளை மிரட்டிவிட்டு, மகனுக்கு வேண்டியதை வேலையாட்களை ஏவி செய்துக் கொடுக்கச் சொல்லிவிட்டு அங்கிருந்துக் கிளம்ப ஆயுத்-

தமானார்.

“ஒரு நிமிஷம் நில்லுங்க.. உங்களுக்கு தேவை நான் இந்த வீட்டவிட்டு போறது மட்டும் தானே ? நானே போயிடறேன்.. எவனுக்கும் நான் கழுத்த நீட்ட மாட்டேன்.. இந்த கல்யாணத்த நிறுத்துங்க.. எனக்கு விருப்பம் இல்ல.. “, எனத் தைரியத்தை வரவழைத்துக் கொண்டுப் பேசினாள்.

“தமிழு”, என அப்போது வீட்டிற்குள் வந்த காமாட்சி கத்தினார்.

“அப்டின்னு உன் காதலன் சொல்ல சொன்னானா?”, என ஏகாம்பரம் கேலி-யுடன் கேட்டார்.

“எனக்கும் அவனுக்கும் எந்த சம்பந்தமும் இல்ல.. நான் யாரையும் காதலிக்-கவும் இல்ல.. எனக்கு கல்யாணத்துலையும் விருப்பம் இல்ல.. என்னை விட்டு-ருங்க.. “

“அப்பா பொய் சொல்றா ப்பா.. நேத்து நான் வர்மன பாத்தேன் அவன் என்ன சொன்னான் தெரியுமா ப்பா? நீங்க என்ன பண்ணாலும் அவன் தான் இவ கழுத்-துல தாலி கட்டுவானாம் ப்பா.. சவால் விட்டான் ப்பா.. இவங்க ரெண்டு பேரும் கூட்டு சேந்து தா எல்லாமே பண்றாங்க ப்பா.. “, என ராஜன் சமயம் பார்த்துப் பற்ற வைத்தான்.

ஏகாம்பரம் கண்களில் கொலை வெறி ஏறியது. இடுப்பில் இருந்த பெல்டைக் கழற்றி நங்கையை அடிக்க ஆரம்பித்தார். இடையில் காமாட்சி தடுக்கச் செல்ல, அவருக்கும் சில அடிகள் கிடைத்தது.

“நீங்க எவ்ளோ வேணா அடிங்க.. என்னை அடிச்சே கூட கொல்லுங்க.. ஆனா எனக்கு கல்யாணம் வேணாம்..”, என நங்கை மீண்டும் கூறினாள்.

“வேணாம்ங்க.. ரெண்டு நாள்ல கல்யாணம் வச்சிட்டு இப்டி அடிச்சா தழும்பு போகாதுங்க.. அவ தெரியாம பேசறா .. “, எனக் காமாட்சி ஏகாம்பரம் காலில் விழுந்துக் கெஞ்சினார்.

“என்ன டி அவ நினைச்சிட்டு இருக்கா? அவ சொல்றது எல்லாம் என்கிட்ட நடக்காது.. நான் சொல்றது மட்டும் தான் நடக்கும்.. சொல்லு அவகிட்ட.. இன்-னொரு வார்த்த பேசினா நான் கொலைக்காரனா தான் ஆவேன்”, எனக் கத்தி-னார்.

“பெத்த பொண்ண காசுக்காக விக்கறதுக்கு கொலைகாரன் ஆகறது எவ்வ-ளவோ மேல்”, என நங்கையும் கூறினாள்.

அவள் அப்படி சொன்னதும் ஏகாம்பரம் மட்டும் அல்ல, மற்ற இருவரும் கூட சில நிமிடங்கள் ஸ்தம்பித்து நின்றனர்.

“என்ன வார்த்த பேசற தமிழு?”, என காமாட்சி தான் முதலில் சுயநினைவுப் பெற்றுப் பேசினார்.

“உண்மைய தான் ம்மா சொல்றேன்.. முப்பது லட்சத்துக்கு தான் எனக்கு இந்த கல்யாணம்.. அவர்கிட்ட இது உண்மை இல்லன்னு சொல்ல சொல்லுங்க பாக்கலாம்..” , என ஆவேசமாகக் கேட்டாள்.

“என்னடி பேசற? அப்பா டி .. “

“ஆனா அவரு எனக்கு அப்பாவா எப்போ நடந்து இருக்காரு ம்மா? இந்த நிமிஷம் வரைக்கும் அவருக்கு அந்த நெனப்பு இல்ல.. இனிமேலும் வராது.. முப்பது லட்சம் காசுக்கு எதுக்கு ஒரு கொலகாரனுக்கு என்னை கட்டி வைக்கணும் ? அதுவும் ஏற்கனவே ஒரு பொண்ண அவன் மனசுல நெனைச்சிட்டு இருக்கான். அவன நான் கட்டிக்கிட்டா மட்டும் அவன் என்னை பொண்டாட்டியா பாப்பானா? சொல்லுங்க? அவங்க வசதிக்கும் அதிகாரத்துக்கும் நான் அங்க என்ன கேட்டாலும் எனக்கு நியாயம் தான் கெடைக்குமா? பெத்தவங்க நீங்களே இப்டி இருந்தா அவனுக்கு என்ன வந்தது-ன்னு தான் என்னை மிதிப்பான். உங்களால அத கேக்க கூட முடியாது... இப்படி ஒரு கல்யாணம் எனக்கு அவசியம் தானா? “, எனக் கேட்டுவிட்டு வாய்விட்டு அழுதாள்.

“என்னால வாக்க மீற முடியாது..” ,என ஏகாம்பரம் வேறு பக்கம் திரும்பி நின்றுப் பேசினார்.

“நீங்க கடன் அடைக்க எனக்கு வாங்கின நகைய வித்து குடுங்க.. அதுவே நாப்பது லட்சம் வரும்.. “, என தான் அறிந்த வழியைக் கூறினாள் நங்கை.

“இப்போ விஷயம் காசு இல்ல.. குடுத்த வாக்கும், என் மானமும் தான்.. ஒழுங்கா அவள மணமேடைல வந்து ஒக்கார சொல்லு காமாட்சி..”

“அப்போ என் மானம் மரியாதை பத்தி எல்லாம் யாருக்கும் கவலை இல்லல .. உங்க மானம் மட்டும் இருந்தா போதும்.. நாளைக்கு அவங்க வீட்ல என்னை எப்டி அசிங்கப்படுத்தினாலும், கொடும பண்ணாலும் நீங்க யாரும் எனக்காக வரமாட்டீங்க.. அதானே?”, என நொறுங்கியக் குரலில் கேட்டாள்.

அங்கே பெருத்த அமைதி மட்டுமே நிலவியது. யாரும் பதில் பேசவில்லை.

“சரி.. உங்க மானம் உங்களுக்கு பெருசுன்னா என் மானம் எனக்கு பெருசு.. என்னால இந்த கல்யாணம் பண்ணிக்க முடியாது. இப்போவே போலீஸ்கு ஃபோன் பண்ணி என்னை கட்டாயம் பண்ணி கல்யாணம் செஞ்சி வைக்கறீங்கன்னு சொல்றேன்..”, எனக் கூறிவிட்டு ஃபோன் அருகில் சென்றாள்.

அடுத்த நொடி அது சுவற்றில் பட்டுச் சுக்கு நூறாகத் தெறித்தது.

“இங்க பாரு காமாட்சி.. நான் உசுரோட இருக்கணும்ன்னா அவள ஒழுங்கா மணமேடைல வந்து ஒக்கார சொல்லு.. வீட்டவிட்டு அவ எங்கயும் போக கூடாது. ரூமுகுள்ள பூட்டி வை.. அந்த வினிதா பொண்ணு வந்து ஃபோன் ஏதாவது செஞ்சி பிரச்சனை வந்துச்சி.. நான் மனுஷனா இருக்க மாட்டேன்.. “ , என

மிரட்டி விட்டு வெளியே சென்றார்.

பெல்ட்டில் அடி வாங்கியதில் கைகளிலும், முதுகிலும் அதன் அச்சும், வாரை வரையாக தோல் சிவந்து, சில இடங்களில் ஆழமான காயமாகவே மாறி இருந்தது.

“ம்மா.. எனக்கு ஒரு வேல கெடச்சி இருக்கு.. உங்க கண்ணுக்கு படாத தூரம் நான் போயிடறேன்.. எனக்கு இந்த கல்யாணம் மட்டும் வேணாம் ம்மா.. நீயாவது புரிஞ்சிக்க ம்மா “, என அழுதபடிக் கூறினாள்.

“என்ன டி பேசற நீ? ஊரெல்லாம் பத்திரிக்க குடுத்தாச்சி.. இப்போ இப்டி சொல்ற.. அம்மாவுக்கு சத்தியம் பண்ணு.. வீட்டவிட்டு நீ கல்யாணம் நடக்கற வரை போகமாட்டன்னு.. அப்பாவுக்கு ஒண்ணுன்னா நான் உயிரோட இருக்க மாட்டேன்.. அப்பா எது பண்ணாலும் நம்ம நல்லத்துக்கு தான் பண்ணுவாரு .. பணம் எல்லாம் நமக்கு பிரச்சனை இல்ல.. அப்பா குடுத்த வாக்கு தான் நமக்கு இப்போ முக்கியம்.. நீ ஏதோ தப்பா புரிஞ்சிக்கிட்டு இருக்க தமிழு .. “ , என அவளைச் சமாதானம் செய்தார்.

நங்கைக்கு எப்படி சொல்லிப் புரியவைப்பது என்று புரியவில்லை. அழுது அழுது உடலும் மனமும் ஓய்ந்து போய் அவள் அறைக்குள் முடங்கி விட்டாள்.

இந்த கூத்தை எல்லாம் வினிதாவும் வந்துப் பார்த்துவிட்டு, நங்கையைக் காணாமலே திரும்பிச் சென்றாள். அவள் எடுத்த முடிவில் புது உறுதி பிறந்தது. தன் தோழியின் வாழ்விற்காக துணிந்து ஆச்சி கூறிய காரியங்களைச் செய்ய ஆரம்பித்தாள்.

இரவு மகன் வீட்டில் உணவுண்ட பின் மகள் இல்லம் வந்த வேம்பு பாட்டி, பேத்தியின் நிலைக்கண்டு மகளிடம் பொங்கினார்.

24

“மச்சான்.. மச்சான்..” , என அழைத்தபடி வேல்முருகன் வர்மன் இல்லம் வந்-தான்.

அவனுக்கு முன் இளவேணி அங்கே நாற்காலியில் அமர்ந்து இருந்தாள். அவளின் அமர்ந்து இருக்கும் தோரணைக் கண்டு, வேல்முருகன் ஒரு நொடி நிதானித்து மீண்டும் வர்மனை அழைத்தான்.

“என்ன வேல்முருகன் அண்ணே.. அடிக்கடி இந்த பக்கம் வரீங்க.. என்ன விசேஷம்?” , என இளவேணி கேட்டாள்.

“நான் இங்க வந்து போறது சகஜமான விஷயம் தான் இளவேணி.. உனக்கு இங்க என்ன வேல ? “, என வேல்முருகன் அவளைக் கேட்டான்.

“நான் வாழ போற வீட்டுல நான் வந்து போகாம யாரு வருவா ? இன்னிக்கி வேணா என் சிங்க மாமா என்னைய திட்டலாம் .. ஆனா நாளைக்கு நான் தானே இங்க வெளக்கு ஏத்தனும் .. “, எனத் தாவணியைச் சுழற்றிக் கொண்டுப் பேசி-னாள்.

“அமாவாசைல நிலா தெரியும்னு கனா கண்டுகிட்டு இருக்க இளவேணி.. உங்-கப்பா பேச்ச கேட்டு உன் வாழ்க்கைய நீயே கெடுத்துக்காத..”

“சிங்க மாமாவ கட்டுனா என் வாழ்க்க வீணா போகுமா ண்ணே?”, என இடக்காகப் பேசினாள்.

“அப்படி தான் வச்சிக்க.. என் மச்சான் எல்லாம் உனக்கு சரி பட்டு வரமாட்-டான் .. போய் உருப்படியா மொத படி... படிக்கற வயசுல உனக்கு எதுக்கு இந்த வேண்டாத வேல?”, என வேல்முருகன் பொறுமையாகவே எடுத்துக் கூறினான்.

“என் வேல என்னனு எனக்கு நல்லாவே தெரியும் ண்ணே.. நீங்களும் வினிதா அத்தாச்சியும் தான் தேவ இல்லாத வேல பாக்கறீங்க .. சரி ஒரு தடவ தான் சொல்ல முடியும்.. நாளைக்கு தேவராயன் வண்டி உங்களயோ அத்தாச்சியவோ அடிச்சி போட்டா நாங்க தானே வந்து எல்லாம் பாக்கணும் .. பாத்து சூதானமா இருந்துக்கோங்க .. “, எனச் சிரித்தபடியே மிரட்டினாள்.

"ஹாஹாஹா .. நல்லா சிரிப்பு காட்டற இளவேணி.. அப்பறம் நம்ம லோடு வண்டி உன்னயவோ உங்கப்பனயோ அடிச்சி போட்டா யாரு வருவாங்க?", என வேல்முருகனும் சிரித்தபடிக் கூறினான்.

இளவேணி அவனை முறைத்து விட்டு மீண்டும் சென்று நாற்காலியில் அமர்ந்-துக் கொண்டாள்.

"வாங்க மாப்ள.. எப்ப வந்தீங்க?", என வேல்முருகனை வரவேற்று சோபாவில் அமரவைத்துப் பேசினான் வர்மன்.

வர்மன் வந்ததில் இருந்து அவன் சட்டை பொத்தானைப் போடுவதும், காப்பை மேல் ஏற்றி விட்டு மீசையை முறுக்கி பேசும் விதமும், தடித்த உதடுகளின் இடை-யில் தெரியும் மெல்லிய பல் வரிசை சிரிப்பும் என அவனை அணு அணுவாக இரசித்துக் கொண்டு இருந்தாள் இளவேணி.

அன்று அவன் அணிந்து இருந்த வெள்ளை சட்டையும், வேஷ்டியும் அவனை அதிக கவர்ச்சியாகக் காட்டியது. நெற்றியில் இருந்த கீற்று செந்தூரம் அவனது தோற்றத்தை இன்னும் கம்பீரம் கொண்டதாகக் காட்டியது. இருபத்தி ஏழு வயதில் நன்றாக முறுக்கேரிய உடலும், மடித்துவிட்ட சட்டையில் தெரியும் வலிமையான புஜங்களும், அந்த அகன்ற தோளில் தலைச் சாயவே தோன்றும்.

அவளோ அவனை இப்படி இரசித்துக் கொண்டு இருக்க, அவன் அவள் அங்கு இருப்பதைப் போலவே காட்டிக்கொள்ளாமல், அவனது வேலையை மட்டும் பார்த்துக் கொண்டு இருந்தான்.

சற்று நேரத்தில் நீலா ஆச்சியும் வெளியே வந்தவர், முதலில் வேல்முருகனை வரவேற்றுவிட்டு இவளிடம் திரும்பினார்.

"என்ன டி காத்து இந்த பக்கம் காலங்காத்தால வீசுது?", என அவளை அளந்தபடிப் பார்த்தார்.

"பேரனுக்கு கல்யாணம் வச்சி இருக்கீங்கலாம் .. தாலி எல்லாம் செய்ய சொல்லி இருக்கீங்க.. அதான் பொண்ணு யாரு எப்பா கல்யாணம்-ன்னு கேட்டுட்டு போலாம்னு வந்தேன்.. ", என நீட்டி முழக்கிப் பேசினாள் இளவேணி.

"என் பேரன் யார கட்டுனா உனக்கு என்ன டி? என் வீட்டு மருமக இங்க வரவேண்டிய நேரத்துல வருவா.. விருந்துக்கு சொல்லி அனுப்பறேன். அப்ப வந்து அப்பனும் மகளும் நல்லா சாப்டு போங்க.. ", என ஆச்சி நறுக்கெனப் பேசினார்.

"இங்க பாரு ஆச்சி.. நீ பண்றது கொஞ்சம் கூட நல்லா இல்ல.. என் மாமா தான் எனக்கு எல்லாம்ன்னு நான் முடிவு பண்ணிட்டேன்.. அவரு என்னய தவிர யாரு கழுத்துல தாலி காட்டினாலும் நான் சும்மா விடமாட்டேன்.. அவங்கள வாழ-வும் விடமாட்டேன்", எனக் கோபம் கொண்டுக் கத்தினாள்.

"வாய மூடு..", என வர்மன் சத்தம் போட்டதும் விழுக்கி, அவனை நிமிர்ந்துப் பார்த்தாள்.

"என்ன விட்டா பேசிக்கிட்டே போற? என்ன தெரியணும் உனக்கு ? நான் யார கட்ட போறேன்னு தானே.. ", எனக் கூறி ஒரு நொடி இடைவெளி விட்டு, " முத்தமிழ் நங்கை என் பொண்டாட்டி பேரு. நீயும் உங்கப்பனும் எவ்ளோ திருட்டு வேல பாத்து தேவரயான இதுல கோர்த்து விட்டு இருக்கீங்கன்னு எனக்கு எல்லாம் தெரியும்.. உங்கப்பன் ஆட்டம் அடங்கப்போகுது.. சின்ன புள்ளை ஆச்சே-ன்னு பாத்தா ரொம்ப தான் துள்ளுர.. சங்கறுக்க உங்க அப்பனுக்கு மட்டும் தான் தெரியுமா ? எனக்கும் தெரியும்.. இனிமே இங்க வந்த அவ்வளவு தான்.. போ இங்க இருந்து", என மிரட்டி அனுப்பிவிட்டான்.

இளவேணி அனைவரையும் முறைத்தபடிக் கண்களில் நீர் வழிய அங்கிருந்துச் சென்றாள்.

"என்ன மச்சான் .. இப்புடி பேசிட்டீங்க? பாவம் பாருங்க அழுதுகிட்டே போகுது..", என வேல்முருகன் பரிதாபப்பட்டுப் பேசினான்.

"நான் வரமுன்ன அது உங்ககிட்ட என்ன பேசிச்சின்னு கேட்டுட்டு தான் இருந்தேன் மாப்ள.. எவ்ளோ திமிரு இருந்தா வண்டில அடிச்சி தூக்குவேன்-ன்னு சொல்லும்.. எல்லாம் அவ அப்பன் சொல்லி குடுக்கறது அப்படி.. நாலு இப்டி விட்டா தான் கொஞ்சம் பயம் வரும்", என வர்மன் கூறிவிட்டு ஆச்சியிடம் வந்தான்.

"சொல்லு அப்பத்தா.. எங்க மணமேடை போடறது?", எனக் கேட்டான்.

"அண்ணே ..", என அழைத்தபடி வினிதா அங்கே வந்தாள்.

"வா வினிதா.. என்ன காலைல தம்பதி சமேதரா தரிசனம் குடுக்கறீங்க ?", என வர்மன் சிரித்தபடி அவளை வரவேற்றான்.

"உங்கள தம்பதி ஆக்கறதுக்குள்ள எங்களுக்கு வயசாகிடும் போல ண்ணே .. ", என வினிதாவும் சிரித்தபடி ஆச்சி அருகில் சென்று அமர்ந்தாள்.

"சொல்லு கண்ணு ஏன் மொகம் வாடி இருக்கு?", என ஆச்சி அவளின் முகம் கண்டுக் கேட்டார்.

வினிதா பெருமூச்சு விட்டுவிட்டு நேற்று நங்கை வீட்டில் நடந்ததைக் கூறினாள். அவற்றைக் கேட்டு வர்மன் மனதில் புழுங்க ஆரம்பித்தான். தன்னால் தானோ அவளுக்கு இந்த அவசர திருமணம் என்று இப்போது பலமாகவே மனதில் தோன்றியது.

இப்போது நடந்துக் கொண்டு இருக்கும் விஷயங்களால், அவள் திருமணத்தையே வெறுத்து வருகிறாள் என்று வினிதா கூறியதை வைத்து அனைவரும் உணர்ந்தனர்.

"வயசுக்கு வந்த புள்ளைய இப்புடியா அடிப்பாங்க? வீட்ல வேற யாரும் இல்லையா அந்த ஆள தடுக்க?", என வேல்முருகன் கோபத்துடன் கேட்டான்.

“அப்போ யாரும் இல்ல மாமா.. அவங்க அம்மம்மா மகன் வீட்டுக்கு போயிட்டாங்க போல.. அவ சித்தியும் இல்ல. இவங்க நாலு பேரு தான் இருந்தாங்க.. அவங்க யாராவது இருந்து இருந்தா இப்டி அவள அடிவாங்க விட்டு இருக்க மாட்டாங்க.. கதவு பூட்டி இருந்தது நானும் உள்ள போக முடியல மாமா “, என வினிதா வருத்தமாகக் கூறினாள்.

“கதவ தட்ட வேண்டியது தானே?”

“அந்த நேரத்துல நான் போனாலும் நங்கைக்கு தான் பிரச்சனை வரும் மாமா.. ஒரு வேல முன்னயே நான் போய் இருந்தா இப்டி ஒரு சூழ்நிலை வந்து இருக்காதோ என்னவோ .. “

“நடந்தத மாத்த முடியாது.. வினிதா அந்த நேரம் உள்ள போய் இருந்தாலும் சரியா இருக்காது.. இப்ப நங்க எப்டி இருக்கா ?”, என ஆச்சிக் கேட்டார்.

“காலைல அவங்க சித்தி போனுக்கு தான் கூப்டேன் .. ஜுரமா இருக்குனு சொன்னாங்க,.. என்னை இன்னிக்கி ராத்திரி அங்கயே வந்து தங்கிக்க சொல்லி இருக்காங்க.. நான் அங்க போன அப்பறம் இங்க வர முடியாதுன்னு தான் இப்ப வந்தேன்.. “, வினிதா தான் இப்போது வந்தக் காரணத்தைக் கூறி முடித்தாள்.

“சிம்மா.. சிம்மா ..”, என வெகுநேரமாக யோசனையில் இருக்கும் பேரனை அழைத்தார்.

“என்ன அப்பத்தா ?”, என நினைவு வந்துக் கேட்டான்.

“இவ கிட்ட பொடவை நகை எல்லாம் குடுத்து விடு.. நாளைக்கு அந்த புள்ள நம்ம வீட்ல இருக்கணும். வர்றத நாம பாத்துக்கலாம்.. இப்போ என்ன பண்ண போற ?”, எனக் கேட்டார்.

“சரி அப்பத்தா.. நீயே உன் கையாள எல்லாம் எடுத்து குடு.. இந்த தடவ அந்த செங்கல்வராயன் என்ன பண்றான்னு நானும் பாத்துடறேன்.. மாப்ள.. நீங்க ஒரு எட்டு மேலூர் போகணும் ..” , எனக் கையில இருந்த அலைபேசி சிணுங்கவும், அதைப் பார்த்துவிட்டுக் கூறினான்.

“போயிட்டு வரேன் மச்சான்.. என்ன விஷயம் சொல்லுங்க”, என வேல்முருகன் கூறியதும், வர்மன் அவன் செய்ய வேண்டிய வேலையைக் கூறிவிட்டு அனுப்பி வைத்தான்.

“மாமா.. பாத்து போயிட்டு வா”, என வினிதா கூறி அனுப்பினாள்.

“சரி.. நீயும் ஜாக்கிரத புள்ள.. தங்கச்சிய தைரியமா இருக்க சொல்லு... வரேன் ஆச்சி.. வரேன் மச்சான்.. “, என அனைவரிடமும் விடைப்பெற்றுக் கொண்டுக் கிளம்பினான்.

வினிதாவும் சிறிது நேரத்தில் ஆச்சி கொடுத்தப் பையை எடுத்துக் கொண்டு, அங்கிருந்துப் புறப்பட்டு நங்கை இல்லம் வந்து சேர்ந்தாள்.

நங்கை அவளைக் கண்டதும் கட்டிக்கொண்டுக் கண்ணீர் வடித்தாள்.

“நங்க.. என்ன இது சின்ன புள்ளத்தனமா ? கண்ண தொட ..”, என வினிதா அதட்டினாள்.

“விடு டி .. மனசுல இருக்க பாரம் அப்படியாவது வெளிய வரட்டும்.. இந்தா.. இந்த மருந்த போட்டுவிடு.. தழும்பு பெருசாகாம இருக்கும்..”, என வேம்பு பாட்டி கண்கலங்கியபடிக் கூறினார்.

“என்ன பாட்டி நீங்களும் கண்ணு கலங்கிட்டு இருந்தா எப்படி? “ ,வினிதா கேட்டாள்.

“இவளுக்கு என்னால ஒண்ணுமே செய்ய முடியல கண்ணு.. என் குடும்பத்துக்கு மூத்த வாரிசு இவ.. ஆனா இவளுக்கு எந்த நல்லதும் என்னால செய்ய முடியாம போச்சே .. இதோ நாளைக்கு கல்யாணம். நேத்து வர இவ அடி வாங்கி சித்ரவதப்படுறா.. நான் உயிரோட இருந்து என்ன பிரயோஜனம்?”, என மனதில் இருக்கும் வலியை வார்த்தைகளாகக் கோர்த்துக் கூறினார்.

“சீக்கிரமே இவளுக்கு ஒரு நல்ல விடிவு காலம் வரும் பாட்டி.. கவல படாதீங்க.. “, எனக் கூறிவிட்டு நங்கையிடம் உடைக் கழற்றச் சொல்லிக் காயம் பட்ட இடங்களில் எல்லாம் மருந்து வைத்தாள் வினிதா.

“உன் வாக்கு பலிச்சா சந்தோஷம் கண்ணு.. நீ நம்ம தோப்புக்கார வேல்முருகன் மொற பொண்ணு தானே?”, எனக் கேட்டார்.

“ஆமா பாட்டி..” , என அவளும் சிறு வெட்கத்துடன் கூறினாள்.

“நீ எப்ப கல்யாணம் பண்ண போற ?”

“படிப்பு முடிஞ்சி தான் பாட்டி”, எனக் கூறிவிட்டு வேறு ஊர் கதைகள் பேச ஆரம்பித்தனர்.

மருந்து போட்ட சிறிது நேரத்தில் நங்கை நன்றாக உறங்கிவிட்டாள். மாலை அவளுக்கு தாய்மாமன் நழுங்கு நடத்த வேண்டிய ஏற்பாடுகள் செய்துக் கொண்டு இருந்தனர்.

தேவராயன் நேற்றுக் கட்டுப் பிரித்துவிட்டு வந்ததில் இருந்து சிற்றப்பாவின் நடவடிக்கைகளைக் கண்காணித்துக் கொண்டிருந்தான்.

“என்ன சித்தப்பா.. ரொம்ப டென்ஷன்-அ இருக்க மாதிரி இருக்கு.. “, என அழைத்துக் கேட்டான்.

“ஒண்ணும் இல்லப்பா.. எல்லாம் கல்யாண வேலை தான்..”, என மென்றபடிப் பேசினார்.

“நமக்கும் அந்த செங்கல்வராயனுக்கும் என்ன சித்தப்பா சம்பந்தம்? அவர் சொல்றத நீங்க இவ்ளோ மதிக்கறீங்க.. இத்தன வருஷமா இவரு எங்க இருந்தாரு? ஏன் நம்ம வீட்டுக்கு வரவே இல்ல?” , எனக் கேள்வி மேல் கேள்வி

கேட்டான்.

“உங்கப்பவோட நெருங்கின நண்பன் ராயா.. அதான் அவரு பேச்சுக்கு அவளோ மரியாதை தரேன் .. நீ போய் ரெஸ்ட் எடு ராயா.. ஆஸ்பத்திரி போயிட்டு வந்தது களைப்பா இருக்கும்..” , என அவனை அங்கிருந்துச் செல்லக் கூறினார்.

“ரெண்டு மாசமா உள்ளயே இருந்து வெளி உலகமே தெரியல சித்தப்பா.. நான் கொஞ்ச நேரம் தோட்டம் பக்கம் போயிட்டு வரேன்.. “, எனக் கூறிவிட்டு வெளியே செல்லத் திரும்பினான்.

“தனியாவா போற?”, எனக் கேட்டார்.

“ஆமா சித்தப்பா ..”

“கல்யாணம் முடிவான அப்பறம் தனியா போக கூடாது. கூட யாரையாவது கூட்டிட்டு போ ராயா.. “

“சரிங்க சித்தப்பா.. இதோ பாண்டி வரான்.. நான் அவன கூட்டிட்டு போயிட்டு வரேன்”, என அவன் தோளில் கைப் போட்டபடி நடக்க ஆரம்பித்தான் தேவராயன்.

“அண்ணே.. இப்ப கால் வலி பரவாலயா ண்ணே ..”, எனக் கேட்டபடி தேவராயனுக்கு தகுந்தாற்போல உடன் நடந்தான் பாண்டி.

“அதுலாம் பரவால டா .. மனசுல இருக்க வலிய என்ன பண்றது?” ,என தேவராயன் கூறினான்.

“என்னாச்சி ண்ணே ?”

“பானு தான் எனக்கு-ன்னு எப்பவோ மனசுல முடிவு பண்ணிட்டேன் டா.. ஆனா இப்ப வந்து வேற பொண்ண தான் கட்டணும்னு சொன்னா மனசு வலிக்காதா டா” , எனப் பேச்சை மெல்ல ஆரம்பித்தான்.

“அண்ணே எனக்கு ஒரு சந்தேகம்.. கேட்டா தப்பா நினைக்க மாட்டீங்களே ?” , எனத் தயங்கியபடிக் கேட்டான் பாண்டி.

“என்ன டா கேளு “

“நீங்க ஏன் சின்னய்யாகிட்ட திடமா பேசக்கூடாது? பானு அம்மாவ பாத்தாலும் பாவமா இருக்கு.. நீங்க ஒரு பக்கம் அவங்க ஒரு பக்கம் மருகிக்கிட்டு இருக்கறதுக்கு, வீட்ல சண்டை போட்டு பானும்மாவ நீங்க கட்டிக்கலாம்..”

“நீ சொல்றது எல்லாம் சரி தான் டா பாண்டி.. நானும் எல்லா விதத்துலையும் பேசி பாத்துட்டேன்.. எப்பவும் என் பேச்ச மறுக்காத சித்தப்பா இந்த விஷயத்துல மட்டும் கேக்க மாடடேங்கராரு “, எனக் கூறியபடித் தோப்பிற்கு வந்துச் சேர்ந்து இருந்தனர்.

அப்போது செங்கல்வராயன் அங்கே வந்தான். உடன் அவனது மகள் இளவே-ணியும் நடந்து வந்தாள். அவர்களை கண்டதும் பாண்டியை ஒரு பக்கமா நிற்க சொல்லிவிட்டு அவர்களை கவனிக்கத் தயாரானான்.

“என்ன மாப்ள சௌக்கியமா ?”, எனச் சத்தமாகச் சிரித்துக்கொண்டு வந்தார் செங்கல்.

“நான் சௌக்கியம் தான் மாமா.. நீங்க எப்புடி இருக்கீங்க ?”, எனக் கேட்டு-விட்டு, அருகில் அமர நாற்காலி போடச் சொல்லிக் கட்டளையிட்டான்.

“நாங்க சௌக்கியம் தான் மாப்ள.. நேத்து தான் கட்ட பிரிச்சதா தங்கம் சொன்னான். அதான் உங்கள ஒரு எட்டு பாத்துட்டு போலாம்னு வந்தேன்..”, எனக் கூறிவிட்டு தேவராயனைத் தலை முதல் கால் வரை அளந்தான்.

‘இந்த ஆளு இப்ப எதுக்கு என்னைய இப்புடி பாக்கறான்’, என மனதிற்குள் நினைத்தபடி வெளியே சிரித்துக் கொண்டு இருந்தான்.

“ஏலேய் .. இளனி வெட்டி கொண்டு வாடா “, என மரம் ஏறிக் கொண்டு இருந்த ஒருவனிடம் ஆணையிட்டான்.

“உங்கள பாத்தா உங்க அப்பாவ பாத்த மாதிரி இருக்கு மாப்ள.. அவனுக்கு உங்கள இந்த மாறி அதிகாரம் பண்றப்போ பாக்க குடுத்து வைக்கல.. நானும் அவனும் அந்த காலத்துல அப்புடி ஒண்ணுக்குள்ள ஒண்ணா இருந்தோம்.. அது-லாம் ஒரு பசுமையான நினைவுகளா போச்சி..”

“எங்கப்பா தான் மண்ணுக்குள்ள போய் ரொம்ப வருஷம் ஆச்சே மாமா.. நீங்க எங்க இருந்தீங்க? இத்தன வருஷமா உங்கள இங்க சுத்து பத்து ஊர்ல நான் பாத்ததே இல்லயே..”, என மனதில் அரித்துக்கொண்டு இருந்தக் கேள்வியைக் கேட்டான்.

“நான் வெளி ஊருக்கு பொழப்பு தேடி போயிட்டேன் மாப்ள.. நடுவுல ஆளுங்கள விட்டு நெலம் எல்லாம் குத்தகைக்கு விட்டுட்டு போனேன்.. அதுக்கு மட்டும் மூணு நாலு வருஷத்துக்கு ஒரு தடவ வருவேன்.. நான் ஒத்தை ஆளு அதனால வந்ததும் கெளம்பிடுவேன்.. யாரயும் வந்து பாக்க முடியல.. நெறைய எழந்த சமயம் அது.. முடிஞ்சவரை ஆளுங்களே நான் இருந்த இடத்துக்கு பணம் கொண்டு வந்து குடுத்துட்டு போயிடுவாங்க.. “

“சரி சரி.. அப்பறம் மாமா தொழில் என்ன பண்றீங்க?”, என ‘மாமா’வில் அழுத்திக் கேட்டான். அதை இளவேணிக் கண்டு அவனை முறைத்தாள்.

“மீன் எக்ஸ்போர்ட் பண்றேன் மாப்ள.. எல்லாம் நம்ம கடல் மீனுங்க நல்ல வெலைக்கு போகுது.. அதுல நல்ல வருமானம்.. அந்த வேலைல நாம கூடவே இருக்கணும்.. இல்லைன்னா வேலைல தப்பு பண்ணிடுவாங்க வேலை பண்ற பசங்க.. அதான் எங்கயும் நகரமுடியல ..”, எனச் சிரித்தபடிச் சொந்தப் புராணம் பாடினான்.

"இப்ப அங்க யாரு பாத்துக்கறாங்க மாமா?"

"என் பையன் படிச்சிட்டு வந்துட்டான். அதான் அவன் கைல தொழில குடுத்துட்டு நான் ஊரு பக்கம் விவசாயம் பாக்கலாம்ன்னு வந்துட்டேன் மாப்ள"

"ஹோ .. உங்களுக்கு பையன் இருக்காரா ?" , என தேவராயன் இளவேணியை ஒரு பார்வைப் பார்த்துவிட்டுக் கேட்டான்.

"ஆமா மாப்ள.. இது பொண்ணு சின்னது. பையன் பெரியவன்.. பேரு குரு.. "

"பொண்ணு பேரு என்ன மாமா? வந்ததுல இருந்து வாயே தொறக்கல .. ஊமையா ? வாய் பேச வராதா?", என நக்கலாகக் கேட்டான்.

"ஹாஹாஹா .. என்ன மாப்ள இப்புடி சொல்லிட்டீங்க .. அவ வாய தொறந்தா மூடவே மாட்டா.. அப்புடி பேசி எங்கள ஒரு வழி பண்ணிடுவா.. இன்னிக்கி நம்ம பேசறோம்-ன்னு அமைதியா இருக்கா .. கண்ணு மாப்ள கேக்கராருல்ல .. ரெண்டு வார்த்த பேசு..", என இளவேணியிடம் கூறினார் செங்கல்.

"பரவால மாமா.. இந்த அளவுக்கு மரியாதை இருக்கே.. சிட்டில வளந்து இருந்தாலும் தாவணி போட்டு நம்ம ஊரு பொண்ணுங்கலாட்டம் அடக்க ஒடுக்கமா இருக்கு.. இப்டி இருக்கறது எனக்கு ரொம்ப புடிச்சி இருக்கு", என வேண்டுமென்றே இளவேணியை வெறுப்பேற்றினான் தேவராயன்.

"பொறுக்கி..", என அவனுக்கு தெரியும்படி முனகிவிட்டுத் தந்தையைப் பார்த்தாள்.

"அப்பா.. எனக்கு தலவலிக்குது .. போலாமா? நாளைக்கு வந்து நீங்க பொறுமையா பேசிக்கோங்க .. ", எனக் கூறினாள்.

"என்ன வேணி .. நான் உனக்கு மாமன் தான்.. ரொம்ப வருஷம் கழிச்சி பாக்கறோம் நல்லா பிரீயா பேசினா தானே உறவு வளரும்.. என்ன மாமா நான் சொல்றது சரி தானே?" , எனச் செங்கல்லைக் கேட்டான்.

"ரொம்ப சரி மாப்ள.. நான் போய் தங்கத்த பாத்துட்டு வந்துடறேன்.. நீங்க வேணிகிட்ட பேசிக்கிட்டு இருங்க.. இவளுக்கு தோப்பு நிர்வாகம், பராமரிப்பு எல்லாம் கத்துக்கணும்-ன்னு ஆர்வம் இருக்கு.. அடிப்படைய சொல்லி குடுங்க நான் அங்க ஒரு எட்டு பாத்து பேசிட்டு வந்துடறேன்.. ", என வேணியை அங்கேயே இருக்கும்படிக் கூறிவிட்டுச் சென்றார்.

"என்னம்மா என் திடீர் மாமன் மகளே.. எப்புடி இருக்க?", எனக் கேட்டபடி தேவராயன் அவள் அருகில் வந்தான்.

இளவேணி அவனை முறைத்துவிட்டு வேறு பக்கம் சென்று வேடிக்கைப் பார்க்க ஆரம்பித்தாள்.

“என்ன மொற பொண்ணு மொறைச்சிக்கிட்டு நின்னா என்ன அர்த்தம்? இந்த மாமனுக்காக தானே இப்போ நான் கட்ட போற புள்ளைய தேடி கண்டுப்பிடிச்சி இருக்க?” , எனச் சிரித்தபடி அவளை உரசி நின்றான்.

“உனக்காக யாரு பாத்தா?” , என அவள் எரிந்து விழுந்தாள்.

“நான் தானே கட்ட போறேன்.. அப்போ எனக்கு தானே பாத்த?”

“அவள என் சிங்க மாமா கட்டக்கூடாது-ன்னு தான் உனக்கு கட்டி வைக்க சொன்னேன்.. தேவை இல்லாம எதுவும் பேசாத”, என முறைத்தபடிக் கூறினாள்.

“ ஆஹா.. அவன தான் உனக்கு ரொம்ப பிடிக்குமோ?”, என முகத்தை இறுக்கமாக வைத்துக் கொண்டுக் கேட்டான்.

“ஆமா.. நீ உனக்குன்னு ஏற்கனவே இருக்கற வரிசைல இப்போ அந்த நங்கைய சேத்திக்க தேவராயன்.. “, எனத் திமிராகக் கூறினாள்.

“ரொம்ப திமிரு தான் டி உனக்கு.. இந்த தேவராயன் கண்ணு வச்சிட்டா யாரும் தப்பிக்க முடியாது.. இப்ப உன்மேல என் கண்ணு விழுந்திரிச்சி டி என் திடீர் மாமன் மகளே.. உன்ன இனிமே விடறதா இல்ல”, என அவளை நெருங்கி நின்றுக் கூறினான்.

“நீங்க எல்லாம் எவ்ளோ ட்ரை பண்ணாலும் படிக்காத பட்டிக்காட்டானுங்க தான்.. என்கிட்ட உன் வேலை எல்லாம் நடக்காது.. இந்த நிமிஷம் நான் நினைச்சாலும் உங்கள தூக்கி உள்ள வைக்க முடியும்.. பாவமே-ன்னு விட்டு வச்சி இருக்கேன்.. ஒழுங்கா அந்த நங்கைய கட்டிக்கற வரைக்கும் உயிரோட இரு..”, என அவன் நெருங்கி நின்றும் விலகாமல் அப்படியே நின்றுச் சிரித்தபடி அவனுக்கு பதில் கொடுத்தாள் இளவேணி.

“ஹாஹாஹா.. அவளோ பெரிய ஆளா டி நீ?”, என தேவராயன் அவளைச் சீண்டினான்.

“நீங்க எல்லாம் நெனைக்க முடியாத அளவுக்கு தேவராயன்.. “, என அவன் கண் பார்த்துக் கூறினாள்.

“என்ன டி மாமன்-ன்னு கொஞ்சம் கூட மரியாதை இல்லாம பேர் சொல்லி கூப்பிடற?”, எனப் பல்லைக் கடித்தபடிக் கேட்டான்.

“மரியாதை எல்லாம் கேட்டு வாங்க கூடாதுன்னு உனக்கு யாரும் சொல்லி வளக்கல போல?”, என நக்கலாகக் கேட்டாள்.

“உனக்கும் அடுத்தவ புருஷன் மேல ஆச படக்கூடாதுன்னு யாரும் சொல்லி தரல போலவே இளவேணி ..”, எனக் கேட்டபடி பானு அங்கே வந்தாள்.

25

பானு அங்கே நிற்பதுக் கண்டு முதலில் இளவேணி தடுமாறினாலும், நொடி நேரத்திற்கும் குறைவாகத் தன்னைத் திடப்படுத்திக் கொண்டதை தேவராயனும், பானுவும் உணர்ந்தனர்.

“நான் எவ புருஷனுக்கு ஆசை பட்டேன்?”, என அலட்சியமாகக் கேட்டாள்.

“என் புருஷனுக்கு தான் இளவேணி. யார கேட்டு என் மாமாவ இன்னொரு பொண்ணுக்கு கட்டி வைக்க நீ இவ்வளவு வேலை பாக்கற ?”, என நேரடியாகக் கேட்டாள்.

“உங்க ரெண்டு பேருக்கும் தான் இன்னும் கல்யாணம் ஆகலியே .. அப்பறம் என்ன மிஸ். பானுதேவி.. மிஸ்டர். தேவராயன விட்டா இந்த ஊர்ல வேற ஆம்பளைங்களா இல்ல?”, என நக்கலாகக் கேட்டாள்.

“ஏன் உனக்கு கூட பொறந்தவன் ஆம்பள இல்லயா ? யாரோ ஒரு பொண்ண இவருக்கு கட்டி வைக்க நீ ஏன் இவ்ளோ போராடணும் ?” , என பானுவும் நக்கலாகக் கேட்டாள்.

“ஏய்.. வார்த்தைய அளந்து பேசு”, எனக் கைநீட்டி மிரட்டினாள் இளவேணி.

பானு அவளின் கையைப் பிடித்து பின்னால் முறுக்கி, ”நீ யாரு என்னனு எனக்கு முழுசா தெரியாது.. ஆனா எனக்கு தெரிஞ்ச அடுத்த நிமிஷம் நீ இப்படி இருக்க மாட்ட இளவேணி.. வெறும் ஸ்கூல் முடிச்ச பொண்ணு இவ்ளோ பண்ணுதுன்னு சொன்னா நான் நம்ப மாட்டேன்.. உன் தோற்றம் வேணா பதினெட்டு வயசு பொண்ணு மாதிரி இருக்கலாம்.. ஆனா நீ வேற .. சீக்கிரம் கண்டுபிடிக்கறேன்.. அப்பறம் இருக்கு உனக்கு..”, என பானு அவள் காதில் கூறினாள்.

“ஹாஹாஹா.. அவ்ளோ பெரிய ஆளா நீ? ரெண்டு நாள்ல உன் புருஷனுக்கு கல்யாணம்.. முடிஞ்சா அத நிறுத்த ட்ரை பண்ணு மிஸ்.பானுதேவி.. இந்த வெட்டி அரட்டல் உருட்டல் எல்லாம் என்கிட்ட வேணாம்..”, என லாவகமாக பானுவின் கையை முறுக்கிக் கூறினாள்.

“நிறுத்தறேன்.. நீ இங்க இருந்து போறியா எங்களுக்கு கொஞ்சம் பெர்சனல்-ஆ பேசணும்”, என பானுவும் லாவகமாகவே அவளின் பிடியில் இருந்து தன்

கையை விடுவித்துக் கொண்டுக் கூறினாள்.

இளவேணி நகரும் முன் செங்கல்வராயன் அங்கே வந்தார், உடன் தங்கத்து-ரையும் பேசியபடியே வந்தார்.

“என்னம்மா எல்லாரும் நல்லா பேசிட்டு இருந்தீங்களா?”, எனத் தங்கதுரை இளவேணியிடம் கேட்டார்.

“பேசினோம் மாமா..”, எனக் கூறிவிட்டு செங்கல்வராயனிடம், “அப்பா போலாமா? நேரமாச்சி “, என அவசரப்படுத்தினாள்.

“என்ன அவசரம் ம்மா? மொத தடவ வந்து இருக்க.. வீட்டுக்கு வந்து ஒரு வாய் சாப்டு போவியாம் ..”, எனப் பரிவாகக் கூறினார் தங்கதுரை.

“பரவால மாமா.. அதான் கல்யாணம் ரெண்டு நாள்ல வருதே.. அப்போ வந்து சாப்டுக்கறேன் ..”, என மறுத்தாள்.

“அது நடக்காதே ..”, என பானு கூறினாள்.

“என்ன பானு ?”, என தங்கதுரை கேட்டதும், “இல்ல மாமா.. அப்போ நம்ம வீட்டு சாப்பாடு எப்பிடி கெடைக்கும் .. சமையல்காரங்க தானே சமைப்பாங்க.. அத சொன்னேன்”, என பானு ஒரு காரணம் கூறினாள்.

“பரவால பானுக்கா.. நான் இங்க தானே இருக்க போறேன்.. மாமா கல்யாணம் முடிஞ்சதும் இங்க அடிக்கடி வந்து போறேன்.. அப்போ மாமா வீட்டு சாப்பாடு சாப்ட்டுக்கறேன் ..”, என இளவேணியும் அர்த்தமாகப் பார்த்துக் கூறினாள்.

“அதுவும் சரி தான் .. இந்த கல்யாணம் நடக்க காரணமே உங்கப்பா தான்.. அடிக்கடி வீட்டுக்கு வாங்க..” , எனத் தங்கதுரை செங்கல்வராயனைப் பார்த்துக் கூறினார்.

“சரி தங்கம் நாங்க வரோம் “, என எல்லாரிடமும் பொதுவாக விடைபெற்றுக் கொண்டு அங்கிருந்துக் கிளம்பினர் இளவேணியும், செங்கல்வராயனும்.

“மாமா.. இந்த பொண்ணு என்ன படிச்சி இருக்கு?”, என பானு கேட்டாள்.

“ஸ்கூல் தான் முடிச்சி இருக்காம் பானுமா.. பாத்தாலே தெரியுது பதினேழு பதினெட்டு வயசு தான் இருக்கும்”, எனக் கூறிவிட்டு அங்கிருந்துச் சென்றார்.

“என்ன பானு அந்த பொண்ணு வயசு பத்தி திரும்ப திரும்ப கேக்கற ?”, என தேவராயன் அவள் அருகில் வந்துக் கேட்டான்.

“எல்லாம் காரணமா தான் மாமா.. சரி நீ சொல்லு இந்த கல்யாணத்த எப்புடி நிறுத்த போற? ஏதாவது யோசிச்சியா ?”, என தான் வந்ததன் நோக்கம் பற்றிக் கேட்டாள்.

தேவராயன் அங்கே வேலை செய்பவர்களைத் தூரமாகச் செல்லும்படிக் கூறி-விட்டு, பானுவை அழைத்துக்கொண்டு தண்ணீர் தொட்டி அருகில் சென்று மோட்-டார் போட்டு விட்டு அவளை அணைத்துக் கொண்டான்.

அவள் காதோரம் முணுமுணுத்தபடி அரை மணி நேரம் கழித்து, அவளை அங்கிருந்து அனுப்பினான். அவள் பின்னால் பலரின் கிசுகிசுக்கும் குரலும் பின் தொடர்ந்தது.

இந்த குரலில் ஒன்று தங்கத்துரையை எட்டியதும், அவர் கோபம் கொண்டுத் தேவராயனுக்காகக் காத்து இருந்தார்.

பாண்டியை அருகில் வைத்துக் கொண்டு இரண்டு மாதமாகச் செல்லாத இடங்களுக்கு எல்லாம் சென்றுவிட்டு இரவில் தான் வீடு வந்து சேர்ந்தான்.

"ராயா", என அவனை அழைத்தார்.

"சொல்லுங்க சித்தப்பா", என அவர் என்ன சொல்லப் போகிறார் என்பது நன்றாக தெரிந்துக் கொண்டு ஏதும் அறியாதவன் போலக் கேட்டான்.

"நீ பண்றது கொஞ்சம் கூட நல்லா இல்ல டா .. உனக்கு இன்னும் ரெண்டு நாள்ல வேற ஒரு பொண்ணு கூட கல்யாணம்..", எனக் கூறிவிட்டு அதற்கு மேல் எப்படி பேசுவது என ஒரு நிமிடம் தயங்கினார்.

"அதனால என்ன? அதான் நீங்க முடிவா சொல்லிட்டீங்களே சித்தப்பா", என அவனும் ஒத்துக்கொண்டான்.

"இப்பவும் நீ பானு கூட நெருக்கமா இருக்கறது நல்லா இல்ல ராயா.. உன்ன நம்பி வர போற பொண்ணுக்கு என்ன பதில் சொல்வ ?"

"நான் ஏன் அந்த பொண்ணுக்கு பதில் சொல்லணும்? நீங்க தானே எல்லாமே முடிவு பண்றீங்க .. நீங்களே பதிலும் சொல்லுங்க.. இல்லயா அந்த செங்கல்வ-ராயன சொல்ல சொல்லுங்க.. நான் எப்பவும் போல தான் இருப்பேன்.. இதான் என் முடிவு.. ", எனத் தீர்க்கமாகக் கூறிவிட்டுத் தனது அறைக்குச் சென்றான்.

மருதன் இதை எல்லாம் வேடிக்கைப் பார்த்தபடித் தந்தை அருகில் வந்தான்.

"அப்பா.. அண்ணே தான் பானு அத்தாச்சிய விரும்புதுன்னு உங்களுக்கு நல்லா தெரியும்ல .. அப்பறம் ஏன் ப்பா அவர கட்டாயப்படுத்தி வேற ஒரு பொண்ணுக்கு கட்டி வைக்க நினைக்கறீங்க ? உங்க பிடிவாதத்துனால மூணு பேர் வாழ்க்கை வீணா போகிடும் ப்பா", எனக் கூறினான்.

"எனக்கும் எல்லாமே தெரியும் டா.. ஆனா என்னால இதுல ஒண்ணும் இதுக்கு மேல செய்ய முடியாது.. போய் அவனுக்கு சாப்பாடு குடுத்து மாத்தர எடுத்து குடு.." , எனச் சோர்வாகக் கூறிவிட்டு தன் அறைக்குச் சென்றுவிட்டார்.

நங்கை வீட்டில் வினிதா வந்த பின் நன்றாகத் தூங்கி எழுந்ததும் சற்று தெளிவாக உணர்ந்தாள். மாலை நடக்க வேண்டிய நழுங்கு விசேஷத்திற்காக, அனைத்து ஏற்பாடுகளும் தடபுடலாக வேம்பு பாட்டி செய்துக் கொண்டு இருந்தார்.

"வாணி.. இத அங்க வை.. அந்த மனைய கெழக்கு பாத்து போடு.. யார்ரா அவன் காத்தாடிய நிறுத்து டா.. வெளக்கு எரியறது கண்ணு தெரியல.. வரதா.. சின்னவன் எங்க டா?" , என எல்லா ஏற்பாடுகளையும் உட்கார்ந்த இடத்தில்

இருந்துக் கவனித்து வழிகாட்டிக் கொண்டிருந்தார்.

“என்ன அத்தே உங்க கொரல் தான் தெருமுனை வரைக்கும் கேக்குது.. பேத்தி கல்யாணம்-ன்னு ரெண்டு ஆளு தெம்பு வந்துரிச்சி போல..”, எனக் கேட்-டபடி வினிதாவின் அம்மா கோதை அங்கே வந்தார்.

“இருக்காதா டி.. என் சம்மந்திக்கும் சேத்து நான் தானே எல்லாம் பாக்கணும். அவ கூட இருந்து எல்லாம் நல்ல படியா முடிச்சி வைப்பா டி..”, என கண்களில் சந்தோஷம் மின்னக் கூறினார்.

“சரி நாளைக்கு முகூர்த்தம் நம்ம ஊரு கோவில்ல தானே?”

“ஆமா டி.. மூணு ஊருக்கும் பொது இந்த கோவில் தானே.. கல்யாணம் எல்லாம் இங்க தானே நடக்கணும்..”, எனக் கூறிவிட்டு நங்கையைப் பார்க்கச் சென்றார்.

“முத்து.. முத்து..”, என அழைத்தபடி உள்ளே வந்தவர் தன் பேத்தி புடவைக் கட்டி நிற்பது கண்டு, கண்கள் பூக்க அருகில் சென்று அவளை வாரி அணைத்து உச்சியில் முத்தமிட்டார்.

“என்ன பாட்டி உங்க பேத்திய நல்லா ரெடி பண்ணிட்டேனா?”, என நங்கை-யின் தலையில் பூ வைத்தபடிக் கேட்டாள் வினிதா.

“அவளுக்கு அலங்காரம் இல்லாமயே மொகம் பளீச்சின்னு தெளிவா தான் இருக்கும் .. பொடவ கட்டி ரொம்ப வருஷம் கழிச்சி இப்ப தான் பாக்கறேன். முழு வளர்ச்சி வந்த அப்பறம் பொடவை கட்டறதுல தான் முழு அழகு இருக்கு, ஒரு கம்பீரம் இருக்கு.. “, எனக் கூறிவிட்டு வினிதா தலையில் பூ வைத்துவிட்டு, இருவருக்கும் தனது சுருக்கு பையில் இருந்து திருநீறு எடுத்து முருகனை வேண்டி பூசி விட்டார்.

“சின்னதா வைக்க மாட்டீங்களா பாட்டி? பாருங்க பாதி நெத்தில திருநீறு தான் இருக்கு”, என பாட்டி வைத்த திருநீரை சரி செய்துப் பாதியாக்கினாள்.

“யாரு டி இவ.. எங்கப்பன் முருகன் திருநீர கொறைக்கறவ? நெத்தி முழுக்க இருந்த தான் பாக்க நல்லா இருக்கும்.. நான் வச்சிக்கல? “

“நீங்க பட்டை அடிச்சீட்டு இருக்கீங்க பாட்டி.. நாங்களும் அப்படி அடிச்சிக்க முடியுமா என்ன? அப்பறம் நாங்க சந்நியாசம் போறோம்ன்னு நாங்க சொல்லாமலே ஊருக்குள்ள பொறளி கெளப்பி விற்றுவாங்க.. கீழ போலாமா?”, எனக் கேட்டாள்.

“அவ அத்தைங்க வந்து அழைச்சிட்டு போகணும்.. அதுவரை ரெண்டு பேரும் இங்கயே இருங்க டி.. குடிக்க ஏதாவது அனுப்பறேன்..”, எனக் கூறிவிட்டு கீழே சென்று வாசலில் நின்றார்.

வாணி ராஜனின் நடவடிக்கைகளைக் கவனித்தபடி, அவனைப் பார்த்துக் கொள்வது போல பேச்சுக் கொடுத்துக்கொண்டே இருந்தார். அவருக்கு அவன் மேல் பலத்த சந்தேகம் மணிக்கு மணி பெருகிக் கொண்டு இருந்தது.

ஏகாம்பரமும் மாமியாரின் செய்கைகளை அமைதியாக வேடிக்கைப் பார்த்தபடி அமர்ந்து, தனது வேலையைப் பார்த்துகொண்டு இருந்தார். அவ்வப்பொழுது ராஜனை வந்துக் கவனித்து நலம் விசாரிக்கவும் தவறவில்லை.

"என்ன மாமா.. பையன் மேல நாலு ஊரு பாசம் வச்சி இருக்கீங்க போலவே.. அரமணிக்கு ஒரு தடவ வந்து நலம் விசாரிக்கறீங்க .. பொண்ண பத்தி ஒரு வார்த்த கூட கேக்க மாட்டேங்கறீங்க ", என வாணி ஒரு முறை வாய்விட்டு கேட்டே விட்டார்.

"அவள சுத்தி தான் பொம்பலைங்க இத்தன பேரு இருக்கீங்க.. என் மகனுக்கு யாரு இருக்கா? நான் தான் பாக்கணும்", எனக் கூறிவிட்டுச் சென்று விட்டார்.

"சரி சரி.. மகன இனிமே நான் பலமா கவனிச்சிக்கறேன்.. நீங்க கவல படாம கல்யாண வேலைய பாருங்க மாமா", எனக் கூறிவிட்டு அவரும் நழுங்கிற்கு செய்யும் ஏற்பாடுகளைப் பார்க்கச் சென்றார்.

"என்ன டி அந்த மனுஷன் அரைக்கு ஒரு தடம் வந்துட்டு போறாரு?", என வேம்பு பாட்டி கேட்டார்.

"அவரு மகன அவரு தான் பாக்கணுமாம். வேற யாரும் பாக்கறது இல்லயாம்...", என நீட்டி முழக்கிக் கூறினார் வாணி.

"அந்த எடுபட்ட பயலுக்கு ராஜ கவனிப்பு வேற பண்ணணுமோ? போதை அடிச்சிட்டு சுத்தற பக்கிக்கு இந்த உபசரிப்பு ஒண்ணு தான் கேடு.. ஏண்டா இப்டி பண்றன்னு கண்டிச்ச புள்ளைய அந்த அடி அடிச்சிபுட்டு வந்து ஒரு வார்த்த, ஏன் ஒரு பார்வ கூட பாக்கல.. அவன இந்த அளவுக்கு விழுந்து விழுந்து வேற கவனிக்கணுமா ? கல்யாணம் முடியட்டும் வச்சி அம்மி கல்லுல அவன அரைச்சி புடறேன் .. இவன உங்கக்கா வளக்கற லட்சணம் பாத்து நீயும் அப்டியே வளத்து தொலைக்காத.. புள்ள வீணா போகும்.. நல்லது கெட்டது, கஷ்ட நஷ்டம் எல்லாம் சொல்லி குடுத்து வளத்து டி ..", என வாணியிடம் கூறினார்.

"அதுலாம் நான் சொல்லி தான் வளத்துட்டு இருக்கேன் பெரியம்மா.. எங்கப்பா எங்கள எப்புடி வளத்தாரு, அப்புடி தான் நானும் என் புருஷனும் வளக்கறோம்.. ஊரு ஊரா சுத்தற பொழப்பா இருக்குன்னு தான் ஹாஸ்டல்ல போன வருஷம் சேத்தி விட்டுட்டேன்.. ", எனக் கூறிவிட்டு காமாட்சியிடம் சென்றார்.

"அதுவும் சரி தான்.. ஊர் ஊரா போனா புள்ளைங்க படிப்பு தான் கெடும்.. பாத்து சூதானமா இருங்க.. பெரிய பதவி போக போக தான் பயமும் கூடுது டி.. ", எனக் கூறிவிட்டு, அவரும் நேரம் பார்த்து மருமகள்களிடம் நங்கையை அழைத்து வரக் கூறி அனுப்பி வைத்தார்.

“பெரியவனே .. சின்னவனே .. ரெண்டு பேரும் முன்ன வந்து நில்லுங்க டா.. நல்லெண்ண எடுத்து வச்சீங்களா ? “, எனக் கேட்டார்.

“ரெண்டு பேரும் பொண்ணு தலைல எண்ணை வைங்க.. குளிப்பாட்ட எல்லாம் எடுத்து வச்சித் தயாரா இருக்கா வாணி?”

“எல்லாமே தயாரா இருக்கு பெரியம்மா.. “

“சரி.. நேரம் ஆச்சி .. பொண்ண பலகைல ஒக்கார வைங்க “, எனக் கூற, அத்தைமார்கள் இருவரும் அவளை இருபக்கம் சிரித்தபடி அழைத்து வந்து பலகையில் அமர வைத்தனர்.

“சந்தனம் குங்குமம் வைங்க டா ரெண்டு பேரும்”, என மகன்களை அதட்டினார்.

“நீங்க தானே மா எண்ணைய எடுக்க சொன்னீங்க..” ,என சின்னவன் கூறவும், அங்கே சிரிப்பலை எழுந்தது.

“வேம்பம்மாவுக்கு பேத்திக்கு கல்யாணம்-ன்னு சொன்னதும் கையும் ஓடல காலும் ஓடல போலவே .. ஆர்வ கோளாறுல எல்லாத்தையும் பண்ணிக்கிட்டு இருக்காங்க”, என உறவினர் கூட்டத்தில் ஒரு பெண்மணி கூறினார்.

“அதுலாம் இருக்கறது தான்.. இது கூட இல்லைன்னா விசேஷம் எப்டி கலை கட்டும்.. என்ன அத்த நான் சொல்றது சரி தானே ?”, என வினிதாவின் தாயார் கூறினார்.

“போதும் போதும் டி.. எல்லாருக்கும் பள்ளு சுளுக்கிற போகுது.. டேய் பெரியவனே .. மொத சந்தனம் குங்குமம் வச்சி அச்சத போட்டு புள்ளைய ஆசீர்வாதம் பண்ணு டா”, எனக் கூறினார்.

அதே போல அவரும் செய்து விட்டு, தம்பியையும் செய்ய வைத்து இருவரும் ஒருவர் பின் ஒருவராக தலையில் எண்ணை வைத்தனர்.

“ஒத்த படைல தான் முடிக்கணும்.. இன்னும் ஒருத்தர் பொண்ணுக்கு மாமன் மொறை இருக்கறவங்கள கூப்டுங்க ..”, என பெண்ணின் தந்தை பக்கம் ஒரு பெரியவர் கூறினார்.

“என் பையன் வைக்கலாமா?”, என வரதன் கேட்டார்.

“வைக்கலாம் ப்பா”, என அவர் கூறியதும் வரதனின் மூத்த பையன் நங்கைக்கு அட்சதை போட்டுவிட்டு தலையில் எண்ணை வைத்தான்.

“சரி .. பொம்பலைங்க பொண்ண அழைச்சிட்டு போய் குளிப்பாட்டி கூட்டி வாங்க”, எனக் கூறியதும் நங்கையை அழைத்துச் சென்றனர்.

குளிக்கும் இடத்தில் நங்கை தவிர, வினிதா , வாணி, வேம்பு பாட்டி மூவர் மட்டுமே இருந்தனர்.

மஞ்சள் தேய்க்க ஆரம்பித்ததும் நங்கை வலியில் முனகினாள்.

“அம்மம்மா .. எரியுது... மஞ்சள் போதும் ..”, என வலியுடன் கூறினாள்.

“கொஞ்சம் பொறுத்துக்க டா கண்ணு.. ஒடம்பு முழுக்க மஞ்ச தடவினா தான் கிருமி அண்டாம இருக்கும்.. வினிதா .. அவளுக்கு மத்த எடத்துக்கு தடவ உதவி பண்ணு.. காட்டன் துணி எங்க.. அத சுத்திட்டு ஒக்காரு .. அப்பறம் மெல்ல குளிச்சிட்டு வா..”, என சடங்கிற்கு செய்யும் விஷயங்களை எல்லாம் செய்து விட்டு வினிதாவை மட்டும் அங்கு நிற்க வைத்துவிட்டு அவளை குளிக்க அனுப்பினர்.

ஒரு மணிநேரம் கழித்து நங்கை குளித்து முடித்து அழைத்து வரப்பட்டாள்.

மீண்டும் மனையில் (பலகை) அமரவைத்து அவளுக்குப் பட்டுப் புடவைக் கொடுத்தனர் தாய் மாமன்கள் இருவரும்.

அதை உடுத்தி முழு அலங்காரம் செய்து மீண்டும் அவளை மனையில் அமர வைத்து, மாமன்கள் இருவரும் தங்களது சீர்வரிசையை அவளுக்குச் செய்தனர். மாமன்மார்கள் செய்த பின் அத்தைமார்கள் அவளுக்கு சந்தனம் குங்குமம் வைத்து அட்சதைத் தூவி ஆசி வழங்கினர்.

வேம்பு பாட்டியும் தனது பங்கிற்கு, அவளுக்கு சீர் செய்து தனியாக நான்கு தங்க வலையல்களை அணிவித்தார்.

அதன்பின் வந்திருந்த மற்ற உறவினர்கள் அனைவரும் சந்தனம் வைத்து ஆசி வழங்கினர்.

அந்த நிமிடத்தில் இருந்து நங்கை மணப்பெண்ணாகக் கருதப்பட்டாள். தனியாக எங்கும் செல்ல கூடாது, கையில் எப்போதும் எலுமிச்சை, இரும்பினால் செய்த ஏதேனும் ஒரு பொருள், வேப்பிலை என பல பொருட்களை கைகளில் திணித்தனர் அனைவரும்.

“எதுக்கு இவ்ளோ ?”, என வினிதா பொறுமை இழந்துக் கேட்டாள்.

“கல்யாண பொண்ணா நழுங்கு செஞ்ச அப்பறம் பொண்ணு ஒடம்புல புது வாசம் கெளம்பும். அத காத்து கருப்பு வாசம் புடிச்சி வந்து பொண்ண பிடிக்காம இருக்க தான் இத்தனையும்.. கேள்வி கேக்காம எல்லாத்தையும் பொண்ணு கைல குடு டி .. உன் கல்யாணத்துல நீ கைல வச்சுக்குவியாம் ..” , என ஒரு பாட்டி கதைச் சொல்லி, நங்கை கையில் கொடுத்துவிட்டுத் தான் அங்கிருந்து நகர்ந்தார்.

“நான் ஏன் இத்தனைய கைல வச்சுக்க போறேன்? பொண்ணு செஞ்சதும் என் மாமன் என் கழுத்துல தாலி கட்டிரும்.. “, என அவளும் வம்பு பேசினாள்.

நங்கைகக்கு இதில் எதுவும் பெரிதாக விருப்பம் இல்லையென்றாலும், நீண்ட நாட்களுக்கு பின்னர் தன் மனதிற்கு பிடித்தவர்களுடன் செலவழிக்கும் இந்த நேரமும், இந்த தருணங்களும் மிகவும் பிடித்து இருந்தது.

அதனால் சிரித்த முகத்துடன் அங்கே நடப்பவைகளை மனதிற்குள் இரசித்துக்கொண்டிருந்தாள்.

இதே போல தேவராயனுக்கும் மாப்பிள்ளை செய்யும் நழுங்கு வைத்து அவனை எங்கும் செல்லக் கூடாது என்று தடை விதித்தனர். அதில் கடுப்பான தேவராயன் பாண்டியை அழைத்தான்.

"என்ன ண்ணே .. கூப்பிட்டீங்கலாம் ..", எனக் கேட்டபடி வந்து நின்றான்.

"உனக்கு ஒரு வேல இருக்கு "

"சொல்லு ண்ணே "

"இந்தா இத கொண்டு போய் அந்த எடத்துல குடுத்துரு ", என ஒரு பார்சலை எடுத்துக் கொடுத்தான்.

"அங்கயா ?", என பாண்டி மலைத்து நின்றான்.

"ஆமா டா.. போ சீக்கிரம்.. அங்க இருந்து எனக்கு ஃபோன் பண்ணனும்.. கௌம்பு..", என அவனை விரட்டினான்.

பாண்டியின் பின்னே மற்றொருவனும் சென்றான்..

26

பாண்டியைப் பின் தொடர்ந்து சென்ற உருவம், அவன் கவனம் சிதறாத வண்ணம் அவன் பின்னால் இடைவெளி விட்டு நடந்துச் சென்றது.

பாண்டி நேராக சென்றது நங்கையின் இல்லத்திற்கு தான். மாலை வேளையில் அங்கும் உறவினர்கள் சூழ இருந்த வீட்டினை அடைந்து, உள்ளே யாரிடம் சென்றுப் பேசுவது என்று தயங்கி நின்றுக் கொண்டு இருந்தான்.

அப்போது அவன் பின்னால் வந்து நின்ற இளவேணி, 'இங்க அனுப்ப தான் ரகசியமா எல்லாம் பண்ணியா? உன்ன என்னவோ நெனைச்சேன் ராயன்.. ஆனா பொம்பளைங்க விஷயத்துல நீ இவ்ளோ வீக்-ன்னு எனக்கு முன்னயே தெரியாம போச்சி.. ' ,என மனதிற்குள் பேசியபடி பாண்டியின் தோளைத் தொட்டு அழைத்தாள்.

"என்ன பாண்டி இங்க நிக்கற?"

"அண்ணே தான் இந்த பரிச அத்தாச்சிக்கிட்ட குடுத்துட்டு வர சொன்னாரு "

"சரி வா... நானும் உள்ள வரேன்.. ", என அவனை அழைத்துக் கொண்டு முன்னே நடந்தபடி திரும்பிப் பார்த்து, பாண்டியை பின் தொடர்ந்து வந்தவனை அங்கிருந்துச் செல்ல சைகை செய்துவிட்டு, உள்ளே சென்றாள்.

அவளின் பின்னால் இரத்தினமும் உள்ளே வந்தார்.

"என்ன ரத்தின மாமா.. வேலை எல்லாம் எப்டி போகுது? கோவில்ல ஏற்பாடு எல்லாம் பண்ணியாச்சா ?", எனப் பாண்டியை கைப்பிடியில் வைத்தபடிப் பேசிக்கொண்டு வந்தாள்.

அவளைக் கண்டதும் வினிதா முகத்தைச் சுழித்துக் கொண்டு நங்கை இருக்கும் இடம் நோக்கிச் சென்றாள்.

"எல்லாம் நல்லா தான் போயிக்கிட்டு இருக்கு வேணி.. அப்பா எப்ப இங்க வராரு?", எனப் பவ்யமாக பேசினார் இரத்தினம்.

"இன்னிக்கி ராத்திரி வந்துடுவாரு மாமா.. நீங்க போய் அடுத்த வேலைய கவனிங்க.. நான் தம்பி கூட கல்யாண பொண்ண பாத்துட்டு வரேன்", எனக்

கூறிவிட்டு நங்கை இருக்கும் இடம் பார்த்து நடக்கத் தொடங்கினாள்.

“இதுக்கு மேல நான் அத்தாச்சிகிட்ட போயிக்கறேன் தங்கச்சி”, எனப் பாண்டி கூறியதும் இளவேணி முறைத்தாள்.

“உங்க அண்ணே என்ன குடுத்தாருன்னு தெரியணும் பாண்டி.. அதுக்கு தான் கூடவே வரேன்.. நான் உன்ன தொந்தரவு பண்ணமாட்டேன் .. நீ குடு “, என அவனை முன்னால் விட்டு பின்னால் வந்தாள்.

“ஏன் டி மொகம் இப்டி கடுகடுன்னு இருக்கு?”, என வேம்பு பாட்டி வினிதா-வைப் பார்த்துக் கேட்டார்.

“அதோ அங்க ஒருத்தி இடுப்ப ஆட்டிக்கிட்டு வரா பாருங்க.. அவ தான் இப்ப நடக்கற கூத்து எல்லாத்துக்கும் முக்கிய காரணம்.. “

“அவ யாரு டி அவ அவளோ பெரிய கொம்பி .. “

“செங்கல்வராயன் பொண்ணு.. பேரு இளவேணி”, என வெறுப்புடன் கூறி-விட்டு, நங்கையின் தலை அலங்காரத்தை சரி செய்வது போல திரும்பிக் கொண்-டாள்.

“க்ம்ஹும் .. “, எனத் தொண்டையைச் செருமி நங்கையை அழைத்தாள் வேணி.

நங்கை அவள் அங்கு நிற்கவே இல்லை என்பது போல அருகில் இருந்தவர்-களிடம் சுவாரசியமாகப் பேசிக்கொண்டு இருந்தாள்.

“கல்யாண பொண்ணுக்கு மாப்ளகிட்ட இருந்து ஒரு பரிசு வந்து இருக்கு.. பெரியவங்க எல்லாரும் கொஞ்சம் நகந்தா சின்ன புள்ளைங்க கொஞ்சம் பேசு-வோம்”, என அனைவருக்கும் கேட்கும்படிக் கூறிவிட்டு நங்கை அருகில் வந்து நின்றுக் கொண்டாள்.

“மாப்ளகிட்ட இருந்து பரிசு வந்தா நாங்க ஏன் டி நகரணும்.. டேய் பையா .. வந்து குடுத்துட்டு போடா”, என வேம்பு பாட்டி பாண்டியிடம் கூறினார்.

“பாட்டி.. அத்தாச்சிகிட்ட அண்ணே பேசணும்-ன்னு சொன்னாங்க.. ஒரு ஃபோன் செஞ்சி குடுத்துக்கறேன் ..”, எனத் தயங்கித் தயங்கிக் கூறினான் பாண்டி.

“அப்புடியா.. சரி .. வினிதா நங்கைய கூட்டிட்டு மேல போ.. தம்பி நீ என்கூட வாடா..” ,என வேம்பு பாட்டி அவனை மட்டும் அழைத்துக் கொண்டுச் சென்றார்.

இளவேணியும் அவர்கள் பின்னோடு மாடி ஏறினாள். அறைக்குள் அவர்கள் பின்னே இவளும் உள்ளே செல்லும் போது வேம்பு பாட்டி அவளை நிறுத்தி, “இந்தா குட்டி நீ எங்க உள்ள வர? நீ கீழ இரு.. நாங்க மாப்ளகிட்ட பேச வச்சி கூட்டி வருவோம்.. போ “, எனக் கூறிவிட்டு அவள் பதில் சொல்லும் முன் கதவை அடைத்துவிட்டார்.

“ச்சே .. பயங்கரமான கெழவியா இருக்கும் போல.. நேக்கா என்னை வெளிய நிக்க வச்சிரிச்சி .. எப்டி என்ன குடுதான் என்ன பேசரான்னு தெரிஞ்சிக்கறது?”, எனத் தனக்குள் முணுமுணுத்தபடி அங்கேயே நடந்துக் கொண்டு இருந்தாள் இளவேணி.

“நீ ஏன் கண்ணு இங்கயே குட்டி போட்ட பூனையாட்டம் சுத்திக்கிட்டு இருக்க? வா வந்து கீழ ஒக்காரு .. பொண்ணு வரும்”, என வாணி அவளைக் கைப்பிடித்து கீழே அழைத்துச் சென்று வினிதாவின் அம்மா அருகில் அமரவைத்து விட்டு எல்லாருக்கும் பலகாரம் கொடுக்கச் சென்றார்.

“உங்க பொண்ணு தானே வினிதா?”, என அருகில் இருப்பவரிடம் பேச்சுக் கொடுத்தாள்.

“ஆமா கண்ணு.. நங்கையும் வினிதாவும் சின்னதுல இருந்து ஒண்ணா தான் இருக்காங்க.. “, என வெள்ளந்தியாகச் சிரித்தபடி கூறினார் அவர்.

“இதோ நங்கை அக்காவுக்கு கல்யாணம் நடக்குது.. உங்க பொண்ணுக்கு எப்ப?”, என அக்கறையாக இருப்பது போல கேட்டாள்.

“என் தம்பி மகன் வேல்முருகன தான் அவளுக்கு பேசி இருக்கு.. வினிதா படிப்ப முடிச்சதும் தான் கல்யாணம் பண்ணணும்-ன்னு என் மாப்ள சொல்லிட்டாரு.. அடுத்த மாசம் படிப்பு முடியுதுல்ல.. அதுக்கு அப்பறம் வச்சிக்க வேண்டியது தான்.. “

“உங்களுக்கு ஒரு தம்பி மகன் மாட்டும் தானா? அண்ணன் பசங்க எல்லாம் இல்லயா ?”

“நானும் என் தம்பியும் மட்டும் தான் கண்ணு.. உறவு வீட்டு போயிடக்கூடாது.. அதுவும் இல்லாம என் பொண்ணு மேல என் மாப்ள உசுரல்ல வச்சி இருக்கு.. இவளுக்கும் மாமன்னா உசுறு.. ஆனா இவ வெளிய காமிச்சிக்க மாட்டா சிறுக்கி..”

“சரி சீக்கிரம் கல்யாணம் வைங்க.. “

“உனக்கு எப்ப கண்ணு கல்யாணம் ?”

“எனக்கு இப்பதா பதினெட்டு வயசு ஆகுது.. இப்போவே யாரு கல்யாணம் பண்ணுவாங்க?”

“என்ன கண்ணு வெளாடுற .. உனக்கு இருவத்தி நாலு வயசு மேல இருக்குமே.. பாரு மொகம் எல்லாம் நல்லா விகசிச்சி இருக்கு.. தோல பாத்தாலே தெரியுதே .. பதினெட்டு வயசு பொண்ணு தோலு பட்டாட்டம் மின்னும், அவளோ மெல்லிசா இருக்கும்.. உனக்கு கைல எல்லாம் தோல் கெட்டி பட்டு எப்டி இருக்கு பாரு..”, என இளவேணியை அக்கு வேறாக ஆணி வேறாகக் கண்களால் அளந்துக் கொண்டே பேசினார் வினிதாவின் அம்மா.

“சரிங்க.. நான் கௌம்பறேன்.. நேரமாச்சி.. அப்பா வந்தா தேடுவாரு.. ரத்தின மாமா.. நாம போலாமா?”, என அவரை அழைத்தபடி அங்கிருந்து எழுந்துச் சென்றாள்.

“ஏன் பெரியம்மா யாரு பொண்ணு இது?”, என அருகில் ஒரு பெண் கேட்டாள்.

“அந்த செங்கல்வராயன் பொண்ணாம் டி” ,என வினிதாவின் தாயார் கூறிவிட்டு வினிதாவைத் தேடி மேலே வந்தார்.

“வினிதா .. வினிதா.. “, எனக் கூப்பிட்டபடிக் கதவைத் தட்டினார்.

“என்ன கோத ?” ,என வேம்பு பாட்டிக் கதவைப் பாதித் திறந்துக் கேட்டார்.

“அத்த .. என் பொண்ண பாக்கணும்..”, எனக் கூறிவிட்டு உள்ளே வந்தார்.

“வினிதா.. நீ சொன்னபடி அவள என்கிட்ட ஒக்காரவச்சி தொட்டு பாத்தேன் டி.. வயசு கூட தான் இருக்கும் அவளுக்கு.. கண்டிப்பா இருவத்தி நாலு வயசுக்கு மேல தான் இருக்கும்.. ஆளு ஒடிசலா தெரியறதால வயசு கம்மியா எல்லாருக்கும் தெரியுது.. இந்தா இது அவ முடி..”, எனக் கையில் சுருட்டி வைத்து இருந்த இளவேணியின் முடியை அவளிடம் கொடுத்தார்.

“சூப்பர் ம்மா.”, என வினிதா அவரைக் கட்டிகொண்டு முத்தம் கொடுத்தாள்.

“என்ன டி நடக்குது இங்க?”, என நங்கை ஒன்றும் புரியாமல் கேட்டாள்.

“எல்லாம் தானா நடக்கறப்போ தெரியும். நீ அமைதியா இரு.. இந்தா பாண்டி.. இத பானு அக்காகிட்ட குடுத்துரு.. சீக்கிரம் எல்லாத்தையும் பண்ண சொல்லு.. அப்பனையும் பொண்ணையும் கையும் களவுமா பிடிச்சிடலாம் .. போயிட்டு வா..”, என வினிதா கூறினாள்.

“அந்த பொண்ணு கேட்டா நான் என்ன சொல்றதுக்கா?”, எனப் பாண்டிக் கேட்டான்.

“அவ இந்நேரம் வீட்டுக்கு போய் இருப்பா தம்பி.. நீ குறுக்குசந்துல புகுந்து வெரசா ஓடு” , எனக் கோதைக் கூறியதும், பாண்டி அனைவரிடமும் விடைப்பெற்றுக் கொண்டு அங்கிருந்துச் சென்றான்.

“அத்த.. நான் கீழ போறேன்.. உங்க பேரன் வெளிய போனவன் இன்னும் காணோம்ன்னு உங்க பொண்ணு சொல்லிக்கிட்டு இருந்தா.. நான் போய் பந்தி வேலைய பாக்கறேன்.. பொண்ணுக்கு இங்க கொண்டு வரவா?”

“பொண்ணு அங்கயே வரும்.. பலகாரம் எல்லாம் எடுத்து வை.. நேரமாச்சி.. வந்த சனத்துக்கு சீக்கிரம் சாப்பாடு போடணும்.. சின்னவனும் பெரியவனும் என்ன பண்றாங்க?”, எனக் கேட்டபடி அவரும் உடன் நடந்தார்.

“ஏய் வினி? என்னடி நடக்குது?”, என நங்கை மீண்டும் கேட்டாள்.

“உனக்கு இந்த தேவராயன் கூட கல்யாணம் நடக்காது.. இந்த இளவேணி அப்பன் தான் என்னவோ செஞ்சி மெரட்டி இந்த கல்யாணத்த முடிவு பண்ணி இருக்கான். பானு அக்காவும், தேவா அண்ணனும் ரொம்ப நெருக்கம், அதனால இப்ப ரெண்டு மாசம்” , என நங்கை காதில் கூறினாள்.

“என்ன டி சொல்ற?”, என நங்கை அதிர்ந்துக் கேட்டாள்.

“ஆமா.. அதான் இந்த கல்யாணத்த நிறுத்த உன்னவிட அவங்க தீவிரமா இருக்காங்க.. “

“இது அவங்க வீட்டு ஆளுங்களுக்கு தெரியாதா?”

“தெரியாது.. பொதுவா அந்த அண்ணே சொல்றத தட்டாத சித்தப்பா இந்த விஷயத்த மட்டும் காதுலையே போட்டுக்காம இருக்காறாம்.. அதான் இவங்க என்ன காரணம்-ன்னு தேடி அரைகொறையா கண்டு பிடிச்சிட்டாங்க.. “

“என்ன வினி .. என்ன என்னமோ சொல்ற.. எனக்கு ஒண்ணுமே புரியல.. அப்போ இப்ப பண்ற செலவு எல்லாம் வீண் தானா?”, என மனம் வருந்தியபடிக் கேட்டாள்.

“உன் தொம்பிக்கு சிகரெட்டு, பாட்டிலு ,போத மருந்து வாங்க காச தூக்கி குடுக்கறாங்க.. இப்படி செலவு பண்றது ஒண்ணும் தப்பு இல்ல”, என வினிதா கூறியபடி அவள் கன்னத்தை இடித்தாள்.

“ம்ச் .. நான் மாமா பாட்டிக்கு சொன்னேன் டி “, எனக் கூறினாள்.

“அதுலாம் ஒண்ணும் வீணா போகாது.. நீ வா மொத நீ தான் சாப்டணும்.. சாப்டு வந்து நல்லா தூங்கு.. நாளைக்கு நடக்கற கூத்த எல்லாம் தெம்பா வேடிக்கை பாக்கலாம் நாம..”, எனச் சிரித்தபடி அவளை அழைத்துக்கொண்டுப் பந்திக்கு வந்தாள்.

இளவேணி நகங்களைக் கடித்தபடி தனது வீட்டில் குறுக்கும் நெடுக்கும் நடந்தபடி இருந்தாள். இரவு உணவு கூட வேண்டாம் என்று கூறிவிட்டாள். அவள் ஆவேசமாக நடப்பதுக் கண்டு வேலையாட்கள் யாரும் அவள் அருகில் வரவில்லை.

இரவு பத்து மணி போல வீட்டிற்கு வந்த செங்கல்வராயன்.. அந்த நேரத்தில் நடந்துக் கொண்டு இருக்கும் மகளைப் பார்த்துவிட்டு அருகில் சென்றார்.

“என்ன டா இன்னும் முழிச்சிட்டு இருக்க? தூங்கலியா?”, எனப் பரிவுடன் கேட்டார்.

“எங்க இருந்து தூக்கம் வரும் ? நாளைக்கு நம்ம நெனைச்சபடி ஒரு விஷயம் நடக்கலன்னா கூட இங்க வந்து நாம தங்கி இருக்கறது வேஸ்ட்.. தேவராயன் நடவடிக்க சரி இல்ல, அந்த பானு ஒரு பக்கம் வேலை பண்ணிக்கிட்டு இருக்கா.. இதுல தங்கதுரைய நம்பவே முடியல.. அவன் வெறும் பொம்மை தான்.. அந்த

சிம்மவர்மனும் நேரடியா என்கிட்ட சவால் விட்டு சொல்றான் அந்த கல்யாணம் நடக்காதுன்னு.. இப்டி எல்லாமே பிரச்சனையா மட்டும் தான் இருக்கு.. ", எனப் படபடப்புடன் கூறினாள்.

"யார் என்ன வேணா பண்ணட்டும் வேணி.. நம்ம நெனைக்கறது கண்டிப்பா நடக்கும்.. அப்பா நான் எதுக்கு இருக்கேன்.. நீ கவல படாம போய் தூங்கு", எனக் கூறிவிட்டு அவரும் உறங்கச் சென்றார்.

வட்டியும், வர்மனும் இரவோடு இரவாக தங்களது குல தெய்வக் கோவிலில் பந்தல் போட்டு திருமணத்திற்கு மனையை ஏற்படுத்தினர். வேல்முருகன் அங்கேயே காவலுக்கு நின்று சத்தம் வராமல் அனைத்து வேலைகளையும் முடித்துக் கொண்டு இருந்தான்.

"மாப்ள.. யோ மாப்ள..", என மெல்ல அழைத்தபடி வர்மன் அங்கே வந்தான்.

"என்ன மச்சான் .. நீ இன்னும் தூங்க போலியா?"

"வீடியோ படம் எடுக்கறவன எத்தன மணிக்கு வர சொல்லி இருக்கீங்க?", எனக் கேட்டான்.

"இந்த கலாட்டா கல்யாணத்துல இது ரொம்ப அவசியம் தானா மச்சான்?" , எனக் கேட்டபடி வட்டி அங்கே வந்தான்.

"எல்லாமே அவசியம் தான் மாப்ள.. இந்த பொன்னான தருணங்கள படம் புடிச்சி வச்சா தானே காலம் முழுக்க பாத்து சந்தோஷப்பட முடியும்"

"ஆனாலும் உனக்கு தைரியம் அதிகம் தான் மச்சான். என் தங்கச்சி உன்ன கிட்ட சேக்குமா இல்லயானே தெரியாது.. ஆனாலும் நீ இவ்ளோ பேசற..", என வேல்முருகன் வர்மனை வாரினான்.

"அவ எங்க போயிட போறா மச்சான்.. இதுலாம் தான் நாளைக்கு நம்ம பேர பசங்ககிட்ட கதையா சொன்னா நல்லா இருக்கும்", என வர்மன் பேசியபடிப் பின்னால் பார்த்தான்.

அங்கே மருதனுடன் பானு நடந்து வந்துக் கொண்டு இருந்தாள்.

"என்ன பானு இந்த நேரத்துல இங்க வந்து இருக்க? ", எனக் கேட்டான்.

"முக்கியமான விஷயம் பேசணும் ண்ணே ", எனக் கூறிவிட்டு மற்ற இருவரையும் பார்த்தாள்.

"எல்லாம் நம்ம ஆளுங்க தான்.. எல்லாமே தெரியும் இவங்களுக்கு.. உன்கூட வந்தவன மட்டும் தான் நம்ப முடியாது", எனச் சிரித்தபடி வர்மன் கூறவும், மருதன் அவன் காலில் விழுந்தான்.

"அண்ணே.. என்னை மன்னிச்சிடு.. நான் புரியாம அப்புடி பண்ணிட்டேன்", என மனமார மன்னிப்புக் கேட்டான்.

"சரி விடு.. உங்க அண்ணே ஒத்தையா இல்ல-ன்னு நீ அன்னிக்கி செஞ்சது எனக்கு சொல்லுச்சி.. ஆத்தா அப்பன் இல்லாதவன்னு அவன வேலக்காரனா மட்டும் பாக்காம, உன் ரத்தமா நெனைச்சி என்ன கொல்ல வந்த பாத்தியா.. உன் அண்ணே பாசம் எனக்கு பிடிச்சி இருந்தது.. அதான் உன்ன அன்னிக்கி லேசா தட்டிட்டு அனுப்புனேன் ", என மருதனை தோளோடு அணைத்துக்கொண்டு விடுவித்தான்.

"உங்க பாசமழை முடிஞ்சா இத பாருங்க அண்ணே..", என பானு சில போட்-டோக்களைக் காட்டினாள்.

"இது எங்க எடுத்தது பானு?" , என அதிர்வுடன் கேட்டான் வர்மன்.

"என் ஃப்ரெண்ட் சொன்னேன்ல .. அவங்கள தான் விசாரிக்க சொன்னேன்.. நம்ம நெனைச்சத விட பெரிய தப்பு பண்ணிக்கிட்டு இருக்காங்க ண்ணே", எனச் சொன்னபடி பானு வேறு ஒரு பேப்பர் எடுத்துக் காட்டினாள்.

"நம்ம ஸ்கூல் பிரின்சிபால் தானே இது?", எனக் கேட்டான்.

"ஆமா ண்ணே.. அவங்கள வச்சி தான் ஸ்கூல்குள்ள போதை மருந்து கொண்டு வந்த மாதிரி செட்-அப் பண்ணி இருக்காங்க .. இதுல தான் தங்கதுரை மாமாவ மடக்கி வச்சி இந்த கல்யாணம் நடத்தறான்.." ,என தான் அறிந்த விஷ-யங்களைக் கூறினாள்.

"என்ன சொல்லு மச்சான்.. படிச்ச புள்ள வேகம் நமக்கு இல்ல.. அவன் யாரு என்ன வேல பாக்கறான்னு நமக்கு தெரியவே இவ்ளோ நாள் போயிரிச்சி.. படிச்-சபுள்ள ஒக்காந்த எடத்துல இருந்து எல்லாத்தையும் கண்டு பிடிச்சிரிச்சி ..", என வட்டிப் பாராட்டினான்.

"நீங்க எல்லாம் இல்லைன்னா இது சாத்தியம் இல்ல.. வர்மாண்ணே மட்டும் இல்ல நீங்க ரெண்டு பேரு அப்பறம் வினிதா எல்லாம் உதவி செஞ்சதால தான் இவ்ளோ சீக்கிரம் வேலை நடந்தது.. நாளைக்கு காலைல ஆறு மணிக்கு முகூர்த்-தம் வச்சி இருக்காங்க..", எனக் கூறிவிட்டு பானு அமைதி ஆனாள்.

"அவங்க அப்படி தான் நேரத்த மாத்துவாங்க பானு.. உனக்கும் தேவராயனுக்-கும் பிரம்ம முகூர்த்தத்துல கல்யாணம்.. நீ போய் தூங்கி எந்திரி.. எல்லாத்தையும் நாங்க பாத்துக்கறோம்..மருதா .. உங்கண்ணன இங்க மூணு மணிக்கு எல்லாம் கூட்டிட்டு வந்துடு.. உங்க பரம்பரை தாலியும் எங்க ஆசாரிகிட்ட தான் செய்ய சொல்லி இருக்காங்க .. நான் அத கொஞ்ச நேரத்துல போய் வாங்கிட்டு வந்து-டறேன்.. கவலையே படாதீங்க.. எல்லாம் நல்ல படியா நடக்கும்.. சாமிய கும்பிட்-டுட்டு கெளம்புங்க.. ஜாக்கிரத ", என இருவரையும் அனுப்பி வைத்தான்.

பானு அவளிடம் இருந்த எல்லாவற்றிலும் ஒரு நகலை வர்மனிடம் கொடுத்-துவிட்டு மருதனுடன் நடந்தாள்.

“நல்ல புத்திசாலி புள்ள“, என வேல்முருகன் கூறினான்.

“பாவம் வயித்துல புள்ளையோட அலையுது..”, என வர்மன் கூறியதும் வட்டியும், வேல்முருகனும் ஒருவரை ஒருவர் பார்த்துக் கொண்டனர்.

“அதான் நம்ம கல்யாணம் நடத்தி வைக்கறோம்ல.. புள்ள பொறந்து வந்து அப்பன ஒதைக்கும்”, எனப் பேசியபடி மீதி இருக்கும் வேலைகளைப் பார்த்துவிட்டு ஒரு மணி அளவில் அங்கிருந்துக் கிளம்பினர்.

வட்டி மட்டும் தான் அங்கேயே இருப்பதாகக் கூறி நின்று விட்டான். காவலுக்கு நம்பிக்கையான இருபது பேரை அங்கே வைத்துவிட்டு, வர்மன் ஆசாரி வீட்டிற்கு சென்றான்.

“வாங்க தம்பி.. இந்தாங்க ராயன் வீட்டு தாலி”, எனத் தயாராக வைத்து இருந்தப் பெட்டியை எடுத்துக் கொடுத்தார்.

“நன்றி ஆசாரி.. ரொம்ப கேள்வி கேக்காம ஒடனே செஞ்சி குடுத்துட்டீங்க .. “, என நன்றி கூறிவிட்டு அங்கிருந்துக் கிளம்பி வீட்டிற்கு வந்தான்.

“சீக்கிரம் குளிச்சி தயாராகு சிம்மா.. நம்ம மொத கோவிலுக்கு போய் எல்லா ஏற்பாடும் கவனிக்கணும்..”, என ஆச்சி அவசரப்படுத்தினார்.

“என்னய ஒரு மணிநேரம் தூங்க விடு ஆச்சி.. “, என வர்மன் சிறுபிள்ளைப் போல கெஞ்சினான்.

“நாளைக்கு தூங்குவியாம்.. இப்ப கெளம்பு.. மணி ரெண்டு”, என அவனைத் துரிதப்படுத்தினார்.

மூன்று மணிக்கு பானு அவள் இல்லத்தில் இருந்துக் குளித்துவிட்டு, யாருக்கும் தெரியாமல் கிளம்பிக் கோவிலுக்கு வந்தாள்.

அவளுக்கு முன்னால் நீலா ஆச்சி அங்கு வந்து முன்னேற்பாடுகளைக் கவனித்துக்கொண்டு இருந்தார்.

“வா ராசாத்தி.. போய் அந்த தூண் பக்கம் ஒக்காரு..”, என அனுப்பி வைத்தார்.

“மாமா வந்துட்டாரா?”, எனப் பரிதவிப்புடன் பானு கேட்டாள்.

“வந்துடுவான் கண்ணு.. நீ போய் இந்த நகை எல்லாம் போட்டுக்க.. எல்லாம் உங்க பரம்பர நகை தான்.. போ.. . சீக்கிரம் “, என அவளை அந்த பக்கம் அனுப்பிவிட்டு வாசலுக்கு வந்தார்.

வேல்முருகன் மாலையுடன் வண்டியில் இருந்து இறங்கி வந்துக் கொண்டு இருந்தான்.

“டேய் பேராண்டி.. இந்த மாப்ள பையன எங்கடா இன்னும் காணோம்?”, எனக் கேட்டார்.

“இந்நேரம் வந்து இருக்கணுமே ஆச்சி..”, என யோசனைச் செய்தபடிக் கூறினான் முருகன்.

“பொண்ணு வந்துரிச்சி டா.. இவன இன்னும் காணோம்.. புள்ள பரிதவிக்குது.. சீக்கிரம் போய் ஒரு எட்டு பாத்துட்டு வாடா”, என அவனிடம் கூறினார் .

“இந்தாங்க மாலை.. நான் போய் பாத்துட்டு வரேன்.. பங்காளி எங்க?” , எனக் கேட்டான்.

“அவன் குளிக்க போனான் இன்னும் காணோம்.. காக்க குளியல் குளிக்கறவன் இன்னிக்கி இன்னும் காணோம் ..” , எனப் புலம்பியபடி உள்ளே சென்று ஐயரை பூஜையை ஆரம்பிக்கக் கூறினார்.

தன் வீட்டில் வேலைப் பார்க்கும் சுத்த மனதுடைய பெண்ணை வந்து விளக்கு ஏற்றச் சொல்லி, மற்ற வேலைகளை எல்லாம் இன்னும் இரண்டுப் பெண்களை வைத்து ஒழுங்குப்படுத்தினார்.

மருதன் வீட்டில் இருந்து வெளியே வர மிகவும் சிரமப்பட்டுக் கொண்டு இருந்தான்.

செங்கல்வராயன் தேவராயனின் வீடு, தோட்டம் என அனைத்து இடங்களிலும் காவலுக்கு ஆட்களை நிறுத்தி இருந்தான். அவர்களை மீறி தேவராயனை வெளியே கொண்டுச் செல்வது அவ்வளவு சுலபமாக அவனுக்குத் தோன்றவில்லை.

“எப்டி வெளிய போறது? நாம போனாலே நம்ம பின்னாடி நாலு பேரு வாராணுங்க.. இதுல அண்ணன இவங்களுக்கு தெரியாம எப்படி வெளிய கூட்டிட்டு போறது?”, என முணுமுணுத்தபடி எல்லா இடத்தையும் சுற்றி வந்தான்.

“என்ன தம்பி.. இன்னும் குளிக்கலியா? ஆறு மணிக்கு முகூர்த்தம்-ன்னு சொன்னாங்க.. “, என ஒருவன் மருதனை கேட்டான்.

“எனக்கா கல்யாணம்? எங்க அண்ணனுக்கு தானே? நான் பொறுமையா குளிச்சா போதும்.. இன்னிக்கி பாத்து குளிக்க சுடுதண்ணி வரல.. அதான் நாலு கட்டைய எடுத்துட்டு போய் சுடுதண்ணி போடலாம்னு வந்தேன்.. மாப்ள குளிக்கணும்..”, என செல்லில் இருந்த டார்ச் அடித்துக் காய்ந்தச் சுள்ளிகளைப் பொறுக்கிக் கொண்டு இருந்தான்.

“இத நீங்க ஏன் தம்பி பொறுக்கிக்கிட்டு.. நாங்க கொண்டு வரோம்.. பனில நிக்காதீங்க நீங்க உள்ள போங்க..” ,என அவனை வீட்டிற்குள் அனுப்புவதிலேயே குறியாக இருந்தனர் அந்த காவலாளிகள்.

இரண்டு பேர் நிஜமாக மருதனிடம் கூறியது போல சுள்ளியைப் பொறுக்க ஆரம்பித்தனர்.

“தூண்டில்ல மீனு சிக்கிரிச்சி.. “, எனச் சிரித்தபடி கூறியவன் தேவராயனை எழுப்பி அமர வைத்தான்.

“அண்ணே .. அண்ணே.. இங்க பாரு.. ரெண்டு பேரு சுள்ளி பொறுக்கிட்டு இங்க வாராணுங்க.. பாண்டி உங்க டிரஸ்ல இங்க இருக்கட்டும்.. நீயும் நானும் அவங்க டிரஸ்ல வெளிய போயிடலாம்.. நேரம் ஆச்சி.. உன்னால வேகமா நடக்க முடியும்ல ?”, எனக் கேட்டான்.

“வண்டி இல்லயா டா?” ,என தேவராயன் கேட்டான்.

“தேர் கொண்டு வந்து உன்ன கூட்டி போகவா? சீக்கிரம் எந்திரி.. இத போடு.. டேய் பாண்டி இங்க வா” ,என சத்தமில்லாமல் அழைத்து அங்கே வந்து தேவ-ராயனை போல இருக்கக் கூறினான்.

“மருது .. நம்ம வீட்டுக்கு பின்னாடி கேட்-கிட்ட பைக் நிறுத்தி இருக்கேன்.. வெரசா போங்க .. இங்க நான் ஆட்டைய கலச்சிடறேன் ..”, எனக் கூறினான்.

“சூப்பர் டா பாண்டி.. “, என தேவராயன் அவனைக் கட்டிக்கொண்டு விடைப்பெற்றான்.

இருவர் வந்து அடுப்பை மூட்ட, பாண்டி அவர்களிடம் யாரோ அந்த பக்கம் ஓடுவதாகக் கூறி அங்கிருந்த அனைவரையும் வேறு பக்கம் திசைத் திருப்பி விட்-டான்.

அந்த இடைவெளியில் மருதனும், தேவனும் வீட்டை விட்டு வெளியே வந்து வண்டியில் கோவில் நோக்கிப் புறப்பட்டனர்.

27

அங்கிருந்துத் தப்பிய இருவரையும் நான்கு பேர் பின் தொடர்ந்தனர். அவர்களுடன் இளவேணியும், செங்கல்வராயனும் இருந்தனர்.

“சீக்கிரம் போ .. அவனுங்க நம்ம கிட்ட இருந்து தப்பிக்க கூடாது..”, என இளவவேணி அவசரப்படுத்தினாள்.

“பிடிச்சிடலாம் வேணி.. நீ டென்ஷன் ஆகாத”, என செங்கல்வராயன் அவளைச் சமாதானம் செய்தபடி, அவர்கள் செல்லும் திசையை அனுமானிக்க முயன்றார்.

“இது வர்மன் குலதெய்வ கோவிலுக்கு போற வழியாச்சே .. இந்த பக்கம் இவனுங்க ஏன் போகணும்?” ,எனத் தனக்குத் தானே கேட்டுக் கொண்டான் செங்-கல்.

“வர்மன் கோவிலா? சீக்கிரம் அவனுங்கள பிடி.. அவனுங்க வர்மன் கிட்ட மட்டும் போகவே கூடாது.. “ ,எனக் கார் ஓட்டுபவனை அவசரப்படுத்தினாள்.

“அந்த கோவிலுக்கு அவனுக்கு முன்ன நம்ம போய்டலாம் வேணி.. டேய் வண்டிய வலது பக்கம் திருப்பு.. நம்ம எல்லகாளி கோவில் வழியா போய் குறுக்கு ரோடுல திரும்பு”, எனக் கூறினார்.

“அவங்க பின்னாடி வரல டா.. சீக்கிரம் போ.. “, என தேவராயன் பின்னால் திரும்பிப் பார்த்தபடிக் கூறினான்.

“அண்ணே அவங்க குறுக்கு வழில வர தான் அப்போவே வலது பக்கம் திரும்பிட்டாங்க.. “, என மருதன் கூறினான்.

“நாம இப்ப என்ன பண்றது?”

“நீ நடக்க ரெடியா சொல்லு?” ,என கேட்டான்.

“கால ஒடச்சி கெடக்க சமயத்துல தான் டா நீங்க ரன்னிங் ரேஸ் வைக்கறீங்க.. சொல்லு எப்டியோ ஒண்ணு வந்து தொலையறேன்..”, எனக் கூறினான்.

“அவங்க பெரிய ரோடுல தான் வரமுடியும் .. எப்பிடியும் இருவது நிமிஷம் ஆகும்.. நம்ம இப்ப வயல்வரப்புல நடக்க ஆரம்பிச்சா பத்து நிமிஷம் தான்

கோவில்", எனக் கூறினான்.

"சரி வா போலாம்.. என் கல்யாணம் எப்டி எல்லாம் நடத்தனும்ன்னு நெனைச்-சிட்டு இருந்தேன்.. கடைசில சொந்த அத்த பொண்ண கட்ட இவ்வளவு கஷ்ட படுவேன்-ன்னு கனவுல கூட நெனைக்கல டா.." எனக் கூறியபடி வரப்பில் நடக்க ஆரம்பித்தான்.

"காலு வேற விண்ணு விண்ணு-ன்னு வலிக்குது டா.. கொஞ்ச நேரம் நில்றா.." ,என நின்றான்.

"அண்ணே.. நீ இப்படி எல்லாம் நின்னா விடிஞ்சி தான் கோவிலுக்கு போக முடியும்.. வா உன்ன நான் தூக்கிக்கறேன்", என அவனை அசலட்டாக தூக்கிக் கொண்டான் மருதன்.

"டேய் டேய்.. வேணாம் டா.. நீ கீழ போட்டா இருக்கற எழும்பு எல்லாமே ஒடஞ்சிடும் .. விடு .. நானே நடந்து வரேன்.." ,எனக் கத்தினான்.

"கத்தாம வா ண்ணே..சின்ன புள்ளையாட்டம் .. உன்ன கீழ எல்லாம் போட-மாட்டேன்.. ரெண்டு மாசமா உன்ன தூக்கி தூக்கி எனக்கு சர்வீஸ் ஆகிறிச்சி ..", எனப் பேசியபடி வரப்பில் வேக வேகமாக நடக்கத் தொடங்கினான்.

மருதன் கூறியது போல பத்து நிமிடத்தில் அங்கு வந்து சேர்ந்தனர். வாசலில் நின்று வர்மனும், வேல்முருகனும் வட்டிக்காகவும், ராயனுக்காகவும் காத்துக் கொண்டு இருந்தனர்.

"என்ன மாப்ள .. ரெண்டு பேரையும் காணோம்?" ,என வர்மன் நேரத்தைப் பார்த்துக் கொண்டே கேட்டான்.

"வட்டிய தூக்கிட்டாங்க மச்சான்.. அவன என் மாமனார் வீட்ல தான் வச்சி இருக்காங்க.. எங்க அத்த இப்ப தான் ஃபோன் பண்ணி சொல்லிச்சி.. சரி அவன் அங்கயே இருக்கட்டும்-ன்னு சொல்லிட்டேன்.. ", என வேல்முருகன் கூறினான்.

"செங்கல் வேலயா ?", என வர்மன் கேட்டான்.

"இல்ல இது வேற ஆளு.. மொத நாம இந்த கல்யாணத்த முடிக்கலாம்.. முடிச்சிட்டு அங்க போய் வட்டிய பாத்துக்கலாம்.. அவனுக்கு ஒண்ணும் ஆகாது", என வேல்முருகன் சொல்லிக்கொண்டு இருக்கும் போதே, மருதன் தேவராயனை தோளில் தூக்கி வருவதுக் கண்டு இருவரும் அவனை நோக்கி ஓடினர்.

"என்னடா ஆச்சி?", என வேல்முருகன் கேட்டான்.

"செங்கல்லும் அது பொண்ணும் வராங்க.. சீக்கிரம் கல்யாணம் முடிக்கணும்" , எனக் கூறியபடி நேராக மூவரும் அவனை மணமேடையில் கொண்டு வந்து அமரவைத்தனர்.

"டேய் டேய்.. ஏண்டா இப்டி பண்றீங்க..? என் கல்யாணம் கொஞ்சம் சந்தோ-ஷமா செஞ்சிக்க விடுங்க டா..", என தேவராயன் கெஞ்சினான்.

“நீ நிதானமா சந்தோஷமா அப்பறம் இரு மாப்ள.. இந்தா இந்த சட்டைய போடு.. ஐய்யரே சீக்கிரம் மந்திரம் சொல்லுய்யா..”, என வர்மன் அவசரப்படுத்தி-னான்.

தேவராயனை மணமேடையில் நிற்க வைத்தே உடை மாற்றி அலங்காரம் செய்து அப்படியே அவன் கழுத்தில் மாலை போட்டு அமரவைத்தனர்.

“இதுலாம் ரொம்ப அநியாயம் டா..”, என தேவராயன் கூறும் போதே பானு சர்வ அலங்காரத்தில் வந்து அவன் அருகில் அமர்ந்தாள்.

அவள் வந்ததும் தாலி எடுத்துக் கொடுத்துக் கட்ட சொன்னார் ஐயர்.

மருதன் கண்களில் நீர் வழிந்தபடி அட்சதை தூவினான். வர்மனும், வேல்மு-ருகனும் இருபக்கம் இருந்து அவனை அணைத்துக் கொண்டனர்.

பானு கண்களில் நிற்காமல் நீர் வழிந்தது. நீலா ஆச்சி இருவரையும் மனதார ஆசீர்வதித்து இறைவனைத் தரிசனம் செய்ய அனுப்பி வைத்தார்.

அவர்கள் அந்த பக்கம் சென்றதும் செங்கல்வராயன் அந்த கோவிலின் உள்ளே வந்தான்.

இவர்களுக்கு திருமணம் நடந்த மணவரையில் இப்போது வேறு ஒரு திருமணம் நடந்து கொண்டு இருந்தது.

இளவேணியும் வந்து சுற்றும் முற்றும் எல்லா இடத்திலும் தேடிவிட்டு வெளியே சென்றனர்.

இதற்கிடையில் நம்மவர்கள் அனைவரும் மற்றொரு வாசல் வழியாக வெளியே சென்று இருந்தனர்.

“அவனுங்க எங்க போய் இருப்பாங்க?”, என இளவேணி கேட்டாள்.

“அந்த பாத முடியற எடம் இது தான் வேணி.. அதான் நம்ம முன்ன வரலாம்னு இப்டி வந்தது..”, என செங்கல்வராயனும் கூறினான்.

“அவனுங்க பின்னாடி போய் இருந்தா கூட நம்ம கண்ணு முன்னாடி இருந்து இருப்பாங்க.. அவங்களுக்கு முன்ன வரலாம்னு நீ சொன்னத கேட்டு இப்டி கோட்டை விட்டுட்டு நிக்கறோம் பாரு “, என செங்கல்லை வறுத்து எடுத்தாள் இளவேணி.

“வா அவன் வீட்டுக்கு போய் நெலவரம் என்னனு பாக்கலாம்..”, என அவளை அழைத்துக் கொண்டு தேவராயன் இல்லம் சென்றான்.

அரை மணி நேர பயணத்தில் இளவேணி மிகுந்த மனஉளைச்சலுக்கு ஆளாகி இருந்தாள். எங்கு தவறு நடக்கிறது என்று புரியாமல் தந்தையைத் திட்டியபடி இருந்தாள். அங்கே எல்லாரும் வழக்கம் போலவே இருந்தனர். திருமணத்திற்கு உண்டான கலகலப்பு மட்டுமே இருந்தது.

இளவேணியும், செங்கல்லும் ஒன்றும் புரியாமல் ஒருவர் முகம் ஒருவர் பார்த்-துக் கொண்டனர்.

தங்கதுரை அவர்கள் இருவரையும் வரவேற்று, “என்ன இப்படி வேர்க்க விறு-விறுக்க வந்து இருக்கீங்க? போய் ரெடி ஆகுங்க.. இன்னும் அரை மணி நேரத்-துல கோவில்ல இருக்கணும்.. “, என இருவரையும் உள்ளே அனுப்பி வைத்தார்.

“வாங்க மாமா ..”, என எதிரில் மருதன் வந்து வரவேற்று விட்டுத் தாயைத் தேடிச் சென்றான்.

“இவன் என்ன இங்க இருக்கான்?”, என செங்கல் மகளிடம் கேட்டார்.

“என்னமோ நடக்குது ப்பா.. நம்ம உஷாரா இருக்கணும்..”, எனக் கூறிவிட்டு ஒரு அறைக்குள் நுழைந்துத் தயாராகி வெளியே வந்தாள்.

“அப்பா .. அப்பா..”, என அவள் கூப்பிட்டு கொண்டு வந்த போது தேவரா-யன் அவளைச் சிரிப்புடன் நெருங்கினான்.

“என்ன திடீர் மாமன் மகளே .. அம்சமா ரெடியாகி இருக்க.. பக்கத்துல இன்-னொரு பலகை போட சொல்றேன் என்னை கட்டிக்கறியா?”, என வம்பு செய்-தான்.

“உனக்கு பேசி இருக்க பொண்ண மொத கட்டு தேவராயன்..”

“அது நீங்க பேசின பொண்ணு.. நான் விருப்பப்படற பொண்ணுக்கு நான் எப்ப வேணா தாலி கட்டலாம்.. உனக்கு கூட ஒரு தாலி ரெடி பண்ண சொல்-றேன்.. சரி-ன்னு சொல்லு?”, எனச் சிரித்தபடி அவள் அருகில் நெருங்கி நின்றுப் பேசினான்.

“அறிவில்ல உனக்கு.. கொஞ்ச நேரத்துல கல்யாணம் வச்சிக்கிட்டு இப்படி என்கிட்ட பேசற.. “, என அவனைத் திட்டிவிட்டு தந்தையிடம் சென்றாள்.

மகள் முகத்தில் எள்ளும் கொள்ளும் வெடிப்பதுக் கண்டு என்ன என்று விசா-ரித்தார்.

“அந்த தேவராயன் சரியான பொம்பள பொறுக்கி போல ப்பா.. சரின்னு சொல்லு உனக்கும் ஒரு தாலி கட்டரேன்-ன்னு வம்பு பண்றான்.. ச்சே.. என்ன மனுஷனோ இவன்?” , என எரிச்சலாகக் கூறினாள்.

“சும்மா அவன் மாமன் பொண்ணுன்னு வெளாட்டுக்கு பேசி இருப்பான் வேணி.. “, என செங்கல் சமாதானம் செய்தார்.

“இதுக்கு பேரு வெளையாட்டா ப்பா?”, என முறைத்தாள்.

“கிராமத்துல இப்டி தான் மாமன் பொண்ணுங்ககிட்ட பசங்க வம்பு பண்ணுவா-னுங்க ம்மா.. விடு.. நீ பயந்த மாதிரி எதுவும் நடக்கல..

யாரையோ தான் நாம தொறத்திட்டு போய் இருக்கோம்”, என செங்கல் கூறி-னார்.

“இல்லப்பா.. இங்க வழக்கத்த விட சந்தோஷம் அதிகமா இருக்கு.. என்னமோ நமக்கு தெரியாம நடக்குது”,என இளவேணி சுற்றிலும் பார்வையை வீசியபடிப்

பேசினாள்.

"நீ தேவை இல்லாம டென்ஷன் ஆகாத.. பையன் நம்ம கண்ணு முன்ன தான் இருக்கான்.. பொண்ணும் நம்ம கைக்குள்ள தான் இருக்கு .. கண்டிப்பா நம்ம நினைச்ச மாதிரி இந்த கல்யாணம் நடக்கும்..", என செங்கல் மகளிடம் பேசிக்கொண்டு இருந்தார்.

"சரி.. நான் முன்ன நங்கை வீட்டுக்கு போறேன். அங்க அந்த கெழவி ஓவரா கடுப்பு ஏத்துது.. நங்கை கூட இருந்து என்ன நடக்குதுன்னு தெரிஞ்சிக்கலாம்ன்னு பாத்தா அது என்னைய ரூமுக்குள்ளயே விடல.. அந்த பாண்டி பயலும் திரும்ப எப்ப போனான்னு தெரியல", எனக் கூறினாள்.

"அந்த ஏகாம்பரம் பொண்ணு மேல இருக்க கோவத்துல நாமலே இந்த கல்யாணம் வேணாம்ன்னு சொன்னாலும் கேக்கமாட்டான்.. அதனால கவல படாத.. நீ வண்டி எடுத்துட்டு போறியா?", எனக் கேட்டார் செங்கல்.

"ஆமா.. நீங்க இவங்க கூட வந்துடுங்க.. யாரையும் நான் நம்ப தயாரா இல்ல", எனக் கூறிவிட்டு அங்கிருந்துக் கிளம்பினாள்.

"என்ன ஒரு டிக்கெட் கெளம்பிரிச்சி ..", எனக் கூறியபடி மருதன் தேவராயன் அருகில் வந்தான்.

"பொண்ணு வீட்டுக்கு போவா டா.. பானு எங்க?", என மெல்லக் கேட்டான்.

"பொண்ணு வீட்ல தான்", என அவனும் சிரித்துக்கொண்டுச் சொன்னான்.

"எல்லாம் சரியா தானே நடக்குது?", என மீண்டும் கேட்டான்.

"எல்லாமே சரியா இப்ப தான் நடக்குது ண்ணே.. நீ கவல படாம இரு", எனக் கூறிவிட்டு தந்தையிடம் வந்தான்.

"அப்பா..", என அழைத்தான்.

"நீ அண்ணன கூட்டிக்கிட்டு நம்ம புது வண்டில கோவிலுக்கு வந்துடு. கெளம்பு.. உனக்கு பின்னாடி நாங்க வந்துடறோம் ", எனக் கூறினார் தங்கதுரை.

"மாப்ள மட்டும் தனியா போகணுமா தங்கம்?", என செங்கல் கேட்டார்.

"வேற என்ன பண்றது? மத்த எல்லாரும் மத்த சீர் சாமான் எடுத்துட்டு வரணும்.. மாப்ள வண்டில பொருள அடைச்சிக்கிட்டு போனா நல்லாவா இருக்கும்?" ,எனக் கேட்டார்.

"சரி நான் மாப்ள கூட போறேன்.. நீங்க சீக்கிரம் கெளம்பி வாங்க.. உன் அக்கா தங்கச்சி எல்லாம் எங்க? ஆரத்தி எடுக்கணும்ல கோவில்ல ..", எனக் கேட்டார்.

"அவங்கள முன்னயே அனுப்பி வச்சிட்டேன் .. அவங்க அங்க போய் இருப்பாங்க .. நீ பையன் கூட போ.. எனக்கு அப்ப தான் நிம்மதியா இருக்கும்" , எனக் கூறி செங்கல்வராயனை தேவராயன் உடன் அனுப்பி வைத்தார்.

வினிதா வீட்டில் வட்டி கை கால்கள் கட்டப்பட்ட நிலையில் விழுந்துக் கிடந்-தான். எதிரே வேம்பு ஆச்சி கையில் உலக்கையுடன் நின்று இருந்தார்.

"சொல்லு டா.. எங்க டா என் பேத்திய தூக்கிட்டு போக பாத்த?", என மிரட்டிக் கொண்டு இருந்தார்.

"நான் எங்கயும் தூக்கிட்டு போக வரல பாட்டி.. நான் சும்மா தான் கை ஆட்-டுனேன்.. அதுக்கு ஒலக்கை வச்சி விசாரிக்கறது எல்லாம் ரொம்ப டூ மச் .." , என வட்டிக் கூறினான்.

"உன்ன இன்னிக்கி மட்டும் இல்ல .. ஏற்கனவே 2 3 தடவ பின் வாசல் பக்கம் பாத்து இருக்கேன்.. சொல்லு யார பாக்க வந்த? சொல்றியா வாய்லயே நெல்லு இடிக்கவா?"

"அய்யோ.. சரியான பைத்தியக்கார கெழவியா இருக்கும் போலவே.. எது சொன்னாலும் ஒத்துக்க மாட்டேங்குது.. ஆண்டவா என்னை காப்பாத்த வா ப்பா", எனப் புலம்பினான்.

"அச்சச்சோ .. பாட்டி... இந்த மாமாவ எதுக்கு கட்டி வச்சி இருக்க?", எனக் கேட்டபடி வினிதா அங்கே வந்தாள்.

"இவன் நம்ம வீட்டு பின்னாடி வந்து குறுகுறுன்னு பாத்துட்டு இருந்தான். இவன் முழியே சரி இல்ல டி.. என் பேத்திய தான் என்னமோ செய்ய வந்து இருக்கான்.." , எனக் கூறினார்.

"உங்க பேத்திக்கு நல்ல வாழ்க்கை கெடைக்க தான் நாங்க எல்லாருமே போராடிட்டு இருக்கோம் ..", எனச் சொல்லியபடி வட்டியின் கை கால் கட்டுகளை அவிழ்த்து விட்டாள்.

"நாங்க எல்லாம் ன்னா?", என வினிதாவை கண்கள் இடுக்கிப் பார்த்துக் கேட்டார்.

"நாங்க எல்லாரும் தான் வேம்பு", என கூறியபடி நீலா ஆச்சி அங்கே வந்-தார்.

"நீ..", என யோசனை செய்தார்.

"நான் தான் டி .. நீலா .. நீலாயதாட்சி .." , என தன்னை அறிமுகம் செய்-துக் கொண்டார்.

"நீலா .. சிங்காரவேலன் அண்ணே சம்சாரம் நீலா வா?", எனக் கேட்டார்.

"ஆமா டி.. அவரு சம்சாரம் தான்.. எப்டி இருக்க?", எனக் கட்டிக்கொண்டுக் கேட்டார்.

"எனக்கு என்ன கொற ? நல்ல இருக்கேன்.. நீ எப்டி இருக்க டி?", என வாஞ்சையுடன் கேட்டார்.

“நல்லா இருக்கேன்..“, என நீலா ஆச்சி கூறிவிட்டு வர்மனை அருகில் அழைத்தார்.

“இவன் என் பேரன்.. சிம்ம வர்மன்”, என அறிமுகம் செய்து வைத்தார்.

“ராஜாவாட்டம் இருக்க கண்ணு.. மாகராசன வாழ்வ யா..”, என மனதார ஆசீர்வதித்தார்.

“அப்ப உங்க பேத்திய குடுங்க“, எனக் கூறியபடி வட்டி வந்து நின்றான்.

வேம்பு பாட்டி அவனை முறைத்தார்.

“என்ன மொறைக்கறீங்க? உங்க பேத்தி வாழ்க்கை நல்லா இருக்கணும்-ன்னு நெனைச்சா என் மச்சானுக்கு கட்டி குடுங்க..”, என வட்டியும் முறைத்தபடி வம்பு பேசினான்.

“அன்னிக்கி கோவில்ல உன்னோட பேசிட்டு இருந்தது இவங்க தானா ?”, என வேம்பு பாட்டி வினிதாவைக் கேட்டார்.

“ஆமா பாட்டி.. அண்ணே அவள விரும்பறாரு .. உங்க பேத்தி தான் சட்டையே பண்ணமாட்டேங்கறா.. இன்னிக்கி இவங்க ரெண்டு பேருக்கும் தான் கல்யாணம் நடக்கணும். இதுக்கு நீங்க தான் பொறுப்பு” , எனக் கூறிவிட்டு நீலா ஆச்சி அருகில் சென்று நின்றாள்.

வேம்பு பாட்டி யோசனையுடன் அனைவரையும் பார்த்தார். அவரின் யோசனை கண்ட நீலா ஆச்சி, “வேம்பு .. உனக்கு என் குடும்பத்த பத்தி நல்லா தெரியும். என் பேரனுக்கு மூணு வயசா இருக்கறப்பவே மகனும் மருமகளும் ஒரு விபத்துல எறந்துட்டாங்க .. அதுக்கு அப்பறம் நான் தான் அவன வளத்துனேன்.. உனக்கு என் வளப்பு மேல நம்பிக்கை இருந்தா மட்டும் உன் பேத்திய குடு..” ,எனக் கூறினார்.

“அது இல்ல நீலா.. உன்மேல உன் குடும்பத்து மேல எல்லாம் எனக்கு சந்தேகம் இல்ல .. எனக்கு தயக்கம் எல்லாம் என் பேத்திய நெனைச்சி தான். அவ வாழ்க்கைய வெறுத்து இருக்கா.. கல்யாணம் வேணாம்-ன்னு சொல்றா.. இப்ப உன் பேரனுக்கு கட்டி குடுத்தா அவ மனசு அத எப்டி எடுத்துக்கும்? ரெண்டு பேரும் சந்தோஷமா வாழத்தானே கல்யாணம் செய்யறது.. அவ அப்பன் பண்ற தப்ப நானும் இப்ப பண்ணக்கூடாது இல்லயா ?”, எனப் பொறுமையாகக் கேட்டார்.

“உங்க பேத்திக்கு சொன்னா எல்லாம் புரியாது பாட்டி.. கொஞ்சம் அதிரடியா நாம ஏதாவது செஞ்சா தான் இவங்க ரெண்டு பேர் வாழ்க்கைக்கும் நல்லது.. இவ்வளவு நடந்து கூட உங்க பேத்தி வாய தொறந்து உங்ககிட்ட இவர பத்தி ஒரு வார்த்த சொன்னாளா? “ , என வினிதா கேட்டாள்.

தான் வந்த இரவு பேத்தியிடம் ஏன் இந்த அவசர திருமணம் என்று கேட்டதற்கு, அவள் ஒரு நொடி அமைதியாக இருந்து வர்மன் அவளிடம் சவால் விட்டதில் இருந்து அவர் வரும் சற்று நேரம் முன்பு வரை நடந்ததை எல்லாம் ஒன்று

விடாமல் கூறினாள்.

"அவ இந்த பையன பத்தி எல்லாமே சொன்னா வினிதா.. இவன் போட்ட சவால்.. அவ போட்ட சவால்.. அது யாரோ படமா எடுத்து அந்த எடுபட்ட பய ராஜானுக்கு குடுத்து, அவன் அப்பன்கிட்ட காட்டி அடுத்த நாள் கல்யாணம் முடிவு பண்ணாங்க-ன்னு எல்லாமே சொன்னா.. ", எனக் கூறியதும் அனைவரும் அமைதியாக இருந்தனர்.

வர்மன் வேம்பு பாட்டி அருகில் வந்து, " பாட்டி.. எனக்கு அவள ரொம்ப புடிக்கும்.. நேசிக்கறேன்னு சொல்றத விட அவ என்கூட இருந்தா அவ விருப்பபடி இருக்க வைக்க என்னால முடியும்-ன்னு தான் நினைக்கறேன் .. இத்தன வருஷமா அவள நான் சீண்டிக்கிட்டே இருக்க ஒரே காரணம் தான்.. அவளோட வலையத்த விட்டு வெளிய வந்து அவள அவ உணரணும்.. இப்ப வரை அவ எப்டி-ன்னு அவளுக்கே தெரியாது. அவளோட விருப்பு வெறுப்புல இருந்து அவ யோசனை, அவ கனவு, அவ ஆசை எல்லாமே நான் கூட இருந்து அவளோட உழைக்க ஆசை படறேன்.. "

"இது எல்லாமே அவமேல உனக்கு இருக்க இரக்கத்துனால தானே?", என வேம்பு பாட்டி கேட்டார்.

"இரக்கமா இருந்தா நான் ஏன் பாட்டி அவளுக்காக இவ்ளோ மெனக்கெடணும்? வேற ஒரு நல்ல பையன அவளுக்கு கட்டி வச்சா போதும்ல ?", என அவன் எதிர்க் கேள்விக் கேட்டான்.

"சரி இந்த ஒரு வார்த்தை சொல்லு.. என் பேத்திய உனக்கு கட்டி வச்சா அவள நீ எப்டி நடத்துவ?", எனக் கேட்டார்.

"என் இன்னொரு பாதியா நடத்துவேன் பாட்டி..", எனக் கூறினான்.

"நீலா .. உன் பேரன எனக்கு ரொம்ப புடிச்சி இருக்கு.. என் பேத்திய உன் வீட்டுக்கு அனுப்ப எனக்கு முழு சம்மதம்.." , என வேம்பு பாட்டி கூறினார்.

"ரொம்ப சந்தோஷம் வேம்பு..", என நீலா ஆச்சி அவரைக் கட்டிக்கொண்டார்.

"சரி பொண்ண எப்டி தூக்கறது?", என வட்டி கேட்டான்.

"நீ ஏன் பொண்ண தூக்கணும்? என் பேத்திய கல்யாணம் பண்ணி உங்களோட அனுப்பி வைக்கறேன் .. வாணி ..", என அழைத்தார்.

"பெரியம்மா..", என அழைத்தபடி வேல்முருகன் பின்னால் இருந்து வந்தார் வாணி.

"உன் புருஷன் வந்துட்டாறா ?", எனக் கேட்டார்.

"நேத்து ராத்திரி வந்துட்டாரு பெரியம்மா.. தூங்கிட்டு இருக்காரு.." ,எனக் கூறினார்.

“அவர சீக்கிரம் எழுப்பு.. மணி அஞ்சி ஆச்சு.. நீலா நீ எடுத்த சேலைய நீயே சபைல உன் கையால குடு.. இப்ப நான் எடுத்த சீலை கட்டி என் பேத்திய கூட்டிட்டு போறேன்.. வினிதா.. உன்கிட்ட இருக்கறத அவங்ககிட்ட குடுத்துட்டு சீக்கிரம் வா..” , எனக் கூறிவிட்டு நடந்தார்.

“வேம்பு.. ரெண்டு பேருக்கும் முகூர்த்தம் 10 மணிக்கு தான் வைக்கணும்”, என நீலா ஆச்சி கூறினார்.

“சரி.. நீ என்கூட வா.. “, என அவரைத் தனியாக அழைத்துச் சென்று, தனது மருமகள் இருவருடன் கோவிலுக்கு அனுப்பி வைத்தார்.

“மச்சான்.. நம்ம எல்லாம் இந்த கெழவிங்க முன்ன ஒண்ணுமே இல்ல.. வெத்தல பாக்கு போட்டு மெல்லற மாதிரி அசால்ட்டா பெரிய பெரிய விஷயத்தை செய்யுதுங்க ..” ,எனக் கூறியபடி நொண்டி நடந்தான்.

“என்னாச்சி பங்காளி?”, என வேல்முருகன் அருகில் வந்து கேட்டான்.

“நீ மாலை வாங்கிட்டு போனியே.. எதிர்ல தானே நான் வந்தேன்.. புல்லெட்டுல கனவுல மெதந்துட்டு உனக்கு கல்யாணம்-ங்கற நெனைப்புல போனியா டா?”, என வட்டி அவனைத் திட்டினான்.

“நீ எப்ப பங்காளி எதிர்ல வந்த?” ,எனக் கேட்டான்.

“நான் பக்கத்து வயல்ல இருந்து ரோட்ல எதிர்ல தான் டா திரும்புனேன் . அப்ப தான் இந்த கெழவி என்னைய தூக்கிட்டு இங்க வந்து போட்டுச்சி..” , எனக் கூறினான்.

“இவங்க தான் உன்ன கடத்திட்டு வந்தாங்களா ? நீ திருடன் கணக்கா முழிச்சன்னு சொன்னாங்க..”, என வேல்முருகன் கேட்டான்.

“எல்லாம் நடிப்பு டா.. உங்கள இங்க வர வைக்க தான் என்னைய தூக்கிட்டு வந்தாங்க”

“யாரு உன்ன தூக்கிட்டு வந்தது?”

“நான் தான் .. ஹாய் .. என் பேரு தன்ய கிருஷ்ணன் “, எனக் கூறியபடி ஒருவன் அங்கே வந்தான்.

28

"நீங்க?", என வேல்முருகன் யோசனையுடன் பார்த்தான்.

"பானு பேச சொன்னப்ப உங்க கிட்ட பேசினது நான் தான். உங்க எல்லாருக்கும் ரொம்ப நன்றி.. ரொம்ப நாளா தேடிக்கிட்டு இருந்த ஆள நீங்க இங்க லாக் பண்ணது ரொம்ப சந்தோஷம்.. ", எனக் கூறி அனைவரிடமும் கைக்குலுக்கிக் கொண்டான் தன்ய கிருஷ்ணன் .

"வாணி அத்தையோட புருஷனா நீங்க?", என வர்மன் கேட்டான்.

"ஹாஹாஹா.. என்னை பாத்தா அப்படியா வயசான மாதிரி தெரியுது? நான் அவரோட டீம்ல இருக்கேன். நார்காட்டிக்ஸ் டிபார்ட்மெண்ட்..", எனக் கூறித் தனது ஐடி கார்ட் காட்டினான்.

"வணக்கம் ஆபீசர் சார்..", என வட்டி வணக்கம் வைத்தான்.

"நேத்து நான் இங்க வந்ததும் உங்கள தூக்கிட்டு வர சொல்லி பாட்டி ஹெல்ப் கேட்டாங்க.. அதான் உங்கள தூக்கிட்டு வந்தேன்.. பை த வே .. நைஸ் மீட்டிங் யூ ஆல்..", என புன்னகையுடன் பேசினான்.

"நல்ல போலீஸ்.. நீங்களே கடத்திட்டு வந்தா நாங்க யார்கிட்ட போய் கம்ப்ளைண்ட் பண்றது?", என வட்டி கேட்டான்.

"நீங்க பொண்ண தூக்க ப்ளான் பண்ணீங்க .. நான் மாப்ள ஃப்ரெண்ட தூக்கிட்டு வந்தேன்.. முறையா கல்யாணம் பண்ணி தான் பொண்ண கூட்டிட்டு போகணும் பாஸ் ..", எனக் கூறினான்.

"ஹாஹாஹா.. ரொம்ப நன்றி.. நீங்க இவன தூக்கிட்டு வந்ததால தான் எங்களுக்கும் வேலை ஈஸியா முடிஞ்சது..", என வர்மன் அவனுக்கு நன்றி கூறினான்.

"ரொம்ப சந்தோஷம் மச்சான்.. ஏன் தூக்கிட்டு வந்தீங்கன்னு ஒருத்தர் கூட எனக்காக பேசல", என வட்டிப் போலியாக கண்ணீர் வடித்தான்.

"உங்களுக்காக நான் இருக்கேன் மிஸ்டர். வட்டி.. பட் எனக்கு ஒரு உதவி நீங்க செய்யணும்..", எனக் கூறி அவன் முகத்தைப் பார்த்தான்.

“தூக்கிட்டு வந்தவருக்கு இருக்க பாசம் கூட உங்களுக்கு இல்லாம போச்சே டா.. “, என வட்டி மற்ற இருவரையும் திட்டிவிட்டு, “சொல்லுங்க ஆபிசர் .. என்ன உதவி செய்யணும்?”, என கிருஷ்ணனிடம் கேட்டான்.

“அந்த செங்கல் வீடு தோப்பு எல்லாம் கரெக்ட்-ஆ எங்க ஆளுங்க போயிட்டாங்க.. ஆனா அவங்க மர குடோன் எதுன்னு மட்டும் இன்னும் சரியா தெரியல.. அது மட்டும் எங்க இருக்குன்னு கொஞ்சம் எடத்த காட்டிட்டு வரீங்களா ?”, எனக் கேட்டான்.

“கண்டிப்பா.. அதுக்கு முன்ன ஒரு வாய் தண்ணி குடிச்சிக்கறேன் ஆபிசர்”, என கோதையிடம் தண்ணீர் வாங்கிப் பருகிவிட்டு தன்யனின் ஆட்களுடன் அங்கிருந்துக் கிளம்பினான்.

“சார்..”, என வேல்முருகன் அழைத்தான்.

“சார் எல்லாம் வேண்டாம்.. பேர் சொல்லியே கூப்பிடுங்க வேல்முருகன்..”, எனச் சிரித்தபடிக் கூறினான்.

“அந்த ஆள எப்ப அரெஸ்ட் பண்ணுவீங்க கிருஷ்ணன் ?”, எனக் கேட்டான்.

“அவன் பொண்ணு இங்க வந்துட்டா.. அவனும் வந்ததும் கோவில்ல வச்சி அரெஸ்ட் பண்ணிடுவோம்.. அவங்க எஸ்கேப் ஆகாம இருக்க உங்க ஹெல்ப் எல்லாம் கண்டிப்பா வேணும்.. சோ .. ”, எனக் கூறிவிட்டுச் சிரித்தான்.

“கண்டிப்பா கிருஷ்ணன்.. இத்தன நாளா எங்கள எல்லாம் டார்ச்சர் பண்ணதுக்கு நாங்களும் கொஞ்சம் கவனிக்கணும்ணு ஆசை படறோம்..”, என வர்மன் காப்பை மேலே ஏற்றியபடிக் கூறினான்.

“ஹாஹாஹா .. உயிரோட குடுத்துடுங்க.. அப்ப தான் எங்களுக்கும் பரவால ..” , எனக் கூறிவிட்டு அங்கிருந்துச் சென்றான்.

நங்கை வீட்டில் புது மனிதர்கள் நிறைய பேர் இருந்தனர். இளவேணி அனைவரையும் சந்தேக பார்வைக் கொண்டுப் பார்த்தபடி உள்ளே வந்தாள்.

“வா வேணி.. அப்பா எங்க அவங்க கூட வராறா ?”, என இரத்தினம் கேட்டார்.

“ஆமா மாமா.. என்ன புதுசா நெறைய பேர் இருக்காங்க..”, எனக் கேட்டாள்.

“எல்லாம் என் பொண்டாட்டி சொந்தம் .. வா பொண்ணு.. இரத்தினம்.. நேரமாச்சி நம்ம கோவிலுக்கு போலாமா?”, என ஏகாம்பரம் கேட்டார் .

“போலாம் .. வீட்ல பெரியவங்க எல்லாம் சரின்னு சொன்னா ஒவ்வொருத்தரா கெளம்பலாம் .. “, எனக் கூறிவிட்டு வேம்பு பாட்டியை பார்த்தார் இரத்தினம்.

வேம்பு பாட்டி இரண்டு மகன்களையும் உள்ளே அழைத்துச் சென்றுக் குசுகுசுவென பேசிவிட்டு முன்னே செல்லும்படி அனுப்பி வைத்தார்.

ராஜனின் அறையில் தான் வாணியின் கணவர் வித்யாதரன் படுத்து இருந்தார்.

வாணி அவரை எழுப்பிக் கொண்டு இருந்தார்.

“ஏங்க.. எந்திரிங்க .. நேரம் ஆச்சி.. என் பெரியம்மா வந்தா அவ்வளவு தான்..” , எனக் கணவனை எழுப்பிக் கொண்டு இருந்தார்.

“இன்னும் கொஞ்ச நேரம் வாணி .. நைட் லேட்-ஆ தானே வந்தேன்.. தூங்க விடுடி..” , எனத் தூக்கத்தில் உளறினார் வித்யாதரன்.

“இன்னும் கொஞ்ச நேரமா? இது நம்ம வீடு இல்ல.. மொதல் எந்திரீங்க.. போய் குளிச்சிட்டு சீக்கிரம் வாங்க.. எல்லாரும் கோவிலுக்கு கௌம்பிட்டு இருக்-காங்க..”, எனக் கணவனை எழுப்பி அமரவைத்து உலுக்கினார் வாணி.

கஷ்டப்பட்டுக் கண் திறந்து, அருகில் ராஜன் உறங்குவதைப் பார்த்துவிட்டு, “ கல்யாண வீட்டுக்காரனே இன்னும் தூங்கறான்.. என்னை ஏன்டி எழுப்பற?” ,என எரிச்சலுடன் கேட்டார்.

“அவனுக்கா கல்யாணம்? அவன அவங்க அம்மா அப்பா வந்து பள்ளி எழுச்சி பாடி எழுப்புவாங்க.. நீங்க எந்திரீங்க.. எவ்ளோ வேலை இருக்கு”, எனத் திட்டிவிட்டு வெளியே சென்றார்.

“மனுஷன கொஞ்ச நேரம் தூங்க விடமாட்டீங்களே ..”, என முனகியபடி அவர் குளிக்கச் சென்றார்.

இளவேணி ஒவ்வொரு இடமாக நடந்துக் கொண்டு அங்கிருந்தவர்களின் நடவடிக்கைகளைப் பார்த்துக்கொண்டு இருந்தாள்.

அவளை அறியாமல் நிறைய கண்கள் அவளைக் கண்காணித்துக் கொண்டு இருந்தது. எல்லாம் சரியாக நடப்பது போல இருந்தாலும், ஏதோ தவறு நடக்கிறது என்று அவளது உள்மனம் எச்சரித்துக் கொண்டே இருந்தது.

தன்ய கிருஷ்ணன் நேராக செங்கல்வராயன் மரகுடோனிற்குச் சென்று அங்கே கட்டி வைக்கப்பட்டு இருந்த பள்ளி தலைமை ஆசிரியரை விடுவித்து பாதுகாப்பில் வைத்தான்.

வட்டி காட்டிய அனைத்து இடங்களிலும் தனது ஆட்களை சோதனைச் செய்-யக் கூறி அங்கிருந்தப் போதைப் பொருட்களைக் கைப்பற்றினர்.

“ரொம்ப நன்றி வட்டி.. இவ்ளோ ஸ்டாக் இங்க இருக்கும்ன்னு நாங்க நெனைக்கல.. கீப் அப் யுவர் வொர்க் ஆல்வேஸ் ..”, என அவனிடம் கூறிவிட்டு எல்லா இடத்தையும் அவனது கட்டுப்பாட்டுக்கு கீழ் கொண்டு வந்தான்.

“இவங்கள எவ்ளோ வருஷமா நீங்க தேடிக்கிட்டு இருக்கீங்க ஆபிசர்?”, என வட்டி கேட்டான்.

“இவங்க எல்லாம் எங்க கண்ணு முன்னாடி தான் இருப்பாங்க வட்டி. ஆனா ஆதாரம் இருந்தா மட்டும் தான் அரெஸ்ட் பண்ண எங்களுக்கு அதிகாரம் இருக்கு. சந்தேகத்தின் பேர்ல அரெஸ்ட் பண்ணாலும் இவங்க உடனே வெளிய

வந்துடுவாங்க.. வெளிய வராத அளவுக்கு பெரிய விஷயம் கெடைச்சா தான் சட்-டத்துக்கு முன்ன இவங்கள குற்றவாளின்னு நிரூபிக்க முடியும்..", எனப் பேசிக்-கொண்டு இருவரும் நடந்தனர்.

"இதுக்கு தான் நாங்க எல்லாம் அவங்க தான் செஞ்சாங்கன்னு தெரிஞ்ச உடனே வச்சி தொவைக்கறது ... ", என வட்டி கூறினான்.

"பஞ்சாயத்து வேற, கோர்ட் வேற வட்டி.. இங்க இன்னும் மனுஷங்க சத்தியம் நியாயம் எல்லாம் இருக்குன்னு நம்பி கட்டுப்படறாங்க.. சிட்டில இப்ப எல்லாமே காணாம போயிக்கிட்டு இருக்கு..", என மனதில் எழுந்த வருத்தத்துடன் கூறி-னான்.

"உங்களுக்கும் நம்ம ஊர்லயே பொண்ணு பாத்து கட்டி வச்சிடறோம் .. நீங்-களும் எங்க ஊருகாரர் ஆகிடுங்க.. இங்க எல்லாம் இன்னும் 1960ல தான் நெறைய பேரு இருக்காங்க.. வந்து நீங்களும் கொஞ்சம் இந்த ஊர மாத்துங்க.. ", என வட்டி அவனை கேலி செய்தான்.

"ஹாஹாஹா.. நல்ல அடக்க ஒடுக்கமான பொண்ணு இருந்தா சொல்லுங்க"

"வேம்பு பாட்டி இருக்க ஊர்ல அடக்க ஒடுக்கமான பொண்ணுக்கு நீங்க சுடுகாட்டுக்கு தான் போகணும் ஆபிசர்..", என வட்டி கூறியதும் கிருஷ்ணன் அவனைச் சிரித்தபடி அடிக்கத் துரத்தினான்.

"இன்ஃபாக்ட் .. எனக்கு அந்த பாட்டி மாதிரி ஒரு பொண்ணு தான் வேணும்.. இந்த ஊர்ல இருந்தே இவ்ளோ தெளிவா இருக்காங்க.. ஐ லவ் தட்", எனக் கூறினான்.

"உங்களுக்கு ஓகேன்னா சொல்லுங்க அந்த பாட்டிக்கு உங்கள ரெண்டாம் தாரமா கட்டி வச்சிடறேன்.. ஆனா ஒலக்கை எடுத்தா தான் நம்ம உசுருக்கு உத்-ரவாதம் இல்ல", என மாறி மாறி பேசியபடி நங்கை இல்லம் வந்துச் சேர்ந்தனர்.

"நான் உள்ள வரமுடியாது..", என வட்டி கூறினான்.

"நானும் உள்ள போக கூடாது..", என கிருஷ்ணன் கூறினான்.

"அப்ப வாங்க அங்க ஒரு குட்டி சுவரு இருக்கு அங்க நிக்கலாம் ", என வட்டி அவனை அழைத்துச் சென்றான்.

"இங்க நின்னு என்ன பண்ண போறோம் வட்டி?", எனச் சுற்றும் முற்றும் பார்த்தபடிக் கேட்டான்.

"இந்த செவுத்து மேல ஏறுங்க .. ", என பாதி இடிந்து இருக்கும் கட்டிடத்தின் மேல் ஏறச் சொன்னான்.

"பெர்பெக்ட் பிளேஸ் ", என கிருஷ்ணன் மேலே ஏறி நின்றுக் கூறினான்.

"மொத்த ஊரும் கண்ணுக்கு தெரியும்.. வந்து போற வழியும் இது ஒண்ணு தான். யாரு ஓடுனாலும் இங்க இருந்தே பாத்து ஆள அனுப்பி கோழி அமுக்கற

மாதிரி அமுக்கலாம் ..", என வட்டி கூறினான்.

"இந்த ஊருக்கு நீங்க தான் காவல்காரன் போலவே?"

"ஊருக்குள்ள இருக்க அத்தன களவாணி பசங்களையும் இப்டி தான் பிடிப்போம்.. பஞ்சாயத்து வந்துட்டா என் மச்சான் ரொம்ப நேர்மை.. அதுவே அவனுங்க கோக்குமாக்கு செஞ்சா வச்சி அடிக்கவும் எங்களுக்கும் அங்க அங்க எடம் வேணும்ல.. அதான் சுத்துபட்டு ஊர்ல எல்லாம் இந்த மாதிரி எல்லா எடமும் எங்களுக்கு அத்துபடி "

"இண்டரெஸ்ட்டிங் வட்டி.. நான் சிட்டில வளந்த பையன் சோ நீங்க சொல்றது கேக்க செம்மயா இருக்கு..", எனக் கூறிவிட்டு தூரத்தில் கார் வருவதைப் பார்த்தான்.

"மாப்ள வீட்டுக்காரங்க வந்துட்டாங்க .. "

கோவிலில் நீலா ஆச்சி உடன் பானு மற்றும் அவளது அம்மா மற்றும் சித்திமார்களிடம் பேசியபடி அமர்ந்து இருந்தார்.

"ஏன் அத்த.. இத்தன வருஷம் போக்குவரத்து இல்லாம இப்ப மட்டும் தம்பி எப்டி வந்து கூப்பிட்டான்?", என மரகதம் கேட்டார்.

"ம்மா.. ஏன் கூபட்டாங்கன்னு கேட்டா என்ன அர்த்தம்.. போய் அங்க இருக்க வேலைய பாரும்மா .. கார் வர சத்தம் கேக்குது.. ஆரத்தி எடு போ ", எனத் தனது தாயைத் துரத்தினாள்.

"ஏன்டி... உங்கம்மா இன்னும் இப்படியே தான் இருக்கா.. உங்கப்பா எப்டி டி சமாளிக்கராரு?" ,என நீலா ஆச்சி கேட்டார்.

"அதான் அவரு ஊர்லயே இருக்கறது இல்ல.. மாசத்துல ரெண்டு நாள் வீட்ல இருந்தா பெரிய விஷயம்..", என பானு கூறினாள்.

"உங்கம்மா காலைல உன்ன காணோம்ன்னு தேடலியா?", எனக் கேட்டார்.

"அவங்கள மாமா வீட்ல எறக்கி விட்டுட்டு தான் நான் ரெடி ஆகவே போனேன் ..", என பானு சிரித்தபடிக் கூறினாள்.

"புதுசா கழுத்துல இருக்க நகை பத்தி கேக்கலியா ?"

"இல்ல.. மாமா எல்லாருக்கும் புது நகை வாங்கி குடுத்தாரு.. அதுன்னு நெனைச்சி இருப்பாங்க..", எனக் கூறினாள்.

"எனக்கு என்னமோ அப்டி தோணல.. உங்கம்மா பார்வை என்னையும் உன்னையும் சுத்திக்கிட்டே தான் இருக்கு ..", என நீலா ஆச்சி கூறிவிட்டு அவள் தாய் இருக்கும் திசையைக் கண்களால் காட்டினார்.

மரகதம் தன் மகளையும், ஆச்சியையும் பார்த்தபடி ஆரத்தி கரைத்து வாசலில் மாப்பிள்ளைக்காக நின்றார்.

"கொஞ்ச நேரத்துல எல்லாருக்கும் தெரிய தானே போகுது.. பாத்துக்கலாம்..", என பானு கூறிவிட்டு தனது கைப்பேசியை எடுத்துக் கொண்டு அமர்ந்துவிட்டாள்.

கிருஷ்ணன் அனுப்பி இருந்த தகவல்கள் கண்டு மனம் அமைதி பெற்று இனிமேல் நடக்க இருக்கும் நிகழ்வுகளை எதிர்கொள்ள, தன்னை தயார்படுத்திக் கொண்டாள்.

முதல் வண்டியில் இருந்து தங்கதுரை அவரது மனைவி இறங்கி வந்தனர்.

இரத்தினம், ஏகாம்பரம் மற்றும் இன்ன பிற முக்கியமான பெண் வீட்டு சொந்தங்கள் அனைவரும் அவர்களை வரவேற்று உபசரித்தனர்.

பெண்ணிற்கு தனியாகவும், மாப்பிள்ளைக்கு தனியாகவும் ஆலம் சுற்றி உள்ளே அழைத்துச் சென்றனர்.

மரகதம் மாப்பிள்ளை கழுத்தில் இருந்த சங்கிலி கண்டுவிட்டு தன் மகள் அருகில் செல்ல திரும்பும் போது, தங்கதுரை வேறு வேலைக் கொடுத்து அவரின் அருகில் நிற்க வைத்துக்கொண்டார்.

நீலா ஆச்சியை உள்ளே தனியாக அமரவைத்து, அவர் மேல் யாரின் பார்வையும் படாதபடிப் பார்த்துக் கொண்டனர் வேம்பு பாட்டியின் இரண்டு மருமகள்களும் .

"மாப்ளய வந்து மணமேடைல உக்காரு வைங்க..", என ஐயர் கூறியதும் தங்கதுரை தேவராயனை அழைத்து வந்தார்.

தேவராயன் அமரும்போது வர்மன் வேல்முருகனுடன் உள்ளே வந்தான்.

அவனை கண்டதும் ஏகாம்பரம் கோபம் கொண்டு அவன் அருகில் சென்றார்.

"உன்ன யாரு இங்க வர சொன்னது? ஒழுங்கா வெளிய போயிடு..", என உருமினார்.

"இருங்க மாமனாரே .. நான் ஒருத்தர் வழி கேட்டாருன்னு அவர கொண்டு விட வந்தேன்..", எனக் கூறிவிட்டு தன்ய கிருஷ்ணனை உள்ளே வரச்சொல்லி நகர்ந்து நின்றான்.

அவனைக் கண்டதும் இளவேணி திடுக்கிட்டு அங்கிருந்து தப்பிக்க மெல்ல எழுந்து பின் பக்கம் ஓடினாள். செங்கல்வராயனும் அங்கிருந்து நகர எத்தனிக்க துப்பாக்கி முனையில் நிறுத்தப்பட்டார். அதுவும் அத்தனை நேரம் சகஜமாக பேசிக்கொண்டு இருந்தவர்கள் கைகளில் துப்பாக்கிக் கண்டதும் ஸ்தம்பித்து நின்றார்.

பெண்கள் கூட்டத்திலும் இது போல பலர் துப்பாக்கியுடன் இளவேணியை பிடித்துக்கொண்டு வந்து சபை நடுவில் நிறுத்தினர்.

திடீரென போலீஸ் அங்கே வந்ததும் மொத்த கூட்டமும் அதிர்ந்து ஒன்றும் புரியாமல் சலசலக்க ஆரம்பித்தனர்.

இவர்களைப் பிடித்த பின் வித்யாதரன் அங்கே வந்து நின்று அனைவரையும் ஒரு பார்வைப் பார்த்தார்.

"வித்யாதரா .. என்னப்பா இது?", எனக் கூட்டத்தில் இருந்த ஒரு பெரியவர் கேட்டார்.

"இவங்க ரெண்டு பேரும் போதை பொருள் வியாபாரம் பண்ற ஆளுங்க.. கையும் களவுமா இப்ப பிடிச்சிட்டோம் ..", எனக் கூறிவிட்டு ஏகாம்பரத்தைப் பார்த்தார்.

"கல்யாணம் பண்ற நேரத்துல தான் இவங்கள பிடிக்கணுமா? தாலி கட்டுன அப்பறம் புடிக்க கூடாதா?", என ஏகாம்பரம் கேட்டார்.

"கைல கெடைக்கறப்ப தான் புடிக்க முடியும்.. தவிர இந்த கல்யாணம் நடந்தாலும் செல்லாது.." , என மெதுவாக ஒவ்வொரு வார்த்தையும் அழுத்திக் கூறினார்.

"ஏன் ? ஏன் செல்லாது?", எனப் பதற்றமாக வர்மனைப் பார்த்தபடிக் கேட்டார்.

"அந்த பையனுக்கு முதல் மனைவி உயிரோட இருக்காங்க .. அவங்க இருக்கறப்ப இன்னொரு கல்யாணம் செல்லாது.. ", என ஏகாம்பரம் தலையில் மட்டுமின்றி அத்தனை பேர் தலையிலும் இடியை இறக்கினார்.

"கல்யாணம் ஆகிரிச்சா?" , எனக் கேட்டபடி இரத்தினத்தைப் பார்த்தார் ஏகாம்பரம்.

"இல்ல ஏகாம்பரம்.. வித்யாதரா .. பையனுக்கு கல்யாணம் எல்லாம் ஆகல.. அப்டின்னா யாரு அந்த பொண்ணு?", எனக் கேட்டார்.

"நான் தான் அவரோட பொண்டாட்டி .. இதோ அதுக்கான ஆதாரம்", என அன்று காலையில் தேவராயன் கையினால் வாங்கிய தாலியை எல்லாரும் பார்க்க வெளியே எடுத்துக் காட்டினாள் பானு.

அதைக் கண்ட தங்கதுரை, "இது எங்க பரம்பரை தாலி.. இது எப்ப நடந்தது? ராயா என்ன டா இது?", எனக் குழப்பத்துடன் கேட்டார்.

"இன்னிக்கி காலைல தான் சித்தப்பா கல்யாணம் பண்ணிக்கிட்டேன்.. என்னால பானுவ தவர யாரையும் என் பொண்டாட்டியா ஏத்துக்க முடியாது..", எனக் கூறி பானு அருகில் வந்து நின்றான்.

இளவேணி அவர்களை முறைத்தபடி நின்று இருந்தாள். செங்கல்வராயனும் தப்பிக்க சந்தர்ப்பம் பார்த்துக்கொண்டு நின்று இருந்தான்.

"சார்.. இந்த குடும்ப பிரச்சனை எல்லாம் இவங்கள இப்படி வச்சிக்கிட்டே பேசினா சரி வராது.. இவங்கள கமிஷனர் ஆபீஸ்ல அடைச்சிட்டு வந்து பேசிக்கலாம்", என கிருஷ்ணன் வித்யாதாரனிடம் கூறினான்.

“சரி.. யாரும் இங்க இருந்து வெளிய போக கூடாது.. நான் திரும்ப வர வரைக்கும் எல்லாரும் இங்கயே தான் இருக்கணும்.. உங்க எல்லார்கிட்டயும் விசாரணை பண்ணனும்..”, எனக் கூறி காவல் அதிகாரிகளை அங்கே நிற்க வைத்துவிட்டு செங்கல்வராயனையும், இளவேணியையும் அழைத்துக் கொண்டு சென்றனர்.

“என்ன இரத்தினம் இது? இப்டி என் மானத்த வாங்கிட்ட? , என ஏகாம்பரம் இரத்தினத்திடம் எகிறினார்.

“நான் என்ன பண்னேன் ஏகாம்பரம்?”, என இரத்தினம் உள்ளுக்குள் நடுங்கியபடிப் பேசினார்.

“உன்னால தான் அந்த ஆளு சொல்றபடி எல்லாம் நடந்துக்க வேண்டியதா இருந்தது. இந்த பெரிய வீட்டு சம்பந்தம் நீ தான் கொண்டு வந்த.. இப்ப பாரு.. மணவரை வரைக்கும் வந்து இந்த கல்யாணம் நின்னா அசிங்கம் யாருக்கு? எனக்கு தான் யா?”, எனக் கத்தினார்.

“கொஞ்சம் பொறுமையா இரு ஏகாம்பரம்.. அந்த பையன் இன்னிக்கி தான் அந்த பொண்ண கல்யாணம் செஞ்சி இருக்கான்.. அந்த வீட்டு ஆளுங்ககிட்ட தான் நீ நியாயம் கேக்கணும்” , எனத் தன்னை அந்த பிரச்சனையில் இருந்து விடுவித்துக் கொள்ள முயன்றார்.

“இங்க பாருங்க ஐயா.. இப்ப இவங்களுக்கு என்ன பதில் பையன் வீட்டு ஆளுங்க சொல்ல போறீங்க?”, என ஊர் பெரிய மனிதர் கேட்டார்.

பானுவிற்கும், தேவராயனுக்கும் திருமணம் நடந்ததில் அவர்கள் அனைவருக்கும் மனதில் சந்தோஷம் தான் ஏற்பட்டது.

“இப்டி நடக்கும்ன்னு நான் எதிர் பாக்கலங்க .. இதுக்கு என்ன செய்யணும்ன்னு சொல்லுங்க நான் அதுக்கு உடன்படறேன் ”, என தங்கதுரைக் கூறினார்.

“கொஞ்சம் எல்லாரும் அமைதியா இருங்க..” , எனக் கூறியபடி வேம்பு பாட்டி அங்கே வந்தார்.

நீலா ஆச்சியும் அங்கே அவருடன் வந்து அருகில் நின்றார். அவரைக் கண்டதும் இரத்தினம் பின்னால் பதுங்கி நின்றார்.

“பாத்தியா பங்காளி அந்த ஓணான் எப்டி பதுங்குது ..”, என வட்டி இரத்தினத்தை வேல்முருகனிடம் சுட்டிக் கட்டினான்.

“அந்த ஆளும் ஒரு கைக்கூலி தானே பங்காளி”

“ஆனா துரோகி பங்காளி.. அவன தனியா ஒரு நாள் கவனிக்கணும்.. இன்னொரு விஷயத்த இப்ப தான் கிருஷ்ணன் சொன்னாரு.. அதுக்காகவே அவன உயிரோட பொதைக்கணும்-ன்னு நான் மனசுல நெனைச்சிட்டு இருக்கேன்”, என வட்டி கூறினான்.

“என்ன வேம்பு அம்மா.. அவங்ககிட்ட நியாயம் கேக்கறத ஏன் தடுக்கறீங்க?”, என ஊர் பெரிய மனிதர் கேட்டார்.

“நீங்க எல்லாம் என்ன நியாயம் பேசுவீங்கன்னு எனக்கு நல்லா தெரியும்யா.. நியாயம் மொத பொண்ண பெத்த அப்பன்கிட்ட தான் நான் கேக்கணும்.. அவசர அவசரமா எதுக்கு நாலு நாள்ல கல்யாணம் வைக்கணும்? பொண்ணு பையன் பாக்காம இப்டி பண்றது சரி தானான்னு கேக்கணும்?”, எனக் கேட்டுவிட்டு ஏகாம்பரத்தைப் பார்த்தார்.

ஏகாம்பரம் காமாட்சியைப் பார்க்கவும், “அம்மா.. எதுவா இருந்தாலும் வீட்டுக்கு போய் பேசிக்கலாம்.. இங்க எதுவும் பேசாத ம்மா “ , என அவரிடம் வந்துக் கெஞ்சினார்.

“என்ன டி வீட்ல பேச போறீங்க? இத்தன வருஷம் உனக்காக எல்லாத்தையும் பாத்துட்டு கம்முன்னு இருந்தேன் ஆனா இனிமே என்னால அப்டி இருக்க முடியாது டி”, எனக் கூறினார்.

“என்ன கேக்கணும் உங்களுக்கு? எங்க ஊர்ல பொம்பளைங்க எல்லாம் பஞ்சாயத்துக்கு வரவே கூடாது.. நீங்க இங்க என்ன பேசினாலும் அது சபை ஏறாது” , என ஏகாம்பரம் கூறினார்.

“மாப்ள.. எனக்கு வயசு எழுவது .. எந்த பேச்சு எங்க சபை ஏறுமின்னு எனக்கு உங்கள விட நல்லா தெரியும்.. என்ன சொன்னீங்க பொம்பள பேசக்கூடாதா? பொம்பள பேசினா உங்க வண்டவாளம் எல்லாம் தண்டவாளம் ஏறிடும்ன்னு பயத்துல தானே பேச விடாம வச்சி இருக்கீங்க.. அந்த காலத்துலையே அத எல்லாம் நான் ஓரம் தூக்கி போட வச்சவ.. ஆம்பள பொம்பள எல்லாரும் சமம் தான் இந்த சமுதாயத்துல.. நீங்க பண்ற அட்டகாசத்துக்கு பொம்பளைய ஏன் வீட்டுக்குள்ள பூட்டறீங்க? எல்லாரும் ஆம்பளன்னு மீசைய முறுக்கிக்கிட்டு சுத்தறீங்கல்ல .. தைரியம் இருந்தா அவங்க அவங்க வீட்டு பொம்பளைங்கள நான் சகமனுஷியா தான் நடத்தறேன்னு சொல்லுங்க பாப்போம்.. “, எனக் கேட்டார்.

“வீட்டுக்குள்ள இருக்க பொம்பளைக்கு பஞ்சாயத்து பத்தி என்ன தெரியும்? அந்த தகுதி பொம்பளைக்கு இல்ல .. உங்களுக்கு எல்லாம் நாங்க பதில் சொல்ல வேண்டிய அவசியம் இல்ல..”, எனக் கூட்டத்தில் ஒரு பெரியவர் கூறினார்.

“யாரு.. மாரியப்பன் அண்ணே தானே.. உங்க பொண்டாட்டி செத்த ஒரு வாரத்துல சின்ன வயசு பொண்ண கல்யாணம் கட்டிக்கிட்டு வந்த உங்களுக்கு என்ன தகுதி இருக்கு பஞ்சாயத்து பேச?”, என வேம்பு பாட்டி கேட்டதும் அவர் வாய்மூடி ஓரமாக ஒதுங்கி நின்றார்.

வட்டியும், வர்மனும், வேல்முருகனும் ஒருவரை ஒருவர் பார்த்துவிட்டு அமைதியாக நின்றனர்.

"என்னடா இந்த பாட்டி இந்த போடு போடுது?", என மருது பாண்டியிடம் கூறினான்.

"இவங்க அந்த காலத்துலையே காலேஜ் போய் படிச்சவங்க டா.. அதான் இவ்ளோ தெளிவா பேசறாங்க.... பாரு ஒரு பெருசு கூட வாய் தொறக்கல ..", என பாண்டி கூறினான்.

"இப்ப என்ன நடக்கும்?", மருது அங்கு நடப்பவற்றை வேடிக்கைப் பார்த்தபடிக் கேட்டான்.

"வேம்பு அம்மா.. இப்ப விஷயத்துக்கு வரலாம்.. மாப்ள வேற கல்யாணம் பண்ணிக்கிட்டாரு.. அதுக்கு தான் இப்ப நியாயம் கேக்கணும்", என வேறு ஒருவர் கூட்டத்தில் இருந்துப் பேசினார்.

"அதுல அவங்ககிட்ட நியாயம் கேக்க எதுவுமே இல்ல தங்கராசு.. பையனையும் கட்டாயப்படுத்தி இருக்காங்க. அதான் அவன் தனக்குன்னு இருக்க பொண்ண கட்டிக்கிட்டான்.. ரெண்டு வீட்டுளையும் சின்னதுங்கல கட்டாயப்படுத்தி இருக்காங்க. அதுக்கு காரணம் செங்கல்வராயன்.. ரெண்டு பக்கமும் ஏதோ வச்சி மெரட்டி தான் அவன் இந்த கல்யாணத்த நடத்த ஏற்பாடு பண்ணி இருக்கான்.. அதனால இதுல பேச ஒண்ணும் இல்ல", எனக் கூறினார்.

"மணமேடை வரைக்கும் வந்த பொண்ண இனிமே யாரு கட்டிக்குவா ?", என அடுத்த கேள்வி கூட்டத்தில் இருந்துக் கிளம்பியது.

"இந்த கேள்வி கேக்கவே ஒருத்தன் எப்பவும் இருப்பான் போலவே ?", என வட்டி கூறினான்.

"அந்த பையன் எப்டி தனக்குன்னு இருக்க பொண்ண கட்டிக்கிட்டானோ அப்டி தான் என் பேத்திக்குன்னு இருக்கறவன் அவள கட்டிக்குவான்..", எனக் கூறியதும் நங்கை அதிர்ந்துப் பாட்டியைப் பார்த்தாள்.

"எது நடந்தாலும் வாய தொறக்காத ", என வினிதா அவளை வேறுபக்கம் அழைத்துச் சென்றாள்.

"அம்மம்மா என்ன சொல்றாங்க வினி?"

"உனக்கு நல்லது மட்டும் தான் அவங்க பண்ணுவாங்கன்னு நீ நம்பறல்ல?"

"ஆமா.. அதானே நான் வீட்லயும் சொல்லி சத்தியம் பண்ணேன்", எனக் கூறினாள்.

"அப்போ அமைதியா இரு.. இது உன் வாழ்க்கைக்கான விடியல் வர நேரம்" ,என வினிதா அவளை அமைதியாக இருக்கும்படிக் கூறினாள்.

"யாரு அவன்?", என ஏகாம்பரம் கேட்டார்.

"இங்க நிக்கற நீலாயதாட்சி பேரன் சிம்ம வர்மன் தான் அவளுக்குன்னு இருக்கவன்" , என வேம்பு பாட்டி கூறியதும், தேவராயன் கைத்தட்ட போக

பானு அவன் கையைப் பிடித்து நிறுத்தினாள்.

“நான் இதுக்கு ஒத்துக்க மாட்டேன்.. “, என ஏகாம்பரம் கூறினார்.

“பொண்ணுக்கு பெரிய பாட்டி நான்.. எனக்கு அவ கல்யாணம் நடத்தற உரிமை இருக்கு” , எனக் கம்பீரமாகக் கூறினார்.

“பெத்தவங்க இருக்கறப்ப எப்டி நீங்க முடிவு எடுக்க முடியும்?”, என ஒருவர் கேட்டார்.

“அவ பொறந்த உடனே எனக்கு இவங்க தத்து குடுத்துட்டாங்க. அந்த பத்தரம் என்கிட்ட இருக்கு. ஸம்ப்ரதாயப்படியும், சட்டப்படியும் அவளுக்கு அம்மா அப்பா எல்லாமே நான் தான். இத்தன நாள் அவளோட படிப்பு செலவுல இருந்து சாப்பாடு வரைக்கும் நான் பணம் குடுத்த ரசீது இருக்கு .. சின்னவனே.. அத ஊர் பெரிய மனுஷங்ககிட்ட காட்டு” , எனக் கூறினார்.

29

“என்ன மச்சான் இது புதுசா இருக்கு?” , என வட்டி கேட்டான்.

“இந்த ஊர்ல இது ஒரு பழக்கம் பங்காளி.. மொத பொண்ணு பொறந்தா அத தத்து குடுத்தா தான் ஆம்பள புள்ள பொறக்கும்ன்னு பொறந்த ஒடனே குடுப்பாங்க.. ஆனா வளக்க கூட காசு வாங்கறது இப்ப தான் நானும் கேள்வி படறேன் பங்காளி”, என தனக்குத் தெரிந்ததை வேல்முருகன் கூறினான்.

“என்ன மூட நம்பிக்கை இது?”, என வர்மன் கேட்டான்.

“சொன்னா நம்மல தான் திட்டுவானுங்க மச்சான்.. நம்ம இனிமே நம்ம வீட்டு பொம்பளைங்கல நடத்துறதுலையும், பொண்ண வளக்கறதுலையும் தான் இருக்கு”, எனக் கூறினான்.

ஏகாம்பரம் இப்போது ஏதும் பேச முடியாத நிலையில் நின்று இருந்தார். ஊர் பெரியமனிதர் அதை வாங்கிப் பார்த்து விட்டு, “வேம்பு அம்மாவுக்கு தான் மொதல் உரிமை இருக்கு.. நீங்க என்ன செய்யணும்ன்னு சொல்றீங்களோ அதுவே செஞ்சிடலாம்”, என அவர் கூறி முடித்துவிட்டார்.

“என் பேத்திய நான் நீலா பேரனுக்கு கட்டி குடுக்க போறேன்.. விருப்பம் இருக்கறவங்க இருந்து ஆசீர்வாதம் பண்ணுங்க. மத்தவங்க கௌம்பலாம்”, எனக் கூறிவிட்டு தனது மகன்களை அருகில் அழைத்தார்.

“இந்தா டா .. இதுல இருக்க பணத்த வச்சி இங்க செஞ்சி இருக்க ஏற்பாடு எல்லாம் கணக்கு முடிங்க.. பத்து மணிக்கு முகூர்த்தம்.. நீலா உனக்கு சந்தோஷம் தானே?”, எனக் கேட்டார்.

“ரொம்ப சந்தோஷம் வேம்பு.. எதையும் தைரியமா முறையா செய்யற உன்ன போல யாரும் இதுவரை நான் பாத்தது இல்ல டி “, என தன் மனதிற்குள் அழுத்திக்கொண்டு இருந்த விஷயத்தைக் கூறி அவரைக் கட்டிக்கொண்டார்.

“அம்மா.. மாப்ள..”, என சின்னவன் இழுத்தான்.

“அவங்கள விடு சின்னவனே.. புள்ளைக்கு நல்ல வாழ்க்கை இப்ப நாம அமைச்சி குடுக்கறது தான் முக்கியம்.. அப்பறம் அவங்கள பாத்துக்கலாம்..”,

எனக் கூறி மகனை அமைதிப்படுத்தினார்.

“தங்கச்சி?”, என வரதன் இழுத்தார்.

“உன் மச்சான் பேச்ச மீறி உன் தங்கச்சி இங்க வந்துடுவாளா? விட்றா.. எங்க போயிட போறா? பத்து மணிக்கு முகூர்த்தம்னா அதுக்கு முன்ன வந்த உறவு சனத்துக்கு கால பலகாரம் போட்டு இருக்கணும். வந்தவங்க வயிறு நெறைஞ்சி பொண்ணு மாப்ளைய வாழ்த்தணும்.. போய் அந்த வேலைய பாருங்க..”, என அவர்களை அனுப்பிவிட்டு தங்கதுரை அருகில் சென்றார்.

“நீலா..”, என அவரை முன்னாள் விட்டு அமைதியாக நின்றார்.

“உன் பையனுக்கு காலைல கல்யாணம் செஞ்சி வச்சது நான் தான் தங்கம்.. உன் குடும்ப வாரிசு பானு புள்ள வயித்துல வளருதுய்யா.. எல்லாமே சிக்கல்ல கொண்டு வந்து நிறுத்தன அப்பறம் எனக்கு இத தவிர வேற வழி தெரியல.. உன் அக்கா பொண்ண பத்தி உனக்கு நல்லா தெரியும்.. மனசுல எதுவும் வச்சிக்காம புள்ளைங்கள ஏத்துக்கய்யா”, எனக் கூறினார்.

“அத்த.. நீங்க தான் என்னய மன்னிக்கணும்.. இத்தன வருஷமா உங்கள எதுத்து எதுத்து நான் இழந்தது தான் அதிகம்.. இனிமே நாம ஒண்ணா இருக்கலாம்த்த .. அவங்க கல்யாணம் உங்களால நடந்தது எங்களுக்கு ரொம்ப சந்தோசம் தான். ஒரு இக்கட்டுல நிறுத்தி தான் அந்த செங்கல்வராயன் என்னை இந்த கல்யாணத்த நடத்த சொன்னான். நானும் வேற வழி இல்லாம மனசு அறிஞ்சி தான் இந்த புள்ளைங்கள பிரிக்க பாத்தேன்.. நீங்க தான் இப்பவும் நம்ம குடும்பத்த காப்பாத்தி இருக்கீங்க.. நம்ம வர்மனுக்கு நான் தாய் மாமனா இருந்து எல்லாமே செய்யறேன்..”, என அவரது காலில் விழுந்தார் தங்கதுரை.

மரகதமும் வந்து அவரது காலில் விழுந்து நன்றிக் கூறினார். “என் குடும்ப மானம் மரியாதை எல்லாத்தையும் காப்பாத்திட்டீங்க அத்த.. உங்களுக்கு நான் எப்பவும் கடமப்பட்டு இருக்கேன்”, எனக் கூறினார்.

“போதும் போதும்.. என் பேத்திய நான் போய் பாத்து ரெடி பண்ணணும்.. குடும்பம் எல்லாம் ஒண்ணு சேர்ந்தாச்சில்ல.. வாங்க போய் மொத சாமிய பாக்கலாம்.. மரகதம் புள்ளையும் பையனையும் ஒண்ணா நிக்க வச்சி எல்லாரும் ஆசீர்வாதம் பண்ணுங்க.. அர்ச்சனை பண்ணிட்டு எல்லாரும் சாப்புட வாங்க”, என அவர்களை அனுப்பிவிட்டு நீலா பாட்டியுடன் நங்கையைத் தேடி வந்தார்.

நங்கை முகத்தைத் திருப்பிக் கொண்டு நின்று இருந்தாள். அதைப் பார்த்ததும் வேம்பு பாட்டி ஒரு நொடித் தயங்கி அவளை அழைத்தார்.

“ராசாத்தி .. முத்து..”

“நீங்களும் அவங்கள மாதிரி தானே பாட்டி?”, எனத் தேம்பலுடன் கூறினாள்.

“அப்படி இல்லடா ராசாத்தி.. இவ்ளோ நடந்த அப்பறம் உன்ன அந்த வீட்ல என்னால விட்டுட்டு நிம்மதியா இருக்க முடியாது டா.. என்கூடவும் உன்னை

கூட்டிக்கிட்டு போகமுடியாது. அதனால தான் ஒரு பாதுகாப்பான எடத்துல உன்ன சேக்க நெனைக்கறேன் ..", என அவளை அணைத்துக் கொண்டு சமாதானம் கூறினார்.

"ஏன் பாட்டி.. நீ தனியா வாழலியா? நானும் அப்டி வாழ மாட்டேனா என்ன?", எனக் கேட்டாள்.

"தனியா இருக்கறது பெரிய விஷயம் இல்ல டி.. என்ன தான் வேற உறவு கூட இருந்தாலும் எப்பவும் நமக்குன்னு வாழ்க்க துணையா வரவங்க நம்ம கூட இருக்-கணும்-ன்னு தான் மனசு கேக்கும். நான் தனியா இருந்தது சாதனை தான்.. அந்த ஒரம் உனக்கும் இருக்கு.. ஆனா அதுக்கு பேரு வாழ்க்க இல்ல டி கண்ணு.. நீ இன்னும் எதுவுமே பாக்காத மொட்டு.. நீ பூத்து, காய்ச்சி பழம் ஆகணும் டி.. அது தான் நிறைவ குடுக்கும்.. ", என விளக்கம் கொடுத்தார்.

"ஏன் அம்மம்மா .. நீ தனியா ரொம்ப கஷ்டபப்பட்டியா?", என அவரின் முகம் பார்த்துக் கேட்டாள்.

"ஹாஹா.. நான் எல்லாத்தையும் பாத்துட்டேன் டி கண்ணு.. நீ இனிமே வாழ்க்கை பாடம் ஒண்ணு ஒண்ணா படி.. போ மொகம் கழுவி ரெடி ஆகு.. இன்-னிக்கி உனக்கு இந்த முடிவு கஷ்டமா இருக்கலாம்.. ஆனா உனக்கு நல்லது மட்-டும் தான் நான் செய்வேன்... அவன் ஏதாவது பிரச்சனை பண்ணான்னா ஒடனே எனக்கு ஒரு ஃபோன் போடு.. நான் வந்து அவன பேசிக்கறேன்..", என அவளை சிரிக்க வைத்தார்.

"அவன் சரியான மொரடன் அம்மம்மா.. சின்ன வயசுல இருந்து என்னைய ஆழ வச்சிட்டே தான் இருப்பான்.. அவன எப்டி நான் நம்பறது?", எனக் கேள்வி கேட்டாள்.

"அப்பா.. சிம்மவர்மா .. கேட்டுச்சா?", என வேம்பு பாட்டி கேட்டார்.

"கேட்டுச்சி பாட்டி.. நான் வர வைக்கறேன் சீக்கிரம்", என அவளை முறைத்-துப் பார்த்துக் கொண்டே கூறினான்.

"நீலா", என தான் விலகி அவருக்கு இடம் கொடுத்தார்.

"உங்கள எனக்கு ரொம்ப புடிச்சி இருக்கு பாட்டி.. பானு அக்காவுக்கு நீங்க சரியான நியாயம் தான் செஞ்சி இருக்கீங்க..", என நங்கை மனதாரக் கூறினாள்.

நீலா ஆச்சி அவளைத் தன்னோடு கட்டிக்கொண்டுக் கண்ணீர் விட்டார்.

"உன்ன என் வீட்ல வெறும் அவன் பொண்டாட்டியா மட்டும் நெனைச்சி கூட்-டிட்டு போல கண்ணு.. என் வீட்டு ஜீவனே நீ தான் ..", என அவளிடம் கூறி நெற்றியில் முத்தமிட்டார்.

"பாட்டி.. ", என ஆரம்பித்து தயங்கினாள்.

"ஆச்சிண்ணே கூப்டு கண்ணு", எனக் கூறினார்.

“அடுத்த மாசம் செமெஸ்டெர் வருது.. இந்த படிப்ப மட்டும் நான் முழுசா முடிச்சிக்கறேன்”, எனத் தயங்கித் தயங்கிக் கூறினாள்.

“அது முடியாது”, என ஆச்சி கூறியதும் முகம் வாடி வேம்பு பாட்டியைப் பார்த்தாள்.

“ஹாஹாஹா.. நீ எவ்ளோ படிக்க ஆசைப்படறியோ அவ்வளவும் படி கண்ணு.. நான் உன்ன படிக்க வைக்கறேன் ..”, எனக் கூறிச் சந்தோஷப்படுத்தினார்.

“சரி இப்ப சொல்லு இந்த கல்யாணத்துக்கு சம்மதமா?”, என இருவரும் கேட்டனர்.

நங்கை வர்மனைப் பார்த்து முறைத்துவிட்டு சம்மதம் கூறினாள். வர்மனும் அவளை முறைத்தபடி வேம்பு பாட்டியின் அருகில் வந்து, அவரது காலில் விழுந்து ஆசீர்வாதம் வாங்கினான்.

“இது புள்ள..”, என அவளின் அத்தை கூறியதும் நங்கையும் இரண்டு பாட்டிக்களின் காலிலும் ஒன்றாக விழுந்து வணங்கினர்.

“அப்பாடா.. ஒரு வழியா எல்லா பிரச்சனையும் முடிஞ்சது..” , எனக் கூறி வினிதா தூண் அருகில் அமர்ந்தாள்.

“நமக்கும் இன்னிக்கே கல்யாணம் வச்சிடலாமா டி செல்லம்?”, எனக் கேட்டபடி வேல்முருகன் அவள் அருகில் அமர்ந்தான்.

“படிப்பு முடியட்டும்.. அப்பறம் யோசிக்கலாம்..” , எனச் சிரிப்பை அடக்கியபடி கூறினாள்.

“கொழுப்பு டி.. அடுத்த மாசம் செம் முடிஞ்ச அடுத்த நாள் நம்ம கல்யாணம்.. இதுக்கு மேல உன்ன விட்டு வச்சா சரி பட்டு வராது..”, எனக் கூறிவிட்டு எழுந்துச் சென்றான்.

“பாப்போம் பாப்போம்..”, என இவள் ராகம் பாடினாள்.

“நாங்களும் பாத்துட்டு தான் இருக்கோம் .. சின்ன பசங்க இருக்க எடத்துல சூதானமா இருக்க சொல்லுங்கப்பா.. “, எனக் கூறியபடி வட்டி அங்கிருந்து சென்றான்.

பாரம் இல்லா சிரிப்பு சத்தம் அந்த இடத்தை நிரப்பியது.

ஏகாம்பரம் வீட்டில் குறுக்கும், நெடுக்குமாக நடந்தபடி வேம்பு பாட்டியை திட்டிக்கொண்டு இருந்தார்.

“இனிமே உன் பொறந்த வீட்டு ஆளுங்க யாருமே இங்க வர கூடாது.. உனக்கு அவங்க தான் ரொம்ப முக்கியம்னா இப்பவே நீயும் வெளிய போயிடு .. என்ன பேச்சு பேசரா உங்கம்மா.. ஒரு வார்த்த நீ தடுத்தியா டி?”, என மிளகாய் பொரிவது போல பொறிந்துக் கொண்டு இருந்தார்.

வித்யாதரனும், தன்ய கிருஷ்ணனும் அவர்களை தனியாக அடைத்து வைத்துவிட்டுக் கோவிலுக்குத் திரும்பினர்.

"சார்.. இந்த செங்கல்வராயன் தான் அப்போ வர்மா அப்பாவையும், தேவராயன் அப்பாவையும் கொன்னதா ?", என மீண்டும் கேட்டுத் தெளிவுப் படுத்திக்கொண்டான்.

"ஆமா டா.. கொலைய இவன் நேரடியா பண்ணல.. ஆனா அந்த லாரில இருந்தது இவனோட ஆள் அந்த இரத்தினம். ரெண்டு வண்டியும் ஒரே நேரத்துல அடிச்சி தூக்கி இருக்கான்.. அந்த கேஸ் ஒரு ரெஃபரென்ஸ்காக எடுத்தப்ப தான் இது தெரிஞ்சது. அந்த நாளுக்கு மொதல் நாள் செங்கல்வராயன் ஊர விட்டு போயிட்டான்-ன்னு ரெக்கார்ட் இருக்கு. ஆனா செய்ய சொன்னது அவன் தான்னு இரத்தினம் சொன்னது நமக்கு வீடியோவா இப்ப இருக்கு. அந்த இரத்தினம் கோவில்ல தான் இருப்பான். போனதும் அவன அரெஸ்ட் பண்ணனும்.." , எனச் சொல்லிக்கொண்டு வந்தார்.

"ஓகே சார்.."

"அப்பறம் இந்த விஷயம் உனக்குள்ள இருக்கட்டும்.. அவங்களுக்கு தெரிஞ்சா ரெண்டு பேரையும் உயிரோட விடமாட்டாங்க ..", எனக் கூறினான்.

அதைக் கேட்டு கிருஷ்ணன் முழிப்பது பார்த்து என்னவென விசாரிக்க, தான் வட்டியிடம் கூறியதைக் கூறினான்.

"உனக்கு எல்லாம் அறிவே வராது டா.. உன்னை என் அசிஸ்டண்டா வச்சி நான் படர அவஸ்த்தை இருக்கு பாரு..", என அவனைத் திட்டியபடி வேகமாக செல்ல சொன்னான்.

அங்கே பஞ்சாயத்து முடிந்ததும் வட்டியும், வேல்முருகனும் இரத்தினத்தை மருதுவிடம் ஒப்படைத்து தோப்பில் மறைத்து வைக்கக் கூறி அனுப்பி வைத்து இருந்தனர்.

வித்யாதரன் சொன்னது போலவே இரத்தினத்தைக் காணவில்லை என்றதும் கிருஷ்ணன் வட்டியைத் தேடினான்.

"வட்டி.. வட்டி.."

"சொல்லுங்க ஆபிசர்.. வாங்க சாப்டுங்க.. பந்தி ஆரம்பிச்சி மூணாவது ரவுண்ட் போயிக்கிட்டு இருக்கு", என அழைத்தான்.

"அந்த இரத்தினம் எங்க வட்டி?"

"என்னய கேட்டா? நீங்க தான் யாரும் வெளிய போக கூடாதுன்னு சொன்னீங்க.. அந்த ஏகாம்பரம் அவரு பாட்டுக்கு வீட்டுக்கு போயிட்டாரு.. அந்த ஆளு கூட தான் இந்த ஆளும் சுத்திக்கிட்டு இருப்பான்.. அவன போய் கேளுங்க", எனக் கூறினான்.

“வட்டி..” , என கிருஷ்ணன் பல்லைக் கடித்தான்.

“காலைல இருந்து ரொம்ப அலைச்சல் பட்டு இருக்கீங்க.. மொத சாப்டுங்க கிருஷ்ணன் ..” ,என தேவராயன் அவனை அமர வைத்துப் பந்தி பரிமாறினான்.

கிருஷ்ணன் பாவமாக முகத்தை வைத்துக்கொண்டு வித்யாதரனைப் பார்த்-தான்.

“உன்னால என்ன பண்ண முடியுமோ அத பண்ணிட்ட .. சாப்பிடு .. ஊருக்கு போலாம்.. அங்க வச்சிக்கறேன் “, எனக் கூறிவிட்டு அவரும் அங்கே அமர்ந்துச் சாப்பிட ஆரம்பித்தார்.

திருமணம் முடிந்து விசாரணை வைத்துக் கொள்ளும்படி அனைவரும் கேட்டுக் கொண்டதால், அது சிறிது நேரம் ஒத்திவைக்கப்பட்டது.

தடபுடலாக திருமணத்திற்கு அனைத்து ஏற்பாடுகளும் நடந்துக் கொண்டி-ருந்தன.

நங்கை வர்மன் எடுத்த புடவையில் முழுதாக பூத்த மலர் போல காட்சியளித்-தாள்.

மனதில் அவன்மீது கோபமும், வருத்தமும், சிறு பகையும் இருந்தாலும் தனது அம்மம்மாவிற்காக இந்த திருமணத்தை மனதார ஏற்றுக் கொண்டாள்.

வர்மனுடன் வாழப்போகும் வாழ்வைப் பற்றி அவளுக்கு சிறிதும் எண்ணம் இல்லை. ஆனால் அவளின் மனதிற்கும், ஆசைக்கும் மதிப்பு கொடுக்கும் நீலா ஆச்சிக்காக அவள் இதை ஒத்துக்கொண்டாள். இவை அனைத்தும் வர்மனும் நன்கு அறிந்தே இருந்தான்.

யாருக்கும் இதுவரை மனதில் இடம் தராத மொட்டு அவளின் இதயத்தில் இடம் பிடித்து, அவளது நம்பிக்கைப் பெற்று, அவளை எப்போதும் பூத்த புது மலராக வைத்துப் பாதுகாக்க முடிவெடுத்து மணவறையில் வந்து அமர்ந்தான்.

அவன் அமர்ந்த சில நிமிடங்களில் நங்கையும் அழைத்து வரப்பட்டு அவன் அருகில் அமர வைக்கப்பட்டாள்.

“ஓய்.. ஓய் .. இங்க பாரு டி “, என வர்மன் அவளை அழைத்தான்.

“என்ன டா?”, என அவளும் மற்றவர் கவனம் கவராத வண்ணம் பதில் கொடுத்தாள்.

“பாத்தியா டி.. சவால்ல நான் தான் ஜெயிக்க போறேன்..”, எனத் திமிராகக் கூறினான்.

“தாலி கட்டிட்டா மட்டும் நீ புருஷன் ஆகிடுவியா?”, என அவளும் கூறி-னாள்.

“நீ இப்ப என்கிட்ட தோத்துட்டன்னு ஒத்துக்க டி என் பொண்டாட்டி..”, என வம்பிழுத்தான்.

"உன்ன இனிமே தினம் தினம் தோக்க வைப்பேன் டா .. வர்மா இனிமே நீ தோல்வி மட்டும் தான் பார்ப்ப ..", என அவள் மீண்டும் சவால் விட்டாள்.

"அதயும் பாக்கலாம் டி என் ஸ்வீட் பீடா ", என அவளை வெறுப்பேற்றி அவள் கழுத்தில் தாலி கட்டினான் வர்மன்.

இருவரும் முறைத்தபடி இருப்பதை அழகாக புகைப்படம் எடுத்துக் கொண்டார் போட்டோகிராபர்.

ஏகாம்பரம் கெட்டிமேளம் சத்தம் கேட்டு அறைக்குள் சென்று முடங்கி விட்டார்.

காமாட்சி இருதலைக்கொள்ளி எறும்பாக வீட்டிற்குள் கணவனை விட்டுவிட்டு செல்ல முடியாமல் அவஸ்த்தைப் பட்டார். ராஜனும் அவருடன் அறைக்குள் அடங்கி இருந்தான்.

திருமணம் முடிந்ததும் அடுத்து நடக்க வேண்டிய எல்லா சடங்குகளும் நடந்துக் கொண்டு இருந்தது. நமது காவல் துறை ஒரு பக்கம் தங்களது விசாரணையைத் தொடங்கி நடத்திக்கொண்டு இருந்தனர்.

பொதுவாக அனைவரிடமும் செங்கல்வராயன் பற்றிய ஒரே தகவல் தான் கிடைத்தது. இரத்தினம் மட்டுமே சற்று நெருங்கி பழகிய ஆள், அவனைக் காணவில்லை.

தங்கத்துரையிடமும் விசாரணை நடந்தது. தனது தோட்டத்தில் கஞ்சா விளைய வைக்க அவன் கேட்டதாகவும் அதற்கு அவர் ஒத்து கொள்ளாததால், தாங்கள் நடத்தும் பள்ளியில் போதைப் பொருள் இருப்பதாகக் கூறி, பள்ளியை மூட செய்வேன் என்று மிரட்டி , ஒரு சில காரியங்களுக்கு அடித்தளம் மட்டும் போட முயற்சித்தான் எனக் கூறினார்.

"நீங்க ஏன் சித்தப்பா இத என்கிட்ட சொல்லவே இல்ல?", என தேவராயன் கேட்டான்.

"நம்ம பிரின்சிபால்-அ கடத்தி வச்சிக்கிட்டு மெரட்டறப்ப எனக்கு என்ன பண்றதுன்னு தெரியல ராயா.. தவிர உன் தங்கச்சியும் அவன் கிட்ட தான் இருந்தா..", எனக் கூறினார்.

"காலேஜ்ல இருந்த பொண்ண இவன் எப்டி தூக்குவான் சித்தப்பா?"

"உனக்கு கல்யாணம்ன்னு சொல்லி தான் வரசொல்லி இருக்கான். நம்ம யாரும் அவகிட்ட சொல்லலங்கற கோவத்துல அவளும் நம்மகிட்ட சொல்லாம கெளம்பி வந்து இருக்கா.. நல்ல வேல வர்மன் நம்ம பொண்ண காப்பாத்திட்டான்..", எனக் கூறினார்.

"இப்ப தங்கச்சி எங்க?", எனப் பதற்றமாகக் கேட்டான்.

"ஆஸ்பத்திரில இருக்கா ப்பா.. பானு ஃப்ரெண்ட் தான் பாத்துகிட்டு இருக்கா.. அவளுக்கு போதை மருந்து குடுத்து மயக்கமாக செஞ்சி இருக்காங்க", எனக்

கூறினார்.

“அவன எப்டி உயிரோட விட்டீங்க சித்தப்பா?”, என முகம் முழுக்க கோபத்தால் சிவக்க கேட்டான் தேவராயன்.

“வர்மன் மேல இருந்த நம்பிக்கை தான் தேவராயா.. அந்த இளவேணி நம்ம பொண்ண தூக்க போறப்ப, சரியா வர்மன் அங்க போய் தடுத்துட்டான். அதான் நம்ம பொண்ணுக்கு ஒண்ணும் ஆகல. அதுக்கு அப்பறம் தான் பானுகிட்ட பேசி வரசொல்லி அது எல்லாம் பண்ணுச்சி..”

“என்கிட்ட ஏன் சொல்லல பானு?”

“சொல்லி ஆக போறது ஒண்ணும் இல்ல மாமா.. எல்லாமே நல்ல படியா முடிஞ்சது நெனைச்சி சந்தோஷப்படு ..”, என அவனுக்கு சமாதானம் கூறினாள்.

வித்யாதரனும், கிருஷ்ணனும் ஏகாம்பரத்திடம் விசாரிக்கச் சென்றனர்.

“உங்க ஹஸ்பண்ட் கூப்பிடுங்க மேடம்”, என கிருஷ்ணன் கூறினான்.

“அவர ஏன் கூப்பிடறீங்க?”, என கண்களில் மிரட்சியுடன் கேட்டார் காமாட்சி.

“ஒண்ணும் பயபடாதீங்க அண்ணி.. அந்த செங்கல்வராயன் பத்தி கொஞ்சம் விசாரிக்கணும்.. அவர கூப்பிடுங்க”, என வித்யாதரன் கூறினான்.

ஏகாம்பரம் வந்ததும் கிருஷ்ணன் கேள்விகளை ஆரம்பித்தான்.

“உங்களுக்கும் செங்கல்வராயனுக்கும் எத்தன வருஷ பழக்கம்?”

“எனக்கு அவன போன மாசம் இருந்து தான் தெரியும்”

“அவன்கிட்ட எதுக்கு நீங்க முப்பது லட்சம் பணம் வாங்கினீங்க?”

“நான் நெறைய எடத்துல பணம் வாங்கி இருந்தேன். எல்லாரும் ஒரே நேரத்துல திருப்பி கேட்டாங்க.. என்னால அப்ப பணம் சேத்த முடியல.. அப்போ இரத்தினம் தான் அவன்கிட்ட கூட்டிட்டு போனான். அவன் தான் பணமும் வாங்கி குடுத்தான்”

“பணம் வாங்கறப்ப எதுலயாவது கையெழுத்து போட்டீங்களா? அடமானம் ஏதாவது வச்சீங்களா?

“இல்ல.. அது எதுவும் வேணாம்-ன்னு சொல்லிட்டான்.. நான் ஒரு நெலம் வெலைக்கு விட்டு இருக்கேன். அது முடிஞ்சதும் பணம் தறேன்னு சொல்லி இருந்தேன்..”

“வேற எப்டி இந்த கல்யாணத்துக்கு நீங்க ஏற்பாடு செஞ்சீங்க?”

“நான் என் பொண்ணுக்கு மாப்ள பாக்கறேன் நல்ல எடம் இருந்தா சொல்லுன்னு சொல்லி இருந்தேன்.. இரத்தினம் தான் எனக்கு அந்த மேலூர் சம்பந்தம் பேசி முடிச்சான்”

“எல்லாரும் செங்கல்வராயன் தான் பேசினதா சொல்றாங்க..”

“என்கிட்ட பேசி எல்லாம் செஞ்சது இரத்தினம் தான்”, எனக் கூறிவிட்டு அமைதி ஆகிவிட்டார்.

“வாணி.. பை எடுத்துக்க.. நாங்க கௌம்பறோம் அண்ணி”, என சொல்லிக்கொண்டு வித்யாதரன் அங்கிருந்துக் கிளம்பினான்.

ஏகாம்பரத்திடம் ஒரு வார்த்தை கூட பேசவில்லை. பேசவும் விரும்பவில்லை. வாணி வந்து தனது பொருட்களை எடுத்துக்கொண்டு, அக்காவிடம் மட்டும் கூறிக்கொண்டுக் கிளம்பினாள்.

கோவிலில் இருந்து அனைவரும் வர்மன் இல்லம் கிளம்பினர். வினிதா அவர்களுக்கு ஆரத்தி எடுத்து உள்ளே அழைத்துச் சென்றாள்.

வேல்முருகனும் வினிதாவும் அனைத்து வேலைகளையும் இழுத்துப் போட்டு கொண்டு சிரிப்புடனும், மகிழ்ச்சியுடனும் செய்துக் கொண்டிருந்தனர்.

“கண்ணு.. வெளக்கு ஏத்து டா”, என நீலா ஆச்சி கூறினார்.

சாமியறையில் விளக்கு ஏற்றி கற்பூரம் காமித்து அனைவருக்கும் காட்டினாள்.

வர்மன் அவளுக்கு சூடம் தொட்டு வைத்து, அவளுக்கு முதலில் விபூதி குங்குமம் வைத்து விட்டு தான் இட்டுக் கொண்டான்.

நங்கை அவனை முறைத்தபடி அடுத்தவர்களுக்கு விபூதி கொடுக்கச் சென்றாள்.

பின் மணமக்களுக்கு பால் பழம் கொடுத்துவிட்டு ஓய்வு எடுக்க அனுப்பி வைத்தனர்.

முதல் நாள் முழுக்க தூங்காமல் சுற்றியதால் வர்மன் அறைக்கு சென்றதும் உறங்கிவிட்டான். அவனது முகத்தில் அயர்ச்சியை மீறிய சிரிப்பு அமர்ந்து இருந்தது.

நங்கையும் காலையில் இருந்து நடந்த விஷயங்களில் உடல் உளைச்சல், மன உளைச்சல் ஏற்பட்டு சோர்வாக உணர்ந்தாள்.

“நல்லா தூங்கு நங்க.. நான் அப்பறமா வந்து எழுப்பறேன்”, எனக் கூறிவிட்டு வினிதா அவளை ஒரு அறையில் விட்டுச் சென்றாள்.

அவள் அப்பத்தா அருகில் இருந்தபோது உறங்கிய உறக்கம் இப்போது அவளை மீண்டும் வந்துத் தழுவியது.

மாலையில் இருவரையும் எழுப்பிக் குளிக்க வைத்து, குலதெய்வ கோவில் அனுப்பி வைத்தனர்.

“நீலா.. ஏற்பாடு ஆச்சா?”

“இன்னிக்கி அவசியம் தேவையா வேம்பு?”

“நம்ம இன்னிக்கி நழுங்கு வச்சிட்டு விற்றலாம் நீலா.. அதுங்க எப்ப வேணா அவங்க வாழ்க்கைய ஆரம்பிச்சிகட்டும்..” ,எனக் கூறி இரவு சடங்கிற்கான ஏற்பாடுகளைச் செய்யச் சொன்னார்.

“வந்து உன் பேத்தி என்ன ஆட்டம் ஆட போறாளோ?”, எனப் புலம்பியபடி நீலா ஆச்சி அனைத்தும் ஏற்பாடு செய்தார்.

கோவிலில் இருந்து வந்ததும் இருவரும் முறைத்துக் கொண்டு நிற்பது பார்த்து வேம்பு பாட்டியும், நீலா ஆச்சியும் தலையில் அடித்துக் கொண்டு தங்கள் வேலையை செய்தனர்.

“இப்ப எதுக்கு இது எல்லாம்?”, என வர்மன் கேட்டான்.

“எங்க கடம நாங்க பண்றோம் .. நீங்க புருஷன் பொண்டாட்டி என்னவோ பண்ணுங்க.. “, எனக் கூறிவிட்டு நீலா ஆச்சி சென்றுவிட்டார்.

“அம்மம்மா..”, என நங்கை ஒரு பக்கம் சிணுங்கிக் கொண்டு இருந்தாள்.

“கல்யாணம் ஆகி ரெண்டு பேரும் ஒரே ரூம்ல தான் இருக்கணும்.. தனி தனியா இருந்தா எங்க இருந்து அன்னியோனியம் வரும்? இதுலாம் செஞ்சி தான் ஆகணும்.. நீங்க என்னவேணா பேசி முடிவு பண்ணுங்க.. எங்க வேலைய நாங்க சரியா பண்ண விடுங்க..”, என வேம்பு பாட்டியும் அவளை அதட்டிவிட்டு அங்கிருந்துச் சென்றார்.

நழுங்கு முடிந்து இருவரையும் ஒரே அறைக்குள் வைத்துப் பூட்டினர். நங்கை அவனை முறைத்தபடி சென்று ஒரு பக்கம் அமர்ந்துக் கொண்டாள். வர்மனும் அவளை முறைத்துவிட்டு மற்றொரு பக்கம் சென்று அமர்ந்துக் கொண்டான்.

“நான் படிச்சி முடிக்கணும்.. அதுவர இது எல்லாம் வேணாம்..” , என நங்கை பட்டெனக் கூறினாள்.

“நீ மொத என்னய நம்பு டி.. கார்ல நான் உன்ன என்ன சொன்னேன்? கைய வெளிய நீட்டாத, முள்ளு செடி வரும்னு தானே டி சொன்னேன்.. அதுக்கு எதுக்கு அந்த மொறை மொறைச்சிட்டு பின்னாடி போய் ஒக்காந்த ?”, எனக் கேட்டான்.

“அந்த ரோட்ல முள்ளு செடியே இல்ல.. நீ வேணும்னு தான் என்னைய கை நீட்டி வெளயாட விடாம பண்ண.. இந்த சின்ன விஷயம் கூட நீ என்னைய செய்ய விடமாட்டேங்கற .. என் அம்மம்மாகிட்ட மட்டும் அவளோ போய் சொல்லி இருக்க.. நான் ஏன் உன்ன நம்பணும்?”, எனக் கேட்டுவிட்டு சிறுபிள்ளைப் போல முறைத்துக் கொண்டு இருந்தவளை ஒன்றும் செய்ய முடியாமல் பார்த்துக் கொண்டு நின்றான்.

“ஒரு லூச கல்யாணம் பண்ணேன் பாரு என்னைய சொல்லணும்..” , எனச் சத்தமாக முணுமுணுத்தபடி தனது போர்வையை எடுத்தான்.

“நீ தான் டா கெஞ்சி என் அம்மம்மாகிட்ட வந்து கேட்ட.. நானா உன்ன கல்யாணம் பண்ணிக்கறேன்னு சொன்னேன்? “

“இன்னொரு வார்த்த பேசாத.. போய் படு போ “, என அவளிடம் முறைத்துவிட்டு மொட்டை மாடிக்குச் சென்றான்.

அவன் போர்வையுடன் செல்வதுக் கண்டு அனைவரும் தலையில் கை வைத்துக் கொண்டனர்.

“இதுங்க எல்லாம் எப்ப திருந்தும்?”, என நீலா ஆச்சி கேட்டார்.

“அடுத்த மாசம் பரீட்சை முடியட்டும் நீலா.. அதுவர விடு.. அப்பறம் ரெண்டையும் ஒரு வழி பண்ணிடலாம்..” , எனச் சிரித்தபடி முருகனை நினைத்து உறக்கத்திற்குச் சென்றார்.

நீலா ஆச்சியும் முருகனுக்கு மனதார நன்றி கூறி வீட்டைப் பூட்டி விட்டு உறங்கினார்.

30

காலை முதல் எல்லாரும் பரபரப்பாக தயாராகிக் கொண்டு இருந்தனர். நங்கை மெல்ல எழுந்து கீழே வந்துப் பார்த்தாள். நீலா ஆச்சியும், வேம்பு பாட்டியும் வீட்டின் முன் பந்தல் போடும் வேலையை மேற்பார்வைப் பார்த்துக்கொண்டு இருந்தனர்.

“டேய் பழனி.. இந்த பக்கம் முட்டு சாயுது பாரு.. ஒழுங்கா பிடிச்சி கட்டு டா.. டேய் டேய்.. அங்க பாரு அந்த பக்கம் ஸ்கிரீன் துணி தண்ணீல விழுகுது.. ஒழுங்கா பிடிச்சி போடுங்க டா.. என்னடா வேல பாக்கறீங்க?”, என இருவரும் ஆளுக்கு ஒரு பக்கம் நின்று வேலை செய்பவர்களைத் திட்டிக்கொண்டு இருந்தனர்.

“ஆச்சி.. நீ கத்தறதுல தான் எல்லாமே தப்பு தப்பா பண்றாங்க.. நீ போய் மொத மதியம் சாப்பாடுக்கு என்ன என்ன செய்யணும்ன்னு சொல்லிட்டு வாங்க. அதுக்குள்ள பந்தல் வேல முடிஞ்சி இருக்கும்”, என வட்டி அவர்களை அங்கிருந்துப் போகச் சொன்னான்.

“ஒரு வேல ஒழுங்கா செய்ய சொன்னா என்னைய ஏண்டா வெரட்டுற? ஆடு கோழி மீனு எல்லாம் வாங்கியாச்சா? எல்லா வீட்டுக்கும் தகவல் சொல்லியாச்சா? தங்கதுரை எப்ப வரான்? அவங்க வீட்ல இன்னிக்கி விருந்து இல்லயா?” , என மூச்சு விடாமல் கேட்டார் நீலா ஆச்சி.

“கொஞ்சம் மூச்சு விடு ஆச்சி.. நம்ம இன்னிக்கி போடறோம்ல அப்பறம் அவங்க எப்டி இன்னிக்கி போடுவாங்க ? அதுவும் இல்லாம புள்ள மாசமா இருக்கு. அதனால இப்ப வைக்கலியாம் .. கொழந்த பொறந்த அப்பறம் ஒண்ணா போற்றுவாங்க.. பங்காளி எல்லா வீட்டுக்கும் போய் அழைப்பு வச்சிட்டு இருக்காரு.. நான் நம்ம ஊரு எல்லாம் கூப்பிட்டு முடிச்சிட்டேன்.. காட கவுதாரி எல்லாம் வாங்கியாச்சி.. நீ போய் அடுப்ப பத்த வச்சிட்டு வா”, எனக் கூறினான்.

“கூனி ஆச்சி எங்க டா?”, என வேம்பு பாட்டி கேட்டார்.

“அதோ வந்துட்டு இருக்கு..”, என வட்டி தூரத்தில் கைக்காட்டினான்.

“வாங்க வள்ளி சித்தி.. எப்டி இருக்கீங்க?”, என நீலா ஆச்சியும், வேம்பு பாட்டியும் கூனி ஆச்சியை உள்ளே அழைத்துச் சென்றனர்.

“வரேன் .. வீட்ல விசேஷம் எப்டி போகுது ?”, என விசாரித்தபடி கீழே அமர்ந்தார்.

“எல்லாம் அடிதடியா தான் போகுது சித்தி.. நீங்க தான் புள்ளைங்களுக்கு மொத எண்ணை குடுக்கணும்..”, என நீலா ஆச்சி கூறினார்.

“நான் எதுக்கு டி? நல்லா இருக்கறவள குடுக்க சொல்லு”, என மறுத்தார்.

“உன்ன விட யாரு நல்லா இருந்துட்டாங்க.. இப்ப இருக்காங்க? நீ தான் குடுக்கணும் அத்த.. உன் ஆசீர்வாதம் தான் அவங்க வாழ்க்கைக்கு மொத வேணும்.. அப்ப தான் நல்லா வாழும்ங்க .. “, என வேம்பு பாட்டி கூறினார்.

“சொல்றத கேளுங்க டி..”, என அவர் மீண்டும் மறுத்தார்.

“நீ எதுவும் சொல்லாத.. நங்கை .. வர்மா .. ரெண்டு பேரும் இங்க வாங்க ..”, என அழைத்தனர்.

“என்ன அம்மம்மா?”

“என்ன அப்பத்தா?”, என இருவரும் வந்து நின்றனர்.

அந்த குடும்பத்தின் வழக்கப்படி, திருமணம் முடிந்த அடுத்த நாள் நன்கு காய்ச்சிய எண்ணையை மணமக்கள் இருவருக்கும் கொடுத்துக் குளித்து வர கூறு-வர். அதனால் அவர்கள் உடலும், மனமும் புத்துணர்ச்சி பெற்றுக் கூட்டத்தினால் ஏற்படும் கிருமி தொற்றில் இருந்தும் அவர்களை காக்கும். அந்த எண்ணையில் இருபதுக்கும் அதிகமான மூலிகையைக் கலந்து வேக வைப்பதால், பல நன்மைகள் அவர்களுக்குச் சென்று அடையும்.

இதை வயதில் மூத்த பெண் கொடுப்பது தான் முறையும் கூட, அவர்கள் தனது கணவனுடன் மனமொத்து வாழ்ந்தவர்களாகவும் இருக்க வேண்டும் என்பதே முக்கியமான விஷயம்.

மணமக்களே தங்களுக்கு எண்ணை வைத்துக்கொண்டு வந்து மனையில் அமர்ந்த பின் அரைத்து வைத்து இருக்கும் மஞ்சளை அவர்கள் இருவரின் உடலி-லும் பூசி விட்டு, பொட்டு வைத்து, ஆரத்திச் சுற்றி எழுப்புவார்கள்.

இதை வர்மன் குடும்பத்தில் ஒரு முக்கியமான வழக்கமாக காலம் காலமாக பின்பற்றி வருகின்றனர். இந்த எண்ணை தொடர்ந்து தலைக்கு தடவி வருவதால் உடல் சூடு தனிந்து, உடனே பிள்ளை வயிற்றில் நிற்கவும் உதவும் என்பது முக்கி-யமான மருத்துவ குணம்.

பைத்தியக்கார தனமான வழக்கங்கள் இல்லாமல், அறிவியல் ரீதியான விளக்-கங்கள் கூறிப் பின்பற்றப்படும் விஷயங்கள், தலைமுறை கடந்தும் நல்ல வாழ்வியல் முறைகளைப் பின்பற்ற உதவும்.

பரபரவென அனைத்து ஏற்பாடுகளும் முடிந்து வரவேற்பில் வந்து நின்றனர் வர்மனும், நங்கையும்.

வர்மன் நங்கைக்கு தன்னால் அனைத்தும் செய்துப் பார்த்துக்கொள்ள முடியும் அதனால் ஏகாம்பரம் வாங்கிக் கொடுக்கும் எதுவும் வேண்டாம் எனக் கூறிவிட்டான்.

இந்த வீட்டில் அடி எடுத்து வைக்கும் முன்னேயே அவளின் உடமைகள் என இருக்கும் அனைத்தும் வர்மன் அவளுக்கென்று வாங்கி வைத்தது தான். அதை அவளும் மனதார ஏற்று கொண்டாள்.

திருமணம் முடிந்த இரவு ஏகாம்பரம் நங்கைக்கு என்று வாங்கிய சேலை நகைகலிருந்து அனைத்தும் வரதன் மூலமாகக் கொடுத்து அனுப்பினார்.

“என் பொண்டாட்டிய இத்தன நாளா மனுஷியா கூட மதிக்காதவங்க கொடுக்கற எந்த பொருளும் எங்களுக்கும் அவளுக்கும் தேவ இல்ல சித்தப்பா.. நீங்களே இத பத்ரமா அவங்ககிட்ட குடுத்துடுங்க..”, எனக் கூறி வீட்டின் உள்ளே கூட அதை எல்லாம் கொண்டு வர விடவில்லை.

நங்கை வர்மன் பேசிய அனைத்தும் பார்த்து எதுவும் கூறவில்லை. இத்தனை ஆண்டுகள் தனக்கு சாப்பாடு போட்டதற்கு கூட பணம் வாங்கிய பெற்றவர்களை நினைத்து மனம் வெறுத்துப் போயிருந்தாள். அவளுக்கும் அவர்களின் மேல் இருந்த கொஞ்ச அன்பும் முழுதாக மனதை விட்டு அகன்று இருந்தது.

அவளைக் கடந்துச் சென்றவன் மீண்டும் அவளிடம் வந்து, ”உனக்கு அதுல இருந்து ஏதாவது எடுத்துக்க ஆசை பட்டா எடுத்துக்க”, எனக் கூறினான்.

“அவங்க தான் எனக்கு எதுவுமில்லன்னு ஆகிடிச்சே .. அடுத்தவங்க பொருளுக்கு நான் ஏன் ஆசைப்படணும்.. இனிமே நீ வாங்கி குடுக்கறது போதும் ..”, எனக் கூறிவிட்டு அறைக்குள் சென்று விட்டாள்.

வர்மன் மெலிதாக சிரித்து அவளைப் பார்த்தபடிச் சென்றான். “சரியான வலுசாறு புடிச்சவ..”, என மனதிற்குள் சொல்லிக்கொண்டான்.

வரவேற்பில் வாழ்த்த வந்த அனைவரும் மனதார வாழ்த்திவிட்டு, வயிறார உண்டு விட்டு சென்றனர் வட்டி, வேல்முருகன் மற்றும் தேவராயனின் மேற்பார்வை கவனிப்பில்.

“மாப்ள.. அந்த ஆள எப்ப பொதைக்கறது ?”, என தேவராயன் வட்டி அருகில் வந்துக் கேட்டான்.

“இன்னிக்கி ராத்திரி பூஜை போட்டுக்கலாம் மாப்ள..”, என வட்டி கூறிவிட்டு வர்மனை கண் காட்டி விட்டுச் சென்றான்.

தேவராயன் புரிந்துக் கொண்டு, விருந்து முடிந்ததும் சொல்லிக்கொண்டு இல்லம் சென்றான்.

"டேய் சிம்மா.. கண்ட நேரத்துல வெளிய சுத்தாம நேரத்துக்கு வீட்டுக்கு இனிமே வந்துடனும் சொல்லிட்டேன்.. வீட்ல உனக்காக ஒருத்தி இருக்காங்கற நெனப்பு எப்பவும் மனசுல வச்சிக்க..", என அவன் மாலை வெளியே கிளம்பும்போது கூறினார்.

"சரி அப்பத்தா ..", எனக் கூறி வெளியே வந்த போது நங்கை நின்று இருந்தாள்.

"என்ன முத்து? ஏதாவது வேணுமா?", எனக் கேட்டான்.

அவனின் 'முத்து' என்ற அழைப்பு அவளின் மனதை ஏதோ செய்தது. முகத்தில் எந்த உணர்வையும் காட்டாமல், "என் புக் நோட்ஸ் , மத்த சர்டிபிகேட் எல்லாம் எடுத்துட்டு வரணும்.. ", என அவன் முகம் பார்க்காமல் கூறினாள்.

"என் மூஞ்ச பாத்து பேசு டி.. வினிதா எல்லாத்தையும் கொண்டு வந்து நாளைக்கு குடுப்பா.. வேற ஏதாவது அங்க இருந்து உன் பொருள் தேவைன்னா சொல்லு.. வினிதா எல்லாத்தையும் கொண்டு வந்துடுவா.."

"வரப்போ 4 நோட் வாங்கிட்டு வா வர்மா.. எனக்கு ஒரு ஃபோன் வேணும் ", எனக் கேட்டாள்.

"நாளைக்கு நம்ம கடைக்கு போறப்ப நீயே உனக்கு புடிச்சது வந்து வாங்கிக்க முத்து.. ஒரு வாரத்துல கடை திறப்பு இருக்கு.. கொஞ்சம் அலச்சல் இருக்கும்.. எனக்காக பாக்காம நேரத்துக்கு சாப்பிடு .."

"நான் ஏன் உனக்காக சாப்டாம இருக்க போறேன்.. நான் நாளைக்கு இருந்து காலேஜ் போகணும்.. தெனம் பஸ் ஏத்தி விட நீ சீக்கிரம் ரெடி ஆகிடு.. அதுக்கு அப்பறம் நீ எங்க வேணா போ.. சாயந்தரம் பிக்அப் பண்ண சரியா வந்துடு", எனக் கூறிவிட்டு உள்ளே சென்றாள்.

"ஏய்.. உனக்கு வேல செய்ய தான் நான் இங்க இருக்கனா டி? ஒழுங்கா வண்டி ஓட்டி பழகு.. உனக்கு சேவகம் பண்ண எல்லாம் எனக்கு நேரம் இல்ல..", எனக் கத்தினான்.

"நான் தான் வேணும்னு கெஞ்சி கேட்டு என் அம்மம்மா கால்ல விழுந்து கல்யாணம் பண்ணிக்கிட்டல்ல.. எல்லாம் சேவகமும் செஞ்சி தான் ஆகணும். நீ வந்தா தான் நான் வீட்டுக்கு வருவேன். அப்பறம் உன் இஷ்டம்", என நின்று கூறிவிட்டு திரும்பி நடந்தாள்.

"அப்டியே அங்கயே வாட்ச்மேன் வேல பாரு.. நான் வரமாட்டேன் ", என கூறிவிட்டு இவனும் சென்றுவிட்டான்.

இவர்களின் சம்பாசனைக் கேட்டு பெரியவர்கள் இருவரும் வாய் விட்டு நகைத்தனர்.

“பாருங்க ஆச்சி உங்க பேரன.. எனக்கு வேலை செய்ய முடியாதாம்.. அப்பறம் எதுக்கு என்னைய கல்யாணம் பண்ணனும்.. நானும் அவனுக்கு எதுவும் பண்ணமாட்டேன்..” , என நங்கை கோபமாகக் கூறினாள்.

“முத்து.. மாப்ளய நீ தனியா எப்டி வேணா கூப்டுக்க மத்தவங்க முன்ன மரியாதையா சொல்லணும்”, என வேம்பு பாட்டி அவளின் தவறைத் திருத்தினார்.

“சாரி அம்மம்மா.. “, எனக் கூறிவிட்டு தங்களது அறைக்குள் சென்று நுழைந்துக் கொண்டாள்.

தேவராயன் பழத்தோட்டம் ..

“வர்மா.. இவன என்ன செஞ்சா நமக்கு மனசு திருப்தி ஆகும்?”, என தேவராயன் இரத்தினத்தை அடித்துத் தொங்கவிட்ட பின் அமர்ந்துக் கேட்டான்.

“இவன கொல்றதால நம்ம அப்பா அம்மா திரும்ப வரமாட்டாங்க ராயா ..”, என ரத்தினத்தை பார்த்தபடி கூறினான்.

“அதுக்காக இவன சும்மா விட சொல்றியா ?”

“உன் இஷ்டம் எதுவோ அத பண்ணு.. நான் செங்கல்வராயன போட்டு தள்ள தான் முயற்சி பண்றேன்..”, எனக் கூறினான்.

“அதான் அவன ஜெயிலுக்கு அனுப்பிட்டாங்கலாம்ல..”, வேல்முருகன்.

“நமக்கு ஜெயில் ஒண்ணும் புதுசு இல்ல மாப்ள.. என் கூட அப்போ உள்ள இருந்தவன் ஒருத்தன் செங்கல் இருக்க ஜெயில்ல தான் இருக்கான்..”

“அப்பறம் என்ன யோசன வர்மா? போட்டு தள்ள சொல்லு அந்த துரோகிய ..”, தேவராயன் ஆவேசமாகக் கூறினான்.

“வித்யாதரன் மாமாவுக்கு அவன் ரொம்ப முக்கியம் ராயா.. நம்ம குடும்ப பிரச்சனைக்காக அவன கொன்னுட்டா அவனுக்கு பின்னாடி இருக்க போதை கடத்தல் கும்பல புடிக்க முடியாம போக வாய்ப்பு இருக்கு.. அதனால அவன இப்ப கொல்ல வேணாம்.. தவிர இளவேணி அவனோட பொண்ணு இல்லன்னு நிரூபணம் ஆகி இருக்கு.. ஏதோ பெரிய திட்டத்தோட இங்க வந்தவங்க எப்டியோ நம்மகிட்ட சிக்கிட்டாங்க..”

“இது எல்லாம் நமக்கு தேவையா வர்மா?”, என தேவராயன் எரிச்சலுடன் கேட்டான்.

“இல்லயா பின்ன? நம்ம ஊரு ஸ்கூல் பசங்களுக்கு போதை மருந்து குடுக்கற அளவுக்கு வந்துட்டாங்க.. அந்த பய ராஜன் அன்னிக்கி அதிகமான போதை மருந்து எடுத்து தான் சுய நெனவு தப்பி விழுந்து இருக்கான். பதினாறு வயசு பையன் கைல அது கெடச்சா நம்மலோட அடுத்த தலைமுறை எல்லாம் காணாம போயிடும்.. அதனால் இவன மட்டும் இப்ப கொண்ணு உன் ஆத்தரத்த தீத்துக்க .. அவன நம்ம கண் பார்வைல வச்சி இருந்து கொஞ்சம் பொறுத்து கொல்லலாம்

.. “, எனக் கூறிவிட்டு எழுந்து வெளியே சென்றான்.

அதன்பின் தேவராயன் அவனுக்கு தோன்றியபடி எல்லாம் ரத்தினத்தை மெல்-உயிர்வதை செய்து விட்டு நிரந்தரமாக அவனை அடக்கம் செய்தான்.

நாட்கள் அதன் போக்கில் சென்றுக் கொண்டு இருக்க, செமெஸ்டெர் தேர்வும் நெருங்கி இருந்தது.

வர்மன் என்ன சொன்னாலும் அதற்கு மறுப்பு சொல்லி, அவள் ஒரு விதமாக செய்வது வீட்டில் தினம் நடக்கும் கூத்தாக மாறி இருந்தது. அவனுக்கு எதிராக அனைத்தும் செய்தே தீருவேன் என்கிற பாங்கு நன்றாக அவனுக்கும் புரிந்தது.

இடையில் வேம்பு பாட்டி இரண்டு முறை வந்துப் பார்த்துவிட்டுச் சென்றார். மறுவீடும் தான் தங்கி இருந்த வீட்டிற்கு அழைத்துச் சென்று மணமக்களை எந்த குறையும் வைக்காமல் தன் சுய சம்பாத்தியத்தில் நங்கைக்கு சில புடவையும், சில முக்கியமான பொருட்கள் மட்டும் சீர் செய்தார்.

“இந்த பாட்டியால இவ்வளவு தான் ராசாத்தி முடியும்.. இது எல்லாமே என் சம்பாத்தியத்துல வாங்குனது.. உனக்கு புடிச்சி இருக்கா?”, என ஆதரவாகத் தலையை வருடியபடிக் கேட்டார்.

“நீங்க எது செஞ்சாலும் செய்யலனாலும் நான் எதுவும் சொல்ல போறது இல்ல அம்மம்மா.. அப்பத்தாவும் நீங்களும் மட்டும் இல்லைன்னா நான் இல்ல.. உங்க அன்பு ஒண்ணு தான் எனக்கு எப்பவும் வேணும்..”, எனக் கூறி அவரைக் கட்-டிக்கொண்டாள்.

“அன்ப கேட்டா மட்டும் பத்தாது.. குடுக்கவும் பழகணும்-ன்னு சொல்லுங்க பாட்டி.. எப்ப பாரு நான் சொல்றதுக்கு மறுப்பு சொல்லிக்கிட்டே இருக்கா உங்க பேத்தி.. ஏதாவது சொன்னா ஓடனே உங்ககிட்ட நான் கெஞ்சி இவள கட்-டனேன்னு ஓப்பாரி வைக்கறா.. “, என வர்மன் அவள் மேல் குற்றப்பத்திரிக்கை வாசித்தான்.

“நீங்களே சொல்லுங்க அம்மம்மா .. எந்த விஷயத்த எப்ப எப்டி செய்யணும்-ன்னு இருக்கா இல்லயா? கண்ட நேரத்துல கண்டதும் செய்ய சொன்னா மறுப்பு சொல்லாம வேற என்ன சொல்வாங்கலாம்? கடை திறப்பு வச்சிக்கிட்டு சும்மா ஊர சுத்திக்கிட்டு இருந்தா வட்டி அண்ணே மட்டும் எவ்ளோ வேல பாக்கும் ? அவருக்கு ஒரு குடும்பம் அமைச்சி குடுக்கற பொறுப்பு நமக்கு இருக்கா இல்லயா? அத சொன்னா இவரு கொஞ்சம் கூட யோசிக்காம கத்தராரு ..”, என அவளும் அவன் மேல் புகார் வாசித்தாள்.

“உங்க பஞ்சாயத்துக்கு நான் வரல சாமிங்களா .. நீங்களே பேசிக்கோங்க”, என அவர் எழுந்துச் சென்று விட்டார்.

கடையில் ஏற்பட்ட வேலை தமாதத்தினால் நங்கையின் பரீட்சை முடிந்து திறப்பு விழா வைத்துக் கொள்ளலாம் என நீலா ஆச்சி கூறிவிட்டார்.

“அவ பரிச்ச எழுத நான் ஏன் கடைய திறக்காம வச்சி இருக்கணும்?”, என வர்மன் சண்டைப் போட்டான்.

“அந்த கட உன் பொண்டாட்டிக்கு தான் சொந்தம்.. அவ பரீட்ச முடிஞ்சி வந்து எல்லாத்தயும் பாத்துக்குவா .. இத்தன நாளு இழுத்தல்ல இன்னும் ரெண்டு வாரத்துல ஒண்ணும் ஆகிடாது.. போ போய் அறுப்பு வேலைய பாரு.. “, என அவனை அதட்டி அனுப்பினார்.

“நீயும் அவளுக்கு தான் எப்ப பாரு பறிஞ்சி பேசற கெழவி.. இரு ஒரு நாள் வச்சிக்கறேன்”, என முறைத்துவிட்டுச் சென்றான்.

“ஆச்சி.. நான் எப்டி கடைய பாத்துக்க முடியும்?”, என நங்கை தயக்கமாகக் கேட்டாள்.

“நீ தானே சுய சம்பாத்தியம் பண்ணனும்ன்னு ஆசைப்பட்ட.. அதுக்கு தான் உனக்கு இது ஆரம்பமா குடுக்கறேன்.. இத நீ நல்லா லாபகரமா நடத்தி உன் சம்பாத்தியத்துல முன்ன வா..”, எனச் சிரித்தபடிக் கூறிவிட்டுச் சென்றார்.

“என்ன புள்ள சொல்ற? அந்த கடைய நீ தான் நடத்தணுமா?”, என வினிதா அவளிடம் ஆச்சரியமாகக் கேட்டாள்.

“ஆமா வினி.. எனக்கு வேற எந்த அனுபவமும் இல்ல.. நஷ்டம் ஆகிட்டா என்ன பண்றது?”

“எல்லாம் தெரிஞ்சிக்கிட்டா வேலை பாக்கறாங்க .. உள்ள போனா தானா எல்லாம் கத்துக்கலாம்.. நானும் வந்து உனக்கு உதவி பண்றேன்.. நீ ஆசைப்பட்ட எல்லாமே ஒண்ணு ஒண்ணா நடக்குது.. தைரியமா பொறுப்ப வாங்கு நங்க.. நாங்க எல்லாரும் இருக்கோம்ல “, என வினிதா அவளை உற்சாகப் படுத்தினாள்.

நங்கை மனதிற்குள் ஒரு தீர்மானம் எடுத்தவளாக அந்த பொறுப்பை ஏற்றுக் கொண்டாள்.

‘முத்து சூப்பர் மார்க்கெட்’ என்று பெரிய பலகை மின் விளக்குகள் மின்ன, விழாக்கோலம் கொண்டு இருந்தது.

அன்று தான் நங்கையின் கடை திறப்பு விழா.. நங்கை அவள் இஷ்டப்பட்ட அனைவரையும் அழைத்து இருந்தாள்.

வட்டி, வேல்முருகன், வினிதா, தேவராயன், மருது, பாண்டி, பானு என அனைத்து இளைஞர் பட்டாளமும் அங்கே கூடி இருந்தது.

ராஜன் வெறுப்புடன் நங்கை அங்கே சிரித்தபடிப் பொறுப்புகளைக் கையாள்வது கண்டு, பொறாமை தாங்காமல் வண்டியை முறுக்கிக் கொண்டு சென்றான்.

நங்கை அங்கிருந்து சென்ற பின், ஏகாம்பரம் தொழிலில் கவனம் செலுத்தாமல் இருந்தார். ஊரின் முன் தனது மகளுக்கு சோறு போட பணம் வாங்கியது தெரிந்த பின், அவர்களிடம் அனைவரும் பழக்கத்தைக் குறைத்துக் கொண்டனர்.

காமாட்சி மகளின் மேல் ஞாபகம் வரும் போது எல்லாம் அவளின் உடையை தடவிக் கொண்டு, மனதிற்கு சமாதானம் செய்துக் கொள்வார்.

நங்கையின் சுயசம்பாத்திய ஆசையை ஆச்சியும், வர்மனும் நிறைவு செய்ததும் நங்கை, தன் குடும்ப வாழ்வு பற்றிச் சிந்திக்கத் தொடங்கினாள்.

கல்லூரி படிப்பு முடிந்ததும், மேற்படிப்பு எல்லாம் தொலைதூர கல்வியாகப் பயின்றுக் கொள்வதாகக் கூறிவிட்டு, வீட்டு பொறுப்பைக் கையில் எடுக்க ஆரம்பித்தாள்.

ஏற்கனவே பெற்றவர்களிடம் இருந்த போதே எல்லா வேலைகளும் அவளுக்கு செய்து பழக்கம் இருந்ததால், ஆச்சியிடம் சில சில சந்தேகங்கள் மட்டும் கேட்டுக் கொண்டு அந்த குடும்பத்தின் மருமகளாக தனது கடமைகளைச் செய்துக் கொண்டு இருந்தாள்.

அன்று ஒரு நாள் நங்கை குளித்துவிட்டு வந்து புடவை கட்டும் பொழுது வர்மன் உள்ளே வந்தான். அந்த பக்கம் திரும்பி நின்றவள் முதுகு முழுக்க பெல்ட்டில் அடி வாங்கிய தழும்பும், சூடு வாங்கிய தழும்பும் கண்டு மனதில் பாரம் ஏறியது.

"முத்து.. என்ன டி இத்தன தழும்பு இருக்கு?", என அவள் அருகில் வந்து அவள் உடலை ஆராய்ந்தான்.

"டேய் .. நீ ஏன்டா உள்ள வந்த?", என அவசரமாக புடவையை சுற்றினாள்.

"இரு டி", என அவள் சுற்றிய புடவையை இழுத்து எறிந்து விட்டு அவள் உடலில் எங்கெங்கு காயமும், தழும்பும் இருக்கிறது என்று பார்த்தான்.

அவளின் முகம் தவிர உடல் முழுக்க ஏதேனும் காயம் தழும்பு இருந்தது. அவளை உடனே தயாராகி வரும்படி கூறிவிட்டு கூனி ஆச்சி இல்லம் அழைத்து சென்றான்.

"நீ என்ன பண்ணுவியோ எனக்கு தெரியாது ஆச்சி.. இவ ஒடம்புல ஒரு காயம் தழும்பு இருக்க கூடாது", எனக் கூறிவிட்டு வெளியே சென்று அமர்ந்தான்.

கூனி ஆச்சி அவள் உடலை பார்த்து விட்டு, " உனக்கு இனிமே நல்ல காலம் மட்டும் தான் தாயி .. இந்த எண்ணைய தினம் ராத்திரி தடவிக்க.. இந்த பொடிய தேச்சி குளி.. எப்படி பட்ட தழும்பும் மறைஞ்சு போயிடும்.. ஏதாவது சந்தேகம்னா கெளம்பி வா.. நான் சொல்றேன்", என கூறி அவளை அனுப்பி வைத்தார்.

நீலா ஆச்சிக்கும், வேம்பு ஆச்சிக்கும் வர்மன் அவள் உடலில் இருக்கும் காயங்கள் பற்றி கூறியதும் இருவரும் மனம் வெதும்பி போயினர்.

"நான் தப்பு பண்ணிட்டேன் நீலா.. என் பேத்திய என்கூடவே வச்சி இருந்திருக்கணும் .. இத்தன காயத்துக்கும் நானும் தானே காரணம்.. ", என அவர் கண் கலங்கினார்.

வினிதாவும் கேள்விப்பட்டு வந்து பார்த்தாள், " ஏன் புள்ள என்கிட்ட கூட ஒரு வார்த்த சொல்லவே இல்ல.. ?"

"சொல்றதால என்ன ஆக போகுது வினி.. எனக்கு அதுலாம் பெரிய விஷ-யமா தெரியல.. ", என கூறிவிட்டு அமைதியாகி விட்டாள்.

அன்று முதல் அவள் காயங்களுக்கு மருந்திடும் வேலை வர்மனுடையது என்-றானது. அதை அவன் யாருக்கும் விட்டுக்கொடுக்கவும் விரும்பவில்லை.

பேதை உடலில் அத்தனை காயங்களை கண்டு அவன் மனம் தினம் வலி கொண்டது. அவள் மறந்தாலும், அசதியில் உறங்கினாலும் கூட அவனே அவளை உடை மாற்றி எண்ணை தடவி விட்டு உறங்க விடுவான்.

அவனின் அன்பும், நிர்வாண உடலை கண்டும் அவளிடம் அத்துமீறவில்லை. கணவன் என்ற உரிமை இருந்தும் அவளே அவளை காதலுடன் கொடுக்க வேண்-டும் என்று காத்திருந்தான்.

அவனின் எண்ணமும் மனமும் புரிந்து நங்கை அவனைக் கவனித்துக் கொண்-டிருந்தாள்.

ஒரு பக்கம் வர்மனும், வட்டியும் அவளுக்கு மூன்று மாதம் கடையை நடத்-துவது பற்றிச் சொல்லிக்கொடுத்து விட்டு, தங்களது வழக்கமான வேலைகளைச் செய்ய ஆரம்பித்தனர்.

வர்மன் தேவையற்ற பஞ்சாயத்துக்கு செல்லும் போது எல்லாம் நங்கை அவனைத் தடுக்க முயன்றாள்.

"உன் விஷயத்துல நான் ஏதாவது சொல்றேனா ? நீயும் என் விஷயத்துல எதுவும் சொல்லாத", என வெட்டி பேசிவிட்டுச் சென்று விடுவான்.

அவளும் அடுத்து நான்கு நாட்கள் அதைப் பற்றிப் பேசிப் பேசி இரண்டு பாட்டிகளின் காதுகளிலும் ரத்தம் வர வைக்கும் அளவு பேசுவாள்.

அன்று ஒரு நாள் வர்மனைக் காண ஒருவர் வந்து இருந்தார். நங்கை அவரை வரவேற்று குடிக்க தண்ணீர் கொடுத்து விட்டு ஆச்சியை அழைத்தாள்.

"வா மாதவா.. எப்டி இருக்க ? ஊர விட்டு பொழப்பு பாக்க போனவன் அதுக்கு அப்பறம் எதுக்குமே வராம இருந்துட்டயே ஏன் ப்பா?", என வந்தவரை நலம் விசாரித்தபடி அமர்ந்தார்.

"எங்க அத்த .. நான் இங்க இருந்து எப்டி போனேன்னு உங்களுக்கு நல்-லாவே தெரியும் ல.. பொழப்ப நடத்த ரொம்ப கஷ்டம் பட்டேன் தான் ஆனா இன்னிக்கி நல்லா இருக்கேன் .. எல்லாம் உங்கள போல சில நல்லவங்க ஆசீர்-வாதம் தான் அதுக்கு முக்கிய காரணம்.. "

"நீ உழைச்ச உழைப்பு எப்பவும் வீண் ஆகாது ப்பா.. சொல்லு என்ன சேதி?"

"இங்க இருக்க வீட்ட எடுத்து கட்டலாம்ன்னு இருக்கேன் அத்த.. அதான் நானும் மகளும் இங்கயே இருந்து வேலைய பாக்கலாம்-ன்னு வந்தேன்.. உங்க வீடு ஒண்ணு பூட்டி இருக்குனு வட்டி சொன்னான்.. அதான் அந்த வீடு எனக்கு ஒரு ஆறு மாசம் விட்டா எனக்கு வசதியா இருக்கும்ன்னு கேக்க வந்தேன்"

“தமிழு.. நம்ம கீழ தெரு வீட்டு சாவி கொண்டு வா”, என நங்கையிடம் கூறினார்.

“பொண்ணுக்கு எத்தன வயசு ஆகுது? என்ன படிச்சி இருக்கா?”

“காலேஜ் இந்த வருஷம் தான் முடிச்சா அத்த.. சொந்த ஊர்ல இருந்து கல்யாணம் செஞ்சி குடுக்கணும்-ன்னு ஆசைபடறேன்.. நானும் தொழில என் பையன்கிட்ட குடுத்துட்டு இங்கயே வந்துடலாம்-ன்னு இருக்கேன்.. அதான் வீட ஒழுங்கு பண்றேன்”

“நல்லது.. வேற எதுவும் வேணும்னா என் பேரன கேளு அவன் செஞ்சி குடுப்பான்.. சாவிய வாங்கிக்க மாதவா”, எனப் புன்னகையுடன் கூறினார் ஆச்சி.

அதன்பின் , மாதவனின் மகள் ரங்கநாயகி அடிக்கடி அங்கு வந்துச் சென்றுக் கொண்டு இருந்தாள். நங்கை அவளிடம் நட்பு பாராட்டவில்லை என்றாலும் விருந்தினருக்கு உரிய இடம் கொடுத்து நடத்தினாள்.

அந்த பெண்ணோ வர்மனிடம் அதிக இடம் எடுத்து நடந்து கொள்ள ஆரம்பிக்க நீலா ஆச்சி நங்கையிடம் பேசினார்.

“உன் புருஷன் எங்க போறான் வாரன்னு கவனிக்கறியா இல்லயா டி? “, எனக் கேட்டார்.

“உங்க பேரன் தானே நீங்களே கவனிங்க”

“அவன் கட்டன தாலிய நீ தானே தொங்கவிட்டு இருக்க.. உன் உடமைபட்டவன நீ தான் பாத்துக்கணும்..” ,எனக் கூறினார்.

“இப்டி எல்லாம் பேசினா உங்க பேரன நான் கிட்ட சேத்துவேன்னு அவன் சொன்னானா?”, எனக் கேட்டாள்.

“அட யாருடி இவ.. அந்த கீழ தெரு சிறுக்கி அடிக்கடி உன் புருஷன சுத்தி சுத்தி வந்துகிட்டு இருக்கா .. உன்ன ஓரம் கட்ட பெரிய கூட்டமே காத்து இருக்கு .. அப்பறம் உன் இஷ்டம்”, எனக் கூறிவிட்டுச் சென்றுவிட்டார்.

அப்போது சரியாக அந்த பெண் வர்மனை அழைத்தபடி உள்ளே வந்தாள்.

“மாமா.. என் சிங்க மாமா.. எங்க இருக்கீங்க?”, என அழைத்தபடி உள்ளே வந்தாள்.

“ஏய் நில்லு.. என்ன-ன்னு கூப்ட?”, என நங்கை கேட்டாள்.

“அக்கா.. மாமாவ தான் கூப்டேன் .. எங்க இருக்காரு? இன்னிக்கி என்னைய தோப்புக்கு கூட்டிட்டு போறேன்னு சொன்னாரு.. நான் ரெடி ஆகி வந்துட்டேன்.. அவரு இன்னும் ரெடி ஆகலியா?” ,எனக் கேட்டாள்.

“அவரு இன்னிக்கி எங்கயும் வரமாட்டாரு.. இனிமே அவர் கூட சுத்தற வேலை எல்லாம் வச்சிக்காத சொல்லிட்டேன்.. “, என நங்கை அவளை மிரட்டி அனுப்பினாள்.

வர்மன் அதை எல்லாம் ஓரமாக நின்றுப் பார்த்துச் சிரித்து விட்டு, மெல்ல கூடத்திற்கு வந்தான்.

"எங்க மாதவ மாமா பொண்ணு வந்த சத்தம் கேட்டுச்சி.. ஆள காணோம்..", எனக் கேட்டபடி வர்மன் நங்கை அருகில் வந்தான்.

"எவளும் வந்தா போனா எனக்கு என்ன தெரியும்? வீட்ல இருக்கற மனுஷன் மொத ஒழுங்கா இருக்கணும்.. அதுவே இங்க ஒழுங்கு இல்ல அப்பறம் எங்க இருந்து ஊர திருத்தறது ? ", என முனகிவிட்டு சென்றாள்.

ஆச்சியும் பேரனும் நங்கைக்கு தெரியாமல் பார்த்துச் சிரித்துக் கொண்டனர்.

அன்று இரவு நங்கை வெளியே சென்றுப் படுத்துக்கொண்டாள்.

"நீ ஏன்டி இங்க படுத்து இருக்க?", என வர்மன் கேட்டான்.

"ஆம்பளைங்க மட்டும் தான் கோவம் வந்தா வெளிய போய் தூங்கணுமா? நாங்களும் தூங்குவோம்", வெடுக்கென பதில் கொடுத்துவிட்டு திரும்பிப் படுத்துக் கொண்டாள்.

"நான் எப்ப அப்டி சொன்னேன்? நான் இன்னிக்கி போய் நல்லா கை கால் நீட்டி கட்டில்ல படுக்க போறேன்.. அப்பா மூணு மாசம் ஆச்சி நல்லா உருண்டு படுத்து.. இனிமே நீ அடிக்கடி கோவபட்டு இங்கயே படுத்துக்க.. நான் நல்லா உள்ள தூங்கறேன்.. குட் நைட்", என கேலி பேசிவிட்டு உள்ளே சென்றான்.

"உனக்கு எல்லாம் மனசாட்சியே இல்லயா டா ?", என நங்கை எழுந்து அமர்ந்துக் கேட்டாள்.

"உனக்கு இருக்கா-ன்னு மொத கேட்டுக்க.." , எனக் கூறினான்.

"நானா உன்ன வெளிய போன்னு சொன்னேன்?"

"இப்ப மட்டும் நானா உன்ன இங்க தூங்க சொன்னேன்?"

"ஒரு பேச்சுக்கு கூட உள்ள வந்து தூங்குன்னு சொல்ல மாட்டியா டா?"

"நீ என்னிக்காவது என்னைய கட்டிபிடிச்சி தூங்கிக்கன்னு சொல்லி இருக்கியா?"

நங்கை அவனை முறைத்துவிட்டு போர்வையைப் போர்த்திக்கொண்டுப் படுத்துவிட்டாள்.

வர்மன் இதற்குமேல் இவளை இப்படியே விட்டால் சரி வராது என்று எண்ணி அவளை அப்படியே தூக்கிக் கொண்டு தங்கள் அறைக்குச் சென்றான்.

"என்ன விடு டா.. நீ ஒண்ணும் என்னைய தூக்கக்காத.. விடு ", எனத் துள்ளினாள்.

"கொஞ்சம் சும்மா இரு டி.. மூணு மாசத்துல நல்லா குண்டு ஆகிட்ட.. எவ்ளோ கனம்.. யப்பா .. முதுகு புடிச்சிக்கும் போல.." , என அவளைக் கட்டிலில் தொப்பென்று போட்டான்.

“எரும.. எரும.. ஏண்டா இப்டி போட்ட ? “, என இடுப்பைப் பிடித்துக்கொண்டு அவனை அடித்தாள்.

“அடிக்காத டி பிசாசே .. வலிக்குது டி”, என அவனும் அவள் கைகளை பிடித்துக்கொண்டான்.

“விடு.. என் கைய விடு டா”, என கையை இழுத்துக் கொள்ள முயன்றாள்.

“ஏய் முத்து.. உனக்கு இப்ப என்ன டி வேணும்?”, என ஆழ்ந்து அவளைப் பார்த்துக் கேட்டான்.

“நீ தான் வேணும்.. நீ எனக்கு மட்டும் தான் வேணும்.. “, என பெண்ணவள் தன் மனதை அவனுக்கு தெரியப்படுத்தினாள்.

வர்மன் அவளை தன் நெஞ்சில் சாய்த்துக்கொண்டான். மெதுவாக அவள் முதுகை தடவிக் கொடுக்க கொடுக்க நங்கை கண்களில் கண்ணீர் வழிந்து அவன் நெஞ்சை நனைத்தது.

“என்னாச்சி முத்து?”, என இதமாகக் கேட்டான்.

“பயமா இருக்கு வர்மா.. என்மேல பாசம் காட்டற யாரும் என்னோட அதிக நாள் இருக்கறது இல்ல.. நீயும் ஆச்சியும் இவ்ளோ பாசம் குடுக்கறீங்க .. இது எப்பவும் எனக்கு வேணும்.. “, என கூறி விம்மத் தொடங்கினாள்.

“பைத்தியம்.. நாங்க உன்ன விட்டு எங்க போக போறோம்? நீ எத்தன தடவ என்ன தொரத்தி விட்டும் உன்ன நான் கட்டிக்கலியா ? உனக்கு ஏன் இந்த பயம்?”, எனக் கேட்டான்.

“நான் முன்ன வாழ்ந்தது அப்படி ஒரு வாழ்க்கை தா வர்மா.. என் ஒடம்புல இருக்க தழும்பு எல்லாம் இப்ப மறைஞ்சி இருக்கலாம் ஆனா மனசுல பதிஞ்ச காயம் எல்லாம் அப்படியே தான் இருக்கு.. உனக்கு நான் ஒண்ணுமே செய்யல.. உனக்கு ஒரு பொண்டாட்டியா எதுவும் நான் பண்ணவே இல்ல.. அதுவே எனக்கு குற்ற உணர்ச்சியா தான் இருக்கு..”, என அவள் கூறியதும் அவன் கோபம் கொண்டு அவளைத் தள்ளி நிறுத்தினான்.

“நான் என்ன இங்க வியாபாரமா பண்றேன்? உனக்கு நான் இது எல்லாம் குடுத்து இருக்கேன் நீ உன்ன குடுக்க? அபத்தமா பேசாத முத்து.. நம்ம புருஷன் பொண்டாட்டி.. நமக்குள்ள நடக்கற எதுவும் நமக்குள்ள இருக்க அன்புனாலையும், நேசத்துனாலையும் மட்டும் தான் நடக்கணுமே தவிர வியாபார பண்ட மாற்று முறையா இருக்க கூடாது... உன்ன நான் ஏதாவது நிர்பந்தம் பண்றேனா முத்து?”, எனக் கேட்டான்.

“இல்ல வர்மா.. உன்னால தான் இப்ப வரை ரெண்டு பெரியவங்களும் என்கிட்ட இதபத்தி ஒரு வார்த்தை கூட கேக்கறது இல்லன்னு எனக்கு தெரியும்...”

"நான் சொன்னதால இல்ல முத்து. அவங்க ரெண்டு பேருமே என்கிட்ட என்ன சொன்னாங்க தெரியுமா? நீ என்மேல நேசம் வச்சி தான் குடும்பம் நடத்த வரணுமே தவிர கடமைக்காக வரக்கூடாது.. அப்ப தான் நீ உன் வாழ்க்கைய உணர்ந்து நமக்காக வாழ்வன்னு சொன்னாங்க.. எனக்கு உன்ன ஏன் பிடிச்சதுன்னு இப்ப வரை தெரியாது.. என்கூட இருக்கறப்ப நீ நீயா இருக்கணும். அவளோ தான்.. உனக்கு எப்ப நம்ம வாழ்க்கைய ஆரம்பிக்கலாம்ன்னு தோணுதோ அப்ப ஆரம்பிச்சா போதும்.. உன் மனச போட்டு கொழப்பிக்காத.." , எனக் கூறித் தன் கைவளைவில் படுக்க வைத்துக் கொண்டான்.

அன்றில் இருந்து ஒரு வாரம் கழித்து நங்கை வர்மனைக் குலதெய்வ கோவில் செல்ல அழைத்தாள்.

"எனக்கு வேல இருக்கு முத்து. நீயே போயிட்டு வந்துரு" , என கணக்கு நோட்டை பார்த்தபடிக் கூறினான்.

"நானே தனியா போக எனக்கு தெரியாதா? உன்ன ஏன் கூப்பிட்டுட்டு இப்படி நிக்கறேன்... இன்னிக்கி நல்ல நாளாம்.. இன்னிக்கி வாழ்க்கைய ஆரம்பிச்சா நூறு வருஷம் ஒண்ணா இருப்பாங்கலாம்.. கூனி ஆச்சி சொல்லிச்சி.. இனிமே உன் இஷ்டம்..", எனக் கூறிவிட்டு அங்கிருந்து நகர்ந்தாள்.

"ஏய்.. ஏய் .. நில்லு டி .. வரேன் இரு", என வண்டி சாவியை எடுத்துக்-கொண்டு வந்தான்.

"குலதெய்வ கோவிலுக்கு தனியா எல்லாம் போககூடாது.. நானும் கூட வரேன்.." , என புல்லட்டை உதைத்தான்.

"ஹலோ வர்மன்.. நான் கூப்ட அப்பவே வந்து இருந்தா அந்த வண்டில ஏறி இருப்பேன்.. இப்ப என் வண்டில ஏறுங்க", என கண்ணாடி அணிந்துக் கொண்டுக் கூறினாள்.

"உன்கூட வரணும்.. எதுல போனா என்ன?" ,என அவனும் கண்ணாடி அணிந்து மனைவியின் பின்னால் அமர்ந்துக் கொண்டு அவள் இடுப்பைக் கட்-டிக்கொண்டான்.

"டேய் .. கை எடு டா"

"முடியாது டி என் கோவபழமே .."

"நீ என்னய வண்டி ஓட்ட விடமாட்ட.."

"நான் ஒண்ணுமே பண்ணல.. நீ வண்டி ஓட்டு ", எனச் சிரித்தபடிக் கூறி-னான்.

ஊரே வர்மன் மனைவியின் பின்னால் அமர்ந்து செல்வதை வேடிக்கைப் பார்த்-தது.

நங்கை மனமும் முகமும் மலர்ந்து கோவிலில் தங்களது நல்வாழ்விற்கு மனதார வேண்டிக்கொண்டாள்.

அன்று இரவு இருவரும் தங்களின் வாழ்வில் அடுத்த நிலையை அடைந்தனர். அழகான இல்லறம் நடந்துக் கொண்டு இருந்தது. சண்டையும் சமாதானமும், ஏட்டியும் போட்டியுமாக இருவரும் தங்களது வாழ்வை ஒவ்வொரு நாளும் ரசித்து வாழ்ந்துக் கொண்டு இருந்தனர்.

ஒரு மாதம் சென்ற நிலையில் காமாட்சி பதறிய படி ஏகாம்பரத்தை அழைத்தாள்.

“ஏங்க.. நம்ம பையன் .. நம்ம பையன போலீஸ் கைது பண்ணிட்டாங்கலாம் ங்க.. இப்ப வீட்டுக்கு ஃபோன் பண்ணாங்க “, எனக் கூறினார்.

“என்ன சொல்ற காமாட்சி? அவன எதுக்கு கைது பண்ணனும்? இன்னிக்கி ஸ்கூலுக்கு தானே போனான்?”, என அவரும் அதிர்ந்துக் கேட்டார்.

“காலைல எப்பவும் போல தாங்க கௌம்பி போனான்.. என்ன ஆச்சின்னு தெரியலங்க.. சீக்கிரம் நீங்க போய் என்னனு பாருங்க..” ,என அழுதபடிக் கூறினார்.

“நான் போய் பாக்கறேன்.. “, எனக் கூறிவிட்டு போலீஸ் ஸ்டேஷன் சென்றார்.

“யாருய்யா நீ?”, என ஒரு கான்ஸ்டபிள் கேட்டார்.

“என் பையன கைது பண்ணதா ஃபோன் வந்துச்சிங்க .. “

“உன் பையன் பேரு என்ன?”

“ராஜன் ங்க”

“அவன் அப்பனா நீ ? என்னய்யா பையன வளத்து வச்சி இருக்க ? சரியான கஞ்சா பொறுக்கியா இருக்கான்.. படிக்கற வயசுல போதை மருந்து போட்டுக்கிட்டு, கூட படிக்கற பசங்களுக்கும் குடுத்து இருக்கான்.. போ அங்க ஒக்காரு “

ராஜன் மயங்கிய நிலையில் ஒரு மூலையில் கிடந்தான். அவனைக் கண்ட ஏகாம்பரம் பதறி அவன் அருகில் சென்றார்.

“ராஜா.. ராஜா.. உனக்கு என்னடா ஆச்சி?”, என அவன் கண்களைத் திறக்க வைக்க முயற்சி செய்தார்.

“யோவ்.. நீ ஏன் அங்க போற? போய் அங்க இரு.. இன்ஸ்பெக்டர் வந்த அப்பறம் பேசிக்க”

“ஐயா.. என் பையன் அப்படி எல்லாம் இல்லைங்க .. யாரோ அவனுக்கு குடுத்து இருப்பாங்க.. அவன விற்றுங்க ஐயா” ,எனக் கண்ணில் நீர் வழியக் கெஞ்சினார் ஏகாம்பரம்.

“அப்படி இல்லயா ? ஒரு பொம்பள புள்ளைக்கி இன்னிக்கி வாய்ல வலுக்கட்டாயமா போட்டு அந்த பொண்ணு இப்ப மூச்சு பேச்சு இல்லாம இருக்கு.. அதுக்கு மட்டும் ஏதாவது ஆச்சி உன் பையன கொலை கேஸ்ல தான் உள்ள போட போறோம்.. ஒழுங்கா அங்க போய் ஒக்காரு.. பசங்கள ஒழுங்கா கண்டிச்சி

வளக்க துப்பில்ல உனக்கு .. நீ எல்லாம் என்ன பெரிய மனுஷன்?"

"ஐயா.. என் பையன் அப்டி எல்லாம் செஞ்சி இருக்க மாட்டான் யா.. அவன விற்றுங்க..", எனக் கெஞ்சினார்.

"எதுவா இருந்தாலும் இன்ஸ்பெக்டர் வந்த அப்றம் தான் பேச முடியும் .. அங்க போ "

இன்ஸ்பெக்டர் வந்ததும் ஏகாம்பரம் ஓடிச் சென்றார்.

"ஐயா .. ஐயா .."

"யாருய்யா நீ?", இன்ஸ்பெக்டர்.

"அந்த பையன் ராஜன் ஓட அப்பன்"

"ஓ.. என்னய்யா புள்ளய வளத்து இருக்க? சரியான பொறுக்கியா இருக்கான்.. இந்த வயசுல போத அடிக்கறான் .. என்ன வேல பண்ற நீ?"

"நான் சூப்பர் மார்க்கெட் வச்சி இருக்கேன் ஐயா"

"அதுல போத மருந்து தான் விக்கறியா ?"

"இல்லைங்க ஐயா.. ஐயா.. என் பையன் அந்த மாதிரி இல்லைங்க.. "

"என்ன இல்ல.. நீ சொன்னா நான் நம்பணுமா ? ஏற்கனவே உன் பையன் போத அதிகமாகி ஹாஸ்பிடல்ல சிகிச்சை எடுத்த எவிடெண்ஸ் இருக்கு.. இப்ப ஸ்கூல்ல அவன் கூட படிக்கற பசங்க பொண்ணு-ன்னு எல்லாருக்கும் கட்டாயம் பண்ணி குடுத்து இருக்கான், அதுல ஒரு பொண்ணு இப்ப சீரியசா இருக்கு தெரியுமா? உன் பையன எல்லாம் வெளிய விட முடியாது. அந்த பொண்ணு மொத கண்ணு முழிச்சா தான் எதுவும் சொல்ல முடியும்.. போய் அடுத்து ஆகற வேலைய பாரு" , என அங்கிருந்து அவரைத் துரத்தி விட்டனர்.

ஏகாம்பரம் ஊருக்குள் வந்து வக்கீலை அழைக்க யாரும் அவருக்காக வாதாட முன் வரவில்லை. அதற்குள் ஊரில் விஷயம் தீயாக பரவி, அது வர்மன் காதுகளிலும் எட்டியது.

"அந்த ஆளு வளப்பு நல்லா வேலை காட்டுது மாப்ள.. என்ன பண்றாங்கன்னு பாக்கலாம். நீ எதுக்கும் நம்ம வக்கீல்கிட்ட சொல்லி வை", எனக் கூறிவிட்டு தேவராயனைக் காணச் சென்றான்.

"வா வர்மா.. நானே உன்ன கூப்பிடலாம்-ன்னு இருந்தேன்.. விஷயம் தெரிஞ்சி தானே வந்து இருக்க?"

"ஆமா ராயா.. நீ எனக்கு ஒரு விஷயம் பண்ணனும்.." , என ஆரம்பித்து தேவராயனிடம் சில நிமிடங்கள் பேசிவிட்டு அங்கிருந்துக் கிளம்பினான்.

"நான் செஞ்சிடறேன்.. நீ வீட்டுக்கு கெளம்பு", என தேவராயன் அனுப்பிவைத்தான்.

அன்றும், அடுத்த நாளும் ஏகாம்பரம் எங்கு சென்று அழைத்தும் எந்த வக்கீலும் இவருடன் வர ஒத்துழைக்கவில்லை. கடைசியில் பள்ளி நிர்வாகத்திடம் சென்று நின்றார்.

“உங்க பையனால இப்ப எவ்ளோ பிரச்சனை நடந்துட்டு இருக்கு தெரியுமா ஏகாம்பரம்? அன்னிக்கி நான் கேட்டப்ப நீங்க சொன்ன பதில் என்ன? இன்னிக்கி எங்க வந்து நிக்க வச்சி இருக்கு பாத்தீங்களா? பசங்க வளர முழு பொறுப்பு நம்ம தான். எங்க கண்டிக்கணுமோ அங்க கண்டிக்கணும். அப்டி செய்யலன்னா இப்டி தான் கஷ்டபடணும். உங்களுக்கு நான் எந்த விதத்துலையும் உதவ முடியாது”, என தலைமை ஆசிரியர் கூறினார்.

“உங்க ஸ்கூல்ல இருந்து தான் என் பையனுக்கு அது கெடச்சி இருக்கு .. நீங்க தான் இதுக்கு முழு பொறுப்பு. நான் உங்க மேல தான் கேஸ் போடுவேன்”, என மிரட்டினார்.

“ஹாஹாஹா .. என்ன ஏகாம்பரம் ஐயா.. என்ன பேசறீங்க ? உங்க பையன் தான் எங்க ஸ்கூலுக்குள்ள போத மருந்த கொண்டு வந்தது. அதுக்கு ஆதாரம் எல்லாம் சரியா இருக்கு.. நீங்க எங்க போய் எங்க மேல கேஸ் போட்டாலும் எதுவும் நிக்காது. உங்க பையன் தான் இதுக்கு முழு பொறுப்பு”, எனக் கூறியபடி தேவராயன் வந்தான்.

ஏகாம்பரம் எதுவும் பேசமுடியாமல் அமைதியாக நின்றார். பின் கைக்கூப்பி, “ எனக்கு என் பையன் வேணும்.. ஏதாவது உதவி பண்ணுங்க..”, எனக் கண்ணீர் மல்க கேட்டுக்கொண்டார்.

“நாங்க எதுவும் பண்ண முடியாது. எங்க ஸ்கூலோட இன்னொரு ஓனர் ஒத்துகிட்டா ஏதாவது முயற்சி பண்ணலாம்”, என தேவராயன் கூறினான்.

“யார் அவங்க? சொல்லுங்க.. அவங்க கால்ல விழுந்து நான் கேக்கறேன்”

“உங்க மருமகன்.. அதாவது நங்கை புருஷன் மிஸ்டர். சிம்ம வர்மன்.. “

“அவனா ..” , என மலைத்து நின்றார்.

“அவரு மட்டும் தான் உங்களுக்கு உதவி செய்ய முடியும்.. நீங்க அவர போய் பாருங்க..” , எனக் கூறிவிட்டு தேவராயன் கிளம்பிவிட்டான்.

ஏகாம்பரம் என்ன செய்வது என்று புரியாமல் வீட்டிற்கு வந்தார்.

“என்னங்க சொன்னாங்க? நம்ம பையன எப்ப வீட்டுக்கு கூட்டிட்டு வருவீங்க?” என காமாட்சி அழுகையுடன் கேட்டார்.

“அந்த நங்கை புருஷன போய் பாக்கணும் காமாட்சி.. அவன் நெனைச்சா மட்டும் தான் நம்ம பையன காப்பாத்த முடியுமாம்..” ,எனக் கூறித் தலைக் குனிந்து அமர்ந்தார்.

"அப்படின்னா வாங்க.. ஓடனே போலாம்.. மாப்ள கிட்ட கேக்கலாம்.. நம்ம பொண்ணு கண்டிப்பா தம்பிய காப்பாத்துவா ..", என வேகமாகக் கிளம்பினார்.

"எனக்கு நம்பிக்கை இல்ல காமாட்சி"

"என் பொண்ண பத்தி எனக்கு தெரியும்ங்க.. வாங்க போலாம்.. பையன் ஜெயில்ல என்ன என்ன கஷ்டப்படறானோ தெரியல", எனக் கணவனைக் கிளப்பிக் கொண்டு நங்கை இல்லம் வந்தார்.

வாசலில் அவர்களைக் கண்ட நீலா ஆச்சி உள்ளே அழைத்து அமரவைத்து நங்கையை அழைத்தார்.

"எங்க வந்தீங்க ?" , எனத் தன்னைப் பெற்றவர்களைப் பார்த்துக் கேட்டாள்.

"உன் தம்பிய போலீஸ் பிடிச்சிட்டு போய்ட்டாங்க தமிழு.. மாப்ள கிட்ட சொல்லி அவன காப்பாத்த சொல்லு டி.. " ,எனக் காமாட்சி அழுகையுடன் கூறினார்.

"என்ன சொன்னீங்க?" , என மெல்லிய சிரிப்புடன் கேட்டாள்.

"உன் தம்பிய போலீஸ் பிடிச்சிட்டு போயிட்டாங்க டி.. நீ என்ன சிரிக்கற ?" , எனக் கோபத்துடன் கேட்டார்.

"அவன பிடிச்சிட்டு போனதுக்கு நான் என்ன செய்யறது? அவனுக்கு பதிலா என்னைய ஜெயில்ல போடுங்க.. அவன் சின்ன பையன்-ன்னு சொன்னா அவங்க ஒத்துக்குவாங்களா?" , எனக் கேட்டாள்.

"நங்கை" ,என ஏகாம்பரம் கத்தவும், அவரைக் கை நீட்டி அமைதியாக இருக்கும்படிக் கூறிவிட்டு, "இப்ப மட்டும் ஒரு பொட்ட கழுத கிட்ட உதவி கேட்டு எப்டி வந்தீங்க ?", என அவரிடமும் கேட்டாள்.

"தமிழு.. அவன் உன் தம்பி டி ..", என மீண்டும் காமாட்சி கூறினார்.

"நீங்க என்னைய உங்க பொண்ணா பாக்காதப்ப நான் எப்டி அவன தம்பியா பாக்கறது?"

அவர்கள் இருவரும் அமைதியாக இருந்தனர். இந்த கேள்விக்கு என்ன பதில் சொல்வதென இருவருக்கும் தெரியவில்லை. இந்த நொடி இருவரும் தங்களை தானே கேவலமாக உணர்ந்தனர்.

"உங்க பையன் செஞ்ச தப்பு எவ்ளோ பெருசுன்னு இன்னும் தெரியல அதான் இப்டி இங்க வந்து நிக்கறீங்க .. நானோ என் புருஷனோ எதுவும் பண்ண முடியாது.. நீங்க போலாம்.. " , எனக் கூறினாள்.

"முத்து.. என்ன பேசிட்டு இருக்க? அத்த .. வாங்க போலீஸ் ஸ்டேஷன் போலாம்" , எனக் கூறி இருவரையும் அழைத்துக் கொண்டு ராஜனை வெளியில் எடுக்கச் சென்றான் வர்மன்.

ஒரு வாரம் அலைந்து திரிந்து, ராஜனை வழக்கில் இருந்து விடுவித்து, மறு-வாழ்வு மையத்தில் சேர்த்துவிட்டு தான் ஓய்ந்தான்.

நங்கை அதற்கு கோபம் கொண்டு அவனிடம் முகம் கொடுத்து பேசாமல் சுற்-றிக் கொண்டு இருந்தாள்.

"ஏய் கோவபழம் .. என்ன டி சும்மா மொறைச்சிகிட்டே இருக்க.. நான் என்ன பண்ணிட்டேன் இப்ப?", என அவளை இழுத்து வைத்துக் கேட்டான்.

"பண்றது எல்லாம் பண்ணிட்டு என்னைய என்ன கேக்கற? அதான் உன் மாமனாருக்கு எல்லா சேவகமும் செஞ்சிட்டியே.. இன்னும் என்ன இருக்கு?", என எரிந்து விழுந்தாள்.

"என்ன வேணா இருக்கட்டும்.. இதுல நம்ம தான் கூட நின்னு ஆகணும். அவன் வளந்த விதம் தான் அத்தனைக்கும் காரணம். அத அவங்க உணர்ந்த அப்பறம் தண்டிக்கறது நம்ம வேல இல்ல முத்து.. அவங்க செஞ்சதுக்கு அவங்க அனுபவிக்க ஆராம்பிச்சிட்டாங்க .. நம்மலாள செய்ய முடிஞ்சது நான் செஞ்சிட்-டேன்.. இனிமே அவங்க வாழ்க்கை அவங்க பாத்துக்கட்டும் ..", எனக் கூறினான்.

நங்கை அரைகுறை மனதோடு அவன் சொன்னதை ஒப்புக்கொண்டு தன் வேளையில் கவனம் செலுத்தினாள்.

கடையில் நல்ல லாபம் வந்தது. வினிதாவும் ஆவலுடன் இணைந்து சிறு சிறு விஷயங்களை சேர்த்து வியாபாரத்தை நன்கு பெருக்கி இருந்தனர்.

கணிசமான லாபம் வந்ததும் நங்கை அதை நீலா ஆச்சி கையில கொடுத்தாள்.

"ஆச்சி.. இந்தாங்க.. நீங்க குடுத்தா முதல் வச்சி இந்த லாபம் சம்பாதிச்சி இருக்கேன்.. ", என கட்டிகொண்டு கூறினாள்.

"இத என்ன பண்ணணும்னு நெனைக்கறியோ அத நீயே பண்ணு.. ", என அந்த பணத்தை அவளிடமே திருப்பி கொடுத்தார்.

நங்கை அதை வைத்து வீட்டில் சில மாறுதல்கள் செய்துவிட்டு, தனது கடை-யில் கீரை விற்க இடத்தை வாங்கி, அதில் வேலை செய்ய ஆரம்பித்தாள். இயற்கை உரம் பொட்டு விளையும் கீரை நன்றாகவே பலன் கொடுத்தது. அதற்-கென்ன தனி பகுதியே ஒதுக்கி இருந்தனர் சில மாதங்களில்.

அவளின் மனம் அவளின் ஒவ்வொரு வேளையிலும் திருப்தி கண்டது, அதனால் அவளின் வாழ்வும் உயர்ந்து கொண்டே இருந்தது.

ராஜன் இப்போது தன் தவறை உணரத் தொடங்கி இருந்தான். ஜெயில் வாசம் அவனை பெரிதும் பாதித்து இருந்தது. வர்மன் அவனை வெளியே கொண்டு வர முயற்சித்தது அவனை பெரிதும் வெட்க வைத்தது. ஏகாம்பரமும், காமாட்சியும் கூட தங்கள் தவறை உணர்ந்து, இது நாள் வரை செய்த பாவத்திற்கு நங்கைக்கு பரிகாரம் செய்ய நினைத்தனர். ஆனால் நங்கை அவர்களின் உறவே வேண்டாம் என்று கூறிவிட்டதால் யாரும் அவளைக் கட்டாயபடுத்தவில்லை.

“இனிமே எந்த உதவி தேவை பட்டாலும் சொல்லுங்க நாங்க செய்வோம்.. ஆனா முத்த நாங்க எதுக்கும் கட்டாய படுத்தமுடியாது.. “, என நீலா ஆச்சியும் முடிவாகக் கூறி விட்டார்.

அதன்பின் வந்த நாட்களில், வேல்முருகன் வினிதா திருமணம் வர்மன் தலைமையில் விமரிசையாக நடந்தது. வட்டிக்கும் ஒரு பெண்ணைப் பார்த்து பேசி முடித்து இருந்தாள் நங்கை.

தேவராயன் பானு தம்பதிகளுக்கு அழகான பெண் குழந்தை பிறந்து இருந்தது. மண்டபத்தில் நங்கை தன் நீலா ஆச்சி மற்றும் வேம்பு பாட்டியுடன் பேசியபடி அமர்ந்து இருப்பதை வர்மன் தன் கைபேசியில் படம் பிடித்துக் கொண்டான்.

“வலுசாறு இடையினில்”, என்னும் பெயர் போட்டு வாட்ஸ்அப்பில் ஸ்டேட்டஸ் வைத்தான் வர்மன்..

வலுசாறுகளின் இடையினில் ஆழமான அன்பு வளர்கிறது..

சுபம்.

www.ingramcontent.com/pod-product-compliance
Lightning Source LLC
LaVergne TN
LVHW040428051026
849517LV00002B/512
9798887045245